"Anong klaseng pagwasak at muling pagbuo ba ng mundo ang ubos-lakas na tinatangka ng isang trilohiya? Ano ba ang dinidistrungka at inilalaan nito para sa imahinasyon ng mambabasa? Sa kaso ng panghuling tomo ng Dreamland, Ang Suklam sa Ating Naaagnas na Balat, inilalantad ni Vivo ang isang mundo kung saan hindi tayo tutubusin ng lunggating petiburgesya, liberal na sensibilidad, at pakakak ng mga taong ginawang tsapa ang ari mula sa mga galamay ng sistemang idinisenyo at pinananatili upang "raketin" at "sistemahin" ang ating buhay at kapakanan. Pinaaalala sa atin ng nobelang ito ang kahungkagan—isang lumalaganap na patolohiya pa nga—ng paghuhumanisa sa mga kaaway ng masang Pilipino. Pinaaalala sa atin ng nobelang ito na makatuwirang masuklam at pumalag sa mga kapangyarihang nais mamanginoon sa ating lipunan."

—Amado Anthony G. Mendoza III
Guro, Nobelista
University of the Philippines, Diliman

avenida

ANG SUKLAM SA ATING NAAAGNAS NA BALAT

Cover illustration and design by Shopping Libertad
studioshoppinglibertad@gmail.com

Published by:
19th Avenida Publishing House
Imus City, Cavite
myavenida.com
avenidabooks@gmail.com
avenida /myavenidaph

ISBN 978-621-8264-28-1

First printed in April 2024

3 5 7 9 10 8 6 4

MGA NILALAMAN

PAHINA

ANG MANTSA SA ATING MGA KAMAY AY IBA SA MANTSA NG SA KANILA

Tilde Acuña

ANO ANG MODUS ng introduksiyong iwas-pusoy na hahantong sa ahitasyong baka wala-sa-lugar? Ganito: Himayin muna ang pamagat at magpaligoy-ligoy, nang sa gayon ay may masabi nang walang gaanong sinasabi. Sampol: Mahirap magtanggal ng mantsa sa damit, lalo kung malayo ang diperensiya ng kulay. Hindi halata ang patak ng toyo sa itim na damit, o ang talsik ng sukà sa puti. Pero kung malapot, tulad ng ketsup sa pulang kamiseta, may bakas. Sa kamay, mas madali—toyo, sukà, ketsup o anuman, madaling hugasan na para bang walang nangyari. Iba naman kasi ang sa balat, dahil may mga markang pinili ng may-ari ng katawan (tulad ng tatô) at may pinilit sa katawan ng iba (tulad ng torture). Iba rin ang mantsa sa gunita, na mas pinatutungkulan ng pamagat. Sa mga taong hindi halang ang kaluluwa, para itong ketsup sa pulang kamiseta: nariyan kahit tila wala na riyan matapos makailang-ulit labhan. Siyempre pa, hindi mapanglahat ang distingksyon sa talab ng mantsa sa "tela", lalo kung ituturing ang kalansay na dinamtan ng laman na dinamtan ng balat na dinamtan ng salawal-at-kamisetang-panloob na pinatungan ng polo at pantalon na isinilid sa body bag na waterproof, kaya malamang ay mantsa-proof. Madalas, sa atin ang katawang iyon; kanila ang kamay na trumabaho, naglinis, nag-empake.

Tunay namang walang malinis sa atin, sa kolektibong "tayo." Mantsado ang mga kamay natin sa ayaw at sa gusto, itanggi man natin o tanggapin. Hindi ito pangangaral hinggil sa Paraisong binawi sa atin ng Diyos na naglagay sa Hardin ng punong nagbubunga ng mapanuksong prutas (at ahas) na abot-kamay ng Tao subalit ipinagbawal Niyang kainin, na humantong sa kalkuladong krusipiksyon ng Kanyang Anak upang tubusin ang Sangkatauhan. Pero tulad ng reperensiyang biblikal, hinggil ito sa kamulatan. Kapag malay ka na kung ano ang tama at mali, wala nang bawian. Kung ayaw mong maging masayang mangmang, maging problemado kang pantas. Kaso, hindi ba posible lang na hindi na muling pumikit ang namulat sa realidad ng lipunan kung siya ay insomniac? Paano kung antukin? Bawal bang magpahinga? Paano ang self-care? Perpetuwal tayong inaawitan ng Ibong Adarna. Gusto natin siyang hulihin, gusto niya tayong mantsahan. Hiwa sa braso at patak ng dayap sa sugat ang magliligtas sa atin sa pagiging bato o desensitado. Hindi man magmantsa ang dayap sa balat, malamang na mag-iwan ng pilat ang sugat. Tipo ng dayap ang *Suklam*, at ang akto ng pagbabasa ang paghiwa sa sarili. Kaso, prinsipe ang bida sa kuwentong iyon. Sablay ang paralelismo. Tungkol iyon sa kanila, at tulad ng mga rekursong kanila sa ngayon, puwede naman nating bawiin at/o kaya'y lumikha ng bago.

Puwersado tayong mabuhay sa sistemang panlipunang sala-salabit ang pagsasamantala. Dawit tayong lahat. Magbasa tayo ng aklat, may punong nabuwal, magtotrosong hindi pinasahod nang sapat, gubat na kinalbo; magbasa tayo ng e-book sa smartphone, may minerong nalibing nang buhay, may tinibag na bundok, may komunidad na nalason; magluto tayo ng putahe, may hayop na kinatay, unyonistang sinisante sa Nutriasia, magsasakang kumargo ng nasalantang mga tanim; mag-grocery tayo, tumubo ang mga Sy o mga Ayala, kontraktuwalisado ang mga kahera; mamalengke tayo, gumanansya ang panginoong maylupa; magkape tayo sa Starbucks o McCafe, sumuporta tayo sa mga Zionista, manhid tayo sa mapangusap na mga mata ng mga batang Palestino; magtrabaho tayo sa gobyerno man o sa pribado, napagsamantalahan ang lakas-paggawa natin at makakalahok tayo sa pagsasamantala sa pagtatangka nating mabuhay nang marangal: magbasa, magluto, mamalengke—kahit magtimpla tayo ng kape, may bahid ng dugo lalo kung Nescafe. Paano kung gusto lang naman nating magising, dahil matapos natin mamulat ay inantok tayo? Kasalanan ba iyon? Siyempre, hindi. Kapag sinasabing walang etikal na produksiyon at konsumpsiyon sa ilalim ng kapitalismo, hindi ibig sabihin nitong kahit ano ay puwede, tutal, wala namang etikal. Hindi pampalubag-loob ang naturang prase, o panghugas-konsensiya, o katuwiran para mag-shopping-spree, kundi pawang deskripsiyon ng kasalukuyang kalakaran: implikado na tayo, sa simula pa lang, bakit hindi pa tayo makikisangkot? At, sino "tayo," sino naman "sila"? Bakit may naratibong us-versus-them?

May gray area naman, at hindi lang ito tigkalahati ng itim at puti: may gradient. Sa isang dulo ng binaryong oposisyon, naroon sila; sa kabila, narito tayo; sa pagitan, ang malamang tayo, medyo tayo, atbp. Kaya nilang tadyakan pababa ang mayorya anumang oras; hindi natin kayang basta-basta na lang sumapak pataas. Mas marami tayo, mas kaunti sila—pero hindi naman sila lagi ang tumatrabaho. Sa gradient, mayroon sa ating napapasakanila hanggang sa puntong aspirasyon na ng mga dating sa atin na maging tulad nila. Mas kaunti sila, kaya nirereserba nila sa kanila ang karapatang gumamit ng dahas. Mas marami tayo, kaya mas madami ang potensiyal na biktima at mas madalas ang pambibiktima. Sa konserbatibong kwantipikasyon, kung kasya sa tren ang mga komprador, panginoong maylupa, mga retiradong heneral, at iba pang matataas na unipormadong opisyal, baka kapos pa ang bilang nila upang maging isang porsiyento ng sambayanang Pilipino. Mas kaunti sila, kaya pambihirang pagkakataon (at bangungot na lohistikal) kung pahihintulutan ang bawat isa sa atin na sapakin ang sa bawat isa sa kanila. Mas kaunti sila, pero hawak nila ang mga mekanismo para sabay-sabay tayong metaporikal (o literal) na pagsasampalin sa araw-araw. Baluktot yata ang estadistika? Ang punto, sanay silang gumamit ng dahas; tayo, hindi. Tubig ang ipinanghuhugas natin sa dugo; dugo ang ipinanghuhugas nila sa tubig. Ayaw natin sa dugo; hayok sila sa dugo.

Dahil may latak ng mga moda ng produksiyong dominante sa nakaraan, tila imposibleng baguhin ang mga kasalukuyan. 'Ika nga ni Mark Fisher/Fredric Jameson/Slavoj Zizek, sintomas ng naturang kadahupan ng imahenasyon ang kawalan natin ng kapasidad na maharaya ang lipunang taob na ang kapitalismo. Tila mas malala ang kalagayan ng Pilipinas, kaysa konteksto kung saan nagmumula ang tato. Sa atin, mas madali pang maharaya ang wakas ng daigdig kaysa wakas ng pyudalismo. Siyempre, hindi rin naman tayo ganoon ka-espesyal. May hibo nito sa kanluraning mga futuristikong piksyon o mga prangkisa. Halimbawa, may caste system pa rin sa *Red Rising*, trilohiyang (naging septolohiya!) ni Pierce Brown, gayong nakolonisa na ng sangkatauhan ang ibang mga planeta; may "imperium" pa ring piyudal ang estruktura sa *Warhammer 40K* ng Gamesworkshop, gayong ika-41 milenyo na. Sa mga naratibo namang nasa nakaraan ang setting, implisito ang bungad ng kapitalismo. Mersenaryo sa tagpuang pantastiko sa Edad Medya (medieval) ang protagonista sa video game na *Witcher III*; samantalang may-ari ng sanglaan ang bida sa horror/thriller na seryeng *Gyeongseong Creature*, titular na halimaw na bunga ng experimento sa panahon ng okupasyong Hapon sa Korea. May kani-kaniyang pagkagago ang mga karakter sa mga nabanggit na textong kultural. May mga pagkakataong puwersado ang eponimong Witcher na magkanulo ng nakaalyado; samantala, isiniwalat ng makapangyarihang Haponesa sa Koreanong may-ari ng sanglaan ang mga panlalaglag ng mga Koreano sa kapwa Koreano. Sinubukan siyang kumbinsihin na likas na makasarili ang tao, maging mga itinuturing niyang pamilya. Simple lang ang kontra-argumento ng bida: Kundi tinorture, hindi nagtaksil. Sa madaling sabi, okupasyong Hapon ang salarin.

Ang isa mga pangunahing bukal ng inspirasyon o desperasyon ng pagmumundo (worlding) sa mga texto ay ang kasalukuyan. Ang mga halimbawang nabanggit na nakaraan o na hinaharap ang setting, sadya man o hindi, ay komentaryo sa kasalukuyang pinagsasaluhan natin—at nila, na mga kaaway natin. Kaso, magkaiba ang realidad natin at nila, kahit pa tila nasa isang temporalidad. Hindi na patas, sa usapin pa lang ng espasyo: ang iilan, may ekta-ektaryang lupain; ang nakararami, nagsisiksikan sa barong-barong. Alam na natin marahil ang mga ito, pero interesante na sa piksyonalisasyon ng realidad ay nagkakaroon ng realisasyon: ang mundo natin ay pinatatakbo nila, ang mundo sa nobela na pinatatakbo pa rin nila ay sabayang kinukumpasan ng awtor at mambabasa. Malay tayong katha ang Dreamland, pero tiyak tayong totoo ang mga suliraning ibinubuyangyang nito at na kondesensyon sa mambabasa ang marangal at agarang resolusyon. Sa mundo ng nobelang ikatlo sa trilohiyang nagbabantang maging tetralohiya, walang suwerte pero may sukdulan ang kamalasan at walang inosente pero kung gagamit tayo ng eupemismo may mga pinakaputangina. Hindi mo malaman kung gusto mong mamatay ang mga iyon para wala nang mapinsala o buhayin muna at pahirapan—habang nakokonsensiya at nagmumuni kung ikaw ba ang masamang tao o ang piksyonal na mga kupal na komposito ng mga aktuwal na kupal na nasa kapangyarihan.

Lingid sa persepsiyon – minsan kahit sa bisyong periperal – ang kapangyarihang higit sa ating lahat, ang bangin sa ilalim ng ating mga paa, at ang suklam sa ating naaagnas na balat. Hindi nakikita ng mga mata, pero dama sa kalamnan. Alam nating nariyan ang kapangyarihan, ang bangin, ang suklam. Pero hindi natin matitigan nang maigi, dahil baka nga naman tayo ang mapagbuntunan ng agresyon, magayumang magpatihulog, o mapamanhid ng mapagmataas na asendansiyang moral sa paniniwalang likas na masama ang mga tao kaya kailangan ng tagapagligtas na bukal ang loob at puno ng pag-ibig. May ganitong pananaw-sa-mundo o kombinasyon ng mga ito ang mga makikilala natin sa trilohiya ng Dreamland (at, koinsidental, sa apat na textong nabanggit): may nagmamasid lamang na ayaw makialam, may nagmumuning magpatiwakal, may nagmamalaking alam nila ang tama at mali, kung gayo'y sakripisyo nila ang sumpang kailangan nila magpasya kung sino ang mabubuhay o mamamatay. Madalas kaysa hindi, tulad sa tunay na buhay, itinutulak ang indibiduwal ng sirkumstansiya na magbago. Pero hindi simpleng mula mabuti tungong masama, mapayapa tungong marahas, ideyalista tungong realista, ang naturang pag-unlad o pag-atras ng mga karakter. Kinokomplika ito ng mga tensiyong hindi lang nasusustena kundi napaiigting sa bawat kabanata ng *Suklam*.

Abstraksyon ang kapangyarihan, ngunit may kongkretisasyon. Maipapamalas ng arkitektura at disenyo ng gusali ang katangian ng institusyon at ang impluwensiya nito sa rekompigurasyon ng isip at diwa ng tao. Kawalaan (absence) ang bangin, dilim na may kinukumutang kung ano; wala na mayroon. Kapwa external ang kapangyarihan at ang bangin: sabayang iginagalang at kinatatakutan ang entidad na makapangyarihan kaysa sa sarili; samantalang sabay na nadarama ng tagamasid ang kuryosidad at kilabot sa dinudungaw na kawalaan na may ikinukubling presensiya. Internal ang suklam: higit sa matinding pagkadismaya, disgusto itong makabaliktad-sikmura at kung gayo'y may manipestasyong pisikal. Kombinasyon ng kathang agham (science fiction) at pantasya (fantasy) ang mga nabanggit na naratibo kanina. Gayumpaman, sapat ang "realismo" ng mga ito upang magdulot ng suklam dahil sa moral na ambiguidad ng mga karakter—kabilang na ang protagonista.

Malapit sa naturang ambiguidad at malayo sa perpekto ang mga tauhan sa *Suklam*. Sa kabila nito, makatutulong maging repleksibo. Bukod sa pagkuwestiyon kung problematiko ang mga desisyon at aksiyon ng mga karakter, mainam na kuwestiyonin din natin ang ating pagkuwestiyon. Sa mga pook na walang hukumang bayan o katulad na institusyon, minsan ang opsiyon lang ay litisin ang mga salarin nang hindi nila nalalaman at ipatupad ang hatol nang hindi nila inaasahan. Nasa [ating] mga inagrabyado ang huling pasya kung may kailangan pang singilin o kung areglado na. Sa kalakarang ito, mailap talaga ang hustisya. Hindi ito makakamit, dahil ilanmang ulit patayin o pahirapan ang mga tulad ni Sarge O, hindi kailanman makapapatas sa idinulot nilang pasakit hindi lang sa mga biktima kundi sa mga naiwang naghahanap o naglalamay. Tulad ng mga dinehadong karakter sa trilohiyang Dreamland, tinutulak tayo sa barbarismo ng lipunang nagkukunwaring sibilisado. Upang mapanatili ang kaayusang sa kanila lang naman maayos, gumagawa sila ng alingasngas. Kung may suklam tayo sa mantsang dugo sa ating mga kamay, may galak sila sa mantsa ng sa kanila. Ang suklam na ito ay hindi lamang nakatuon sa antagonista, kundi maging sa mga tauhang pumipihit sa direksiyong nakinita na natin pero hindi handang tanggapin o hindi natin inasahan pero kapani-paniwala dahil sa mga ipinunlang detalye ng awtor. Ang suklam na ito na interogasyon din sa sariling halagahan o moralidad na depamilyarisado sa pagproseso natin ng kaganapan sa ating binabasa. Ikinahihiya nating mag-utak o mag-astang halimaw, ipinagmamalaki nila. Ayaw natin ng gulo, pero kung iyon ang hanap nila, malay mo, matagpuan nila.

Kapag nawala ang kawalang-muwang, wala nang bawian. Gaano man kapayak ang pangarap ng mga taga-Dreamland, hindi madaling maabot ang mga ito kahit sa panaginip. Kapag napasabak, wala nang atrasan. Kung hindi maibigay ng mga awtoridad ang simpleng hiling na makatulog man lang nang mahimbing sa isang gabi, walang pagpipilian kundi ang bumangon at maging kanilang bangungot. Sa spoiler lang (sana!) tayo ligtas dito, hindi sa kapangyarihang nakamasid mula sa itaas, sa banging nakanganga mula sa ibaba, o sa internalisadong suklam. Paalala nga ni Boni, "hindi sapat na [makita] lang natin ang hinahanap natin, dapat lang na makita rin nila ang hinahanap nila."

Sa Pilipinas, dalawa sa limang babae na nakaranas ng pisikal o seksuwal na pang-aabuso ay hindi kailanman humingi ng tulong o nagsabi kanino man ng pang-aabusong kanilang naranasan.

Ayon sa pinakahuling taunang datos ng World Population Review, Pilipinas, sa buong mundo, ang may pinakamataas na kaso ng pamamaslang kung saan kapulisan ang responsable. Nagtala ng higit anim na libo ang napatay mula 2016 hanggang 2021.

Sa 163 na bansa sa "Atlas of Impunity", nasa ika-51 na puwesto ang Pilipinas sa usapin ng pang-aabuso sa kapangyarihan na pinagagana ng kawalang-pananagutan. Pangatlo naman sa buong Timog-Silangang Asya ang Pilipinas na may pinakamalalang kalagayan o sitwasyon ng karapatang pantao.

Para sa masang api;
Ano'ng higit sa nagkakaisang suklam ng taumbayan
para patumbahin ang nag-iisang kaaway?

1
ANG KALANSAY

PAGPASOK NG TEXT galing sa area, agad na tumungo sina Marisol at Pancho sa C-6 Road, bandang Silveria Fields—bagong development sa kahabaang nagdurugtong sa Taguig at Rizal, lugar na kung tawagin ng mga tagaroon ay gubat dahil sa kasukalan nito. Lumusot sila sa maliliit at masikot na kalsada ng Sta. Ana para makaiwas sa trapik.

"May mga nauna na raw ba do'n, Sol?" usisa ni Pancho.

"Kararating lang daw ng Inquirer. Asa'n 'yong lighter?" Nagbaba ng bintana si Marisol at nagsubo ng lights.

"Sinoli ko sa 'yo kanina."

Dagling dumukot sa bag si Marisol, hindi mahanap ang lighter.

"Nawala mo na naman," kantiyaw ni Pancho.

Hindi umimik si Marisol, patuloy sa paghahanap at saglit na napahinto.

"Fuuuck! Naiwan ko sa restroom. Shit!"

Dumukot si Pancho sa harapang bulsa ng polo. Lighter. Iniabot kay Marisol.

"Akin 'to, ah!"

"Sininop ko, kasi alam kong mawawala mo na naman 'yong sa 'kin. Ni hindi mo alam na nawawala 'yan," nakangising hirit ni Pancho.

Nagsindi si Marisol, malalim ang hitit, mahaba ang ibinuga.

“Bilis ng Inquirer, ah!”

“Nope. Nauna ang SMNI. Kasabay daw ng SOCO Taguig.”

“Ha-ha. Tanginang ’yan! Ibang klase.”

“What are those motherfuckers even doing there? Tapos na eleksiyon.” Gusot ang mukha ni Marisol.

“Baka manre-red tag ng bangkay?”

Pagdating nila sa area, bumuhos na ang malalaki’t hiwa-hiwalay na patak ng ulan. Nakahimpil sa bungad ang mga ampra ng pulis at sasakyan ng SOCO, nakaantabay rin ang ambulansiya. Hambalang ang mga miron, nakaposisyon na ang mga taong-midya. Lumalakas ang buhos ng ulan, mabilis na nagputik ang mga daanan sa matataas na talahib.

Panakbong tinungo nina Marisol at Pancho ang eksena. Malayo pa sa police line, nakaguwardiya na ang mga pulis at ilang bantay-bayan. Walang-humpay ang kislap ng liwanag mula sa mga naglilitrato. Kani-kaniyang puwesto ang mga reporter. Inabutan nilang naghuhukay ang mga pulis. May ilang gamit sa tabi ng mababaw na hukay tulad ng tote bag, ID, at pouch.

“Madadaan sa zoom, Panch? Tangina talaga, umulan pa. Cinematic.”

“Layo natin. Grabe ’yong harang, oh. Ang layo pa sa police line.”

“Gawan ko ng paraan sa voice over, basta kuha tayo ng maraming footage. Iklaro ko ’yong detalye pag nakakuha tayo ng report sa presinto.”

“Kopya, kopya. Go!”

“Imma get statements, one moment.”

Biglang vibrate ang phone ni Marisol.

Incoming Call **BOSS SOX**

Decline / <u>Answer</u>

“Yes, boss.”

"Sol, better get something there."
"Yes, boss. Gathering na kami ni Panch."
"Tagal na nito, ah."
"Sir, nagagamit naman natin sa digital and print news."
"Dapat lang. Your assignment is to come up with something sa kaso na 'yan. Ikaw ang nag-push n'yan. Gave you a go 'cause you won't stop bugging the team."
"Opo, boss."
"Patterns?"
"Same with my previous reports, boss."
"Pang-ilan na 'to?"
"Fourth victim."
"Pang-apat na 'yan, Sol. Don't tell me, aabot ka pa sa isang dosena before we can release your material, wala tayong maraming pondo for this. Ako mayayari, ha."
"I am doing my best, boss."
"Doing my best, sssss. Sige na."
End Call

Kinapa niya ang kaha ng yosi sa bag, kumuha ng isa at nagsubo. Muli, hinanap niya ang lighter na iniabot ni Pancho. Madali niya iyong nahanap, nasa kanang bulsa ng kaniyang pantalon. Nagsindi siya. Nakailang tsk na ang lighter, walang apoy. Basa. Hanggang sa kumunat ang spark wheel at tuluyang nasira.

"Fuck!" Initsa niya ang sirang lighter at saka lumakad.

Blag!

May kung anong sumargo sa kaniya't naghatid ng kislap sa kaniyang paningin. Napasalampak siya sa nagputik na lupa.

"What the fuck!" Inikot niya ang nanlalabo pang paningin. Namataan niya ang isang lalaking nananakbo papunta sa eksena.

"Baynn! Baynnnn!" basag na sigaw ng lalaki. Balikwas si Marisol ng bangon at nagmamadaling sinundan ang lalaki.

Humiwa sa daan ng mga reporter ang lalaki, agad siyang hinarang ng mga bantay-bayan at pulis.

"Baynnn! Divine! Nasa'n ang kapatid ko? Padaanin n'yo 'ko!"

"Ser, sandale. Hindi puwedeng lumampas dito. Pasensiya na, ser," harang ng bantay-bayan. Sumenyas ang isang pulis. Dinakma ng dalawang bantay-bayan ang lalaki para ilayo.

"Putangina! Anong hindi puwede? Nasa'n ang kapatid ko? Padaanin n'yo 'ko! Padaanin n'yo 'ko!" pagpupumiglas nito.

Listong kumuha si Marisol ng video ng mga pangyayari.

"Putangina, bitiwan n'yo 'ko!" Sige ang pagkalag ng lalaki.

"Tsip, pasitib!" anunsiyo ng nasa hukayan.

Natigilan ang lalaki. Pumihit si Marisol. Takbuhan ang mga taong-midya papalapit sa eksena, wala nang pakialam sa linya, di alintana ang tuloy-tuloy na buhos ng ulan. Namayani ang pinaghalong lagutok ng mga kamera't ugong ng boses ng mga reporter, sinasapnan pa ng huntahan ng mga miron, inanod ang pananaway ng mga pulis at bantay-bayan.

"Sol!" Nakasingit na sa pinakamalapit na puwesto si Pancho. Buong puwersang lumaslas si Marisol sa gitgitan habang pabalik-balik ang tanaw sa lalaki.

Namalas ng lahat ng nagkukumahog makatunghay ang isa-isang paghugot ng mga taga-SOCO sa mga kalansay na nakabaon sa lupa. Nang iangat ang bungo, may kalahating segundong ugong lamang ng mga insektong-talahiban ang nagsilbing tinig ng paligid. Balik-ingay nang biglang sumuka nang mala-lugaw ang isang bantay-bayan at tinamaan sa likod ang isang babaeng reporter. 'Kagulo sa isang bahagi ng umpukan.

Iginala ni Marisol ang tingin, wala na ang lalaking kanina'y nagwawala—na inaasahan niyang higit na maghuhuramentado sa tanawing isiniwalat ng hukay.

Nagsasalit ang matapang na kislap ng kamera at pula-asul na liwanag sa kalansay at bungong nasa lupa. Walang-humpay ang pagbuhos ng ulan.

PAGDATING SA PRESINTO Sais sa Bacani, inabutan nina Marisol at Pancho na kausap ng de-mesa't mga imbestigador ang lalaking nagwala sa hukayan. Nagpakilala itong Dondi Amadeo, kapatid ni Divine Amadeo na nagmamay-ari ng mga gamit kasama ng nahukay na kalansay sa Silveria Fields. Kung ano'ng ikinamistulang asong ulol nito kanina, siya namang ikinakalma nitong bigla sa harap ng mga imbestigador. Napansin iyon ni Marisol. Ni hindi ito dapuan ng mga taong-midya para kapanayamin gawa nang para lamang itong binatang nabagansiya, walang bakas ng gitla at luksa, hindi pangkaraniwang tanawin para sa isang kaanak ng biktima ng malagim na krimen. Ilang saglit pa, dumating ang COP ng Taguig. Agad itong dinumog ng mga naka-standby na taong-midya at reporter.

"Panch, for the print," anas ni Marisol.

Agad na sumalo sa gitgitan si Pancho para makapag-record ng statement ng hepe. Nakapako ang atensiyon ni Marisol kay Dondi.

"'Yon, oh!" Mula ang boses sa likuran. Kasabay n'on, naramdaman ni Marisol na may pumisil sa kaniyang tagiliran.

"What the fuck!" Paglingon niya, nakangisi pa ang pulis na si Froilan Balmaceda.

"Tulala ka, ma'am!" kantiyaw nito.

"Tsip, hindi tayo close! 'Wag kang masanay sa pahawak-hawak mo," singhal ni Marisol.

"Sorry, ma'am. Baka pa-human rights mo 'ko agad, ah? Ha-ha!" hirit nito.

Irap na sinegundahan ng iling ang tugon ni Marisol. Pagbalik niya ng tingin kay Dondi, wala na ito sa mesa.

"Hanap mo, ma'am?" usisa ni Balmaceda.

"Ah, si ano. 'Yong ano, the guy." Sinuyod niya ng tingin ang mga maaaring daanan palabas ni Dondi.

"'Yong kuya ni Amadeo, ma'am?"

"Yup."

"Libreng-libre kanina, eh. Walang nag-iinterbyu, ah."

"Sino'ng mag-iisip na kapatid siya ng biktima?" balik ni Marisol kay Balmaceda.

"Ano ba dapat? May nakasulat na 'Kapatid ni Divine Amadeo' sa noo? Ha-ha-ha!" sarkastikong banat ni Balmaceda.

Matalim na tingin ang iginanti ni Marisol. Dinukot niya ang kaha ng sigarilyo sa bag, nagsubo, at tumahak palabas ng presinto, iniwang patawa-tawa si Balmaceda.

Habang nagpapausok sa labas, nakita niya sa tawid-kalsada si Dondi, nakikisindi ng sigarilyo sa tindahan. Umupo ito sa maiksing bangkuan, pasalit-salit ang titig at tipa sa cell phone, wari'y may binabasa at sinasagot. Inilabas ni Marisol ang cell phone, pasimpleng nag-video, naglitrato, at saka tumipa sa notes.

"Yosi, Sol," suyo ni Pancho. Hindi agad rumesponde si Marisol. "Huy! Ano meron?" tapik nito sa kasama.

"How was it?" tanong ni Marisol sabay bulsa ng cell phone at abot ng kaha kay Pancho.

"Pantawid mo na 'to kay Boss. Print, digital. Good."

"Statement ng imbestigador?"

"Ikaw dapat d'yan, eh," balik ni Pancho sabay sindi ng yosi. "Ano ba gig?" usisa nito.

"'Yong kapatid ng biktima, ano daw?" usisa ni Marisol.

"The usual," tipid na sagot ni Pancho.

"And it's weird."

"Weird? Eh, konting tanong, good na sa pulis. Ano'ng bago?"

"No, di mo napansin 'yong lalaki? Dondi, right?"

"Ano nga meron?"

"He was acting weird," pagdiriin ni Marisol. "Pagtapos magwala do'n sa crime scene, ibang-iba dito sa presinto."

Kunot lang ang noo ni Pancho. "Sol, 'yan ka na naman. May mga anggulo nang tinitingnan 'yong mga imbestigador, kasama dito sa nakuha ko."

"'Yong hinuli nila sa Caloocan, naalala mo? Was so random. Tama naman 'yong statement n'ong hinuli nila, nasa OTB siya no'ng mga oras ng crime. Statement ng mga nasa OTB, match. CCTV sa malapit na gas station, nakita siyang nagpapa-load sa tapat na store. Statement ng bantay sa tindahan, nagpa-load nga."

"O, ano'ng konek n'yan dito?" taka ni Pancho.

"These motherfuckers must be doing that kind of shit all this time. 'Yong kaso sa Caloocan, wala na tayong nakuhang development." Mas malalim ang hitit-buga ni Marisol sa pagkakataong ito.

"Ibig sabihin ko, 'yong kapatid ni Divine," paglilinaw ni Pancho.

"Nagwawala siya kanina sa scene. Pagdating dito, he was so calm."

"Sol, kahit sino naman at gano'n ang sinapit ng kapatid, magwawala 'tapos manghihina, ano ka ba?" balik ni Pancho, kakamot-kamot ng ulo.

"Hindi siya nanghina, Panch. He was acting uninterested. Magkaiba 'yon."

Angat ang dalawang kilay ni Pancho, napaisip. Malalim na hitit, mahabang usok ang ibinuga.

"I think we got something here, Panch." May sigasig na sumapin sa boses ni Marisol.

Tumango-tango si Pancho, nanulay sa pagitan ng duda at manipis na paniniwala.

Humiwa sa pagitan ng mga nagdaraang sasakyan ang tingin ni Marisol sa kabilang dako ng kalsada—kay Dondi na prenteng-prente sa pagyoyosi.

Habang patuloy na nahihiwagaan si Marisol, isang dilaw na traysikel ang huminto sa harapan ng entrada ng presinto. Iniluwal nito ang isang matandang babae, kapansin-pansin na hirap na sa paglalakad pero may hiwatig ng pagmamadali, balisa. Nang mamalas ang pulu-pulutong na taong-midya at ang abalang pulisya, hindi na napigil pa ng matanda ang sarili.

"Apo? Apoooooo!!!"

Mistulang nagkoro ang mga ulong biglang-pihit sa direksiyon ng matandang pumalahaw. Kalahating segundong natigilan ang buong presinto at saka muling bumalik sa normal ang ugong ng paligid. Dalawang pulis ang sumalubong sa matandang babae kasama ang hepe.

"N-Nakita na n-n'yo ang—ang apo ko?!"

Pilit na pilit ang lakas ng nangangatal na tinig ng matandang babae. Ineskortan ito ng dalawang pulis, nakaalalay ang hepe sa likod. Kabi-kabila ang bato ng kislap mula sa mga naglilitrato. Hindi pa man nakauupo ang matanda, pinalibutan na ito ng midya at tinutukan ng camera, cell phone, recorder. Listong sumunod si Pancho para mag-cover. Naiwan si Marisol sa labas, pabalik-balik ang tingin kay Dondi sa tawid-kalsada at sa matandang babaeng dinudumog sa loob ng presinto.

2
OBLO-MATIK

NAMAMAYANI ANG ALINSANGAN sa loob ng mga dorm at kubol. Ang ihip ng hangin sa quadrangle o plaza kung tawagin ng mga taga-oblo ay mistulang hininga ng isang higanteng inaapoy ng lagnat. Walang sulok na nagbibiyaya ng sariwang hangin o kahit panandaliang preskong ihip—'yon bang kalahating segundong haplos ng hanging malamig sa batok. Palaging hirit ng mga jail guard, pinakamainam na pagsasanay ang init sa oblo para sa mas mainit pang paroroonan. Nakapagbibiro ang mga bantay ng piitan na para bang nakasisiguro silang sa langit ang punta ng kanilang mga kaluluwa.

Pakapal nang pakapal ang tao sa Gabaldon Wing. Halos hindi umuusad ang mahabang pila sa payphone na pinamamahalaan ni Abet Bungkal. Dahil pansamantalang nalagas ang Huwebes sa Martes-Miyerkules-Huwebes na araw ng bisita, bumabawi ang mga preso sa pagtawag sa kanilang mga mahal sa buhay, kasama ang supplier ng item. Magdadagdag ng dalawang payphone unit ang San Abadiano Prison gawa nang madalas pagsimulan ng gulo ang inip-bagot-buryong sa pila. Pero sa pagkakataong ito, hindi lang mahaba ang pila dahil marami ang nagnanais na makausap ang kanilang mga mahal sa buhay sa laya. Hindi lang basta mahaba ang pila dahil mahaba ang pila. Napansin ni Julio o mas kilala bilang "Ulo" ng Huela Wing na tila mabilis ang patak ng oras sa mga payphone kaysa normal na patak nito noong bago pa lamang. Nakadisenyong parang pisonet ang mga payphone: paglaglag ng limampiso, tatakbo ang tatlong minuto. Noong bago-bago pa ang mga aparato, isa-dalawang hulog, solb na sa usap. Pero unti-unti, pakiramdam ng mga preso'y malakas nang kumain ng barya ang mga unit. Hinala nila, kasabwat si Abet Bungkal ng dalawang jail guard na sina Jolas Vergara at Bon Severino, kapwa nangangasiwa sa mga payphone. Kaya naman sa pagkakataong ito, mahaba ang pila dahil nais ding makumpirma ng mga preso kung gaano katotoo ang mga bali-balitang sinisistema ng mga jail guard ang payphone.

Pagpasok ng dalawang bagong unit, parang dagat na nahati sa gitna ang mga preso. Hiyawan ang mga ito. May mga nagwawasiwas ng sando sa hangin at nagpupunas ng tuwalya sa mga aparato, animo'y nagpupunas sa Itim na Nazareno.

"O, paraanin ang naghahanapbuhay!" hawan ni Abet sa mga kapwa preso. Si Ulo, naka-steady sa pila, timping naghihintay ng turno kasama ang mga kapangkat sa Huela.

Nang maiplasta ang dalawang bagong unit, manaka-nakang bumilis ang andar ng pila. Walang kamalay-malay si Abet sa gagawin ni Ulo at mga kasama nito. Dalawa bago si Ulo, sumenyas na ito kay Kirat na katapatan niya sa kabilang pila na makakasabay niyang gumamit.

"Jani," anas ni Ulo sa nasa harapan, "si Bungkal, ha?" mahina niyang sabi, tila isang paalala.

Kalahating lumingon si Jani, tumugon ng tango. Pamasid-masid si Ulo sa paligid. Umabante si Jani at lumakad sa direksiyon ni Abet. Pumosisyon na si Ulo sa bagong unit. Nasa lumang telepono si Kirat.

'Siksportu-wannayn-porpor,' ulit-ulit ni Ulo sa isip niya. 642-19-44—numero ng bagong unit na nakalista sa kahang sisidlan nito. *'Siksportu-wannayn-porpor, siksportu-wannayn-porpor,'* saksak

ni Ulo sa kaniyang memorya habang nililibang ni Jani si Abet sa mga kuwentong banyo sa oblo.

Dagling lumipat si Ulo sa lumang unit, si Kirat naman sa bago. Lalo lang lumakas ang ugong ng huntahan ng mga preso. Ang inip sa pila, idinadaan sa kuwento, tawanan, pakanta-kanta.

Nag-dial si Ulo. *'Siksportu-wanayn-porpor, 642-19-44, siksportu-wanayn-porpor.'*

Hindi pa buo ang isang ring, masigasig nang sinagot ni Kirat ang telepono sabay pakubling sundot ng kapirasong alambre sa likurang bahagi ng kaha nito. Kumagat ang timer. May dalawang segundong diperensiya sa patak ng oras ng luma't bagong aparato. Nauuna ang bago sa luma.

Tamang kuwento pa rin si Jani kay Abet. Nakatutok sina Ulo at Kirat sa paglalagas ng oras sa payphone. Dinig nila ang hinga ng isa't isa sa linya.

Halos mag-iisang minuto na steady ang patak ng oras. Walang kakaiba. Hanggang bumilang ng walumpung segundo at biglang umarangkada ang timer sa lumang aparato. Nanlaki ang mga mata ni Ulo. Fast-forward ang galaw, dinukot niya ang sigarilyong nakaipit sa maluwag na garter ng syorts, nagsubo at sindi. Malakas ang hitit niya sa yosing lukot. Mabilis itong naupos, sumabay sa bilis ng pagkasunog ng oras sa timer ng lumang payphone.

Eeenk! Eeenk! Eeenk!

Enk! Enk! Enk! Kag!

Nang maputol ang linya, dagling dumako si Ulo kay Kirat, sa bagong unit. Mata sa timer, pumapalatak si Kirat sa banas. Namalas ni Ulo ang higit isang minutong nalalabi sa oras ng bagong aparato.

"Jani!" bulyaw ni Ulo. "Istiryo!"

Pagkadaka'y naging sakal ang kaninang akbay ni Jani kay Abet.

"Put—ahak! Aghk!" piglas ni Abet sa sakal ni Jani. Kinaladkad siya nito papunta sa mga telepono, sa harap nina Kirat at Ulo.

"Putangina ka, Abet! Buong Abadiano, iniistiryo mo?" bulyaw ni Ulo.

Nangibabaw ang ugong ng pagkadismaya ng mga nasa pila, ang buyo ng mga kapwa preso. Parang nabuhusan ng malamig na tubig ang nag-aapoy na buryong sa nabubuong komosyon.

Kinalag ni Jani ang pagkakasakmal kay Abet para makapagsalita ito.

"Kosa, bantay lang ako, ano'ng malay ko d'yan? Kina Vergara kayo magreklamo!" katwiran nito.

Walang ano-ano'y tumanggap ng tadyak sa sikmura si Abet mula kay Ulo. Nawala sa balanse si Abet at ngumudngod sa nanlilimahid na semento. Sigawan ang mga preso.

"Akkkggaayyy!" palahaw ni Abet. "Puk—pukinamo, Ulo! Puki ng—puki ng ina ka!" Sapo-sapo ni Abet ang sikmura, kikisi-kisi, parang bulateng inasinan. Nang sesegunda ng upak si Kirat, umawat na sina Ulo at Jani.

"'Kinangina ka, Bungkal! Alam mo kung ga'no kahirap kitain ang barya dito, nakikisuwitik ka pa sa mga dyelgard!" singhal ni Kirat.

Lumakad ang tatlo pabalik ng Huela. Nagkabuhol-buhol na ang pila sa payphone, walang gustong gumamit ng mga lumang unit. Si Abet, naiwang nakasalampak sa paanan ng mga kapwa preso.

Mabilis na umabot kay Sonny ang nangyari sa payphone. Bilang wing marshal ng Gabaldon, responsabilidad niyang siguraduhing hindi na aabot sa malala ang mga maliliit na away sa pagitan ng mga kapwa preso. Pero hindi maliit na away ang nangyari kina Abet at grupo ni Ulo. Pare-parehong may tatak ang mga ito. Si Abet, sa higit isang dekada sa oblo ay higit isang dekada na ring miyembro ng Commando. Sina Ulo, Kirat, at Jani naman, sa paglalabas-masok sa Abadiano, nanatiling mga anak ng Sputnik. Ang mga pangkat sa oblo, hindi nagpapabaya sa mga miyembro. Pare-parehong di padedehado. Kung naaagrabyado, nagkakaisa sa pamamaraan. Iyon ang layuning apulahin ni Sonny kaya madali siyang dumulog kay Alvin Toro, wing marshal ng Huela. Pero kahit si Alvin na respetado sa buong Abadiano dahil sa edad at tagal sa loob, malay ring mahihirapan silang mamagitan sa nangyaring trobol. Alam nilang pareho ang tumatakbo sa isip ng dalawang pangkat—na si Abet ay napag-utusan lang ng mga jail guard na mamahala sa payphone at walang matibay na ebidensiya si Ulo na kasabwat ito sa pansisistema ng mga guwardiya. Ang kabilang grupo naman, nag-iisip na protektado si Abet ng kaniyang pangkat at kukunsintihin ito kahit buong Abadiano ang dinudugas, dahil may nahihita sa pang-iistiryo ng mga jail guard. Kung may puwang ang pag-uusap at pagtatagpo sa gitna, hindi sana naging katatawanan ang kasabihang, "Lahat ng pumapasok sa kulungan ay inosente at walang kasalanan."

DALAWANG LINGGO BUHAT ngayon, mararanasan kong muli ang sikat ng araw sa laya. Kung may ipinagkaiba ang paso sa balat sa tuwing nakatanghod kasama ang mga kosa sa plasa, sa paglalakad sa labas nang walang karton sa paligid ng sikmura, hindi ko pa rin sigurado. Ang biro palagi ng mga labas-masok dito sa Abadiano, ibang-iba ang masikatan ng araw sa laya. Dahil dito sa oblo, ni hindi ka sigurado kung aabutan mong bilog ang buwan. Unang beses kong lalaya. Samakatuwid, unang beses kong makulong at wala ako sa posisyon para sabihing hindi na mauulit.

Karamihan dito, wala pang sentensiya pero daig pa ang nagpenitensiya. Kung ang kaso mo nira-raffle pa rin pagkatapos ng labinlimang taon, ang tawag nila d'yan ay normal. Kumbaga, maghintay-hintay ka pa kahit parang sumilbi ka na lampas sa lahat ng posible mong sentensiya. Masuwerte ang tawag nila sa akin. Limang taon sa lotohan ng korte ang kaso ko. Napatunayang wala akong alam na mga pekeng sigarilyo ang karga ng trak na minamaneho ko. Inupahan lang nang isang araw ang serbisyo ko gawa nang inatake ng rayuma ang drayber na ka-buddy ng namahinante sa akin. Sumilbi pa ako ng dalawang taon pagkatapos ng limang taong pagtanghod. Ang suma, pitong taon ang binuno ko rito. Masuwerte pa rin, iyon ang alam ng mga karantso.

Ang usapan, matagal na ang sampung buwan na ilalagi ko rito. Pero heto ako ngayon, ika-pitong taon na babangon mula sa masikip, mainit, malagkit, at amoy mamang Dorm 8, San Luis, kwerna, selda ng mga presong walang pangkat.

Pagbaba ko sa plasa, may mahabang umpukan. Pangkaraniwan ang umpukan sa plasa pero may ikinakarga sa stretcher. May mga nars. Lakad-takbo ang ginawa ko para masilip kung sino. Hindi ko inabutan, mabilis itong inilabas, siyang kalas din ng umpukan—parang mga langgam na inalisan ng asukal. Papunta sa direksiyon ko si Tatay Obed, bagsak ang balikat.

"'Tay, sino?" usisa ko.

"Si Bayawak," tipid niyang sagot.

Lumakad kami't sumilong sa tindahan ni Simon para magkape.

"Tagal nang nagnanaknak 'yang mga butlig-butlig ni Bayawak sa katawan, ah? Ngayon lang nila nilabas. Hinihintay pa 'atang magkahawaan dito. Ibang klase talag—"

"Nagbigti si Bayawak," putol ni Tatay Obed sa 'kin. Natigilan ako. "Hindi na dinadalaw ng asawa pati anak, natatakot mahawa sa sakit sa balat. Iyan."

"Mon, Nescafe stick, walang asukal. Kalahating baso lang, ah," tuon ko kay Simon, hanap ko ng masasabi.

"Oke, oke!"

"'Kita mo, sa ganyang paraan siya lalabas. Walang iba, eh," dagdag pa ni Tatay, iiling-iling.

Iniabot ko kay Tatay Obed ang baso niya. Dahan-dahan akong humigop ng kape, sapul ang dila't ngalangala. Hindi talaga nagbabago ang lasa ng kape rito sa loob—lasang kalawang araw-araw. Sa ganito, matatantiya mo kung gaano na katanda ang mga takure't termos dito sa Abadiano.

"Paglabas ko, 'tay, ako ang magiging dalaw mo," pag-iiba ko. Ngumiti lang si Tatay Obed.

"'Wag mo na isipin 'yon. Basta 'yong pinapasuyo ko sa 'yo paglabas mo, ha?" paalala niya.

"Palagi mong pinapaalala pero wala ka pang iniaabot sa 'kin. Ano'ng iaabot ko do'n sa sinasabi mong tao?" kantiyaw ko.

"Eh, dalawang linggo ka pa naman. Ibibigay ko bago ka 'malis," walang kahit kaunting ngiti niyang sagot.

Halos kasabayan ko si Tatay Obed dito sa Abadiano. Poldet ang tawag niya sa sarili. Political detainee. Biro ko naman, "May gano'n pa pala? Tingin sa 'ting lahat dito, kriminal," 'ka ko. Tulad ko, kabilang siya sa mga presong walang pangkat. Doon kami nakasalansan sa kwerna. Buhat nang mapasok siya rito, wala ni isang dumalaw sa kaniya. Hindi dahil walang gustong dumalaw. Ang mahigpit niyang bilin sa kahit na sino—kaibigan, kamag-anak, kahit na sino—huwag siyang dadalawin. Dahil nakasisiguro daw siyang sinumang dumalaw sa kaniya, tiyak na titiktikan ng mga pulis at militar. Lagi ko namang tanong: Bakit? Pitong taon, walang sagot. Hindi na ako nangulit. Kaya alam kong iba ang dating ng pagpapatiwakal ni Bayawak sa kaniya.

Bagk! Blag!

Biglang nagbagsak ng tabing si Simon, nagsara ng tindahan. Ke aga-aga, ni hindi pa nangangalahati 'tong kape namin.

Pumoste ako sa gilid niya. "Mon, bakit naman a—"

"Puki ng ina mo, Juliooooooo!"

"Boni!" hila sa 'kin ni Tatay Obed. "'Lika na!"

Paglingon ko, umuulan na ng bato at sibat sa Maya, sa pagitan ng Gabaldon at Huela. Mula sa Gabaldon, pasugod ang grupo ni Abet, sinasalag ang mga pana galing sa grupo ni Ulo gamit ang mga timba at batya. Kung saan-saan na ang itsa ng bato. Panakbo kaming tumawid ni Tatay Obed pabalik ng Agustin, pinayungan ko ng braso ko ang ulo niya. Ang ibang pangkat, nakirambol na rin. Lalo kaming nagmadali. Pitong taon, hindi ako napasasabit sa ganito, sa kahit na anong gulo. Lalong hindi sa huling dalawang linggo ko rito.

Ughk!

"Hutangkana!!!"

Bumagsak sa harap namin si Kirat. Napaatras kami ni Tatay. Umibabaw si Goya. Kitang-kita namin ni Tatay kung pa'no paulit-ulit na tinarakan ni Goya si Kirat sa dibdib, sa leeg. Mahigpit ang kapit ko kay Tatay. Kahit ga'no kalakas at karahas ang ingay na nililikha ng gulo sa plasa, may kung ano sa mga mata ng tao na para bang kaya nitong iproseso ang mga imahe bilang tunog. Naririnig ko ang pagkawarat ng laman ni Kirat, ang paglaslas ng patalim sa mga ugat at litid niya sa leeg, ang pagbulwak ng malapot niyang dugo sa bibig. Tapos si Kirat. Umahon si Goya.

Umamba si Goya sa amin. Matindi ang andar ng depensa ng kahit na sinong nasa riot.

"Kosa, di kame! Kasama ko Tatay Obed." Nakaharang ang katawan ko kay Tatay.

Mabilis ang ikot ng ulo ni Goya sa paligid. Paatras na ito nang biglang may sumalubong mula sa gilid niya, iniangat ang kanan niyang braso, talsik ang tangan niyang patalim. Bago pa siya makahugot ng buwelo, dalawang saksak na ang inabot niya sa kilikili. Ganoon lang kabilis. At kitang-kita ko kung pa'no ibinaon ang ikatlong saksak at saka ipinihit nang dalawang balik. Handusay si Goya, saglit na nanigas, saka kumisay-kisay. Gumuhit ng magulong imahe ang dugong nilanguyan niya sa semento, nagsalong dugo nila ni Kirat. Napatid ang hininga ni Goya nang dilat ang dalawang mata. Lumakad lang palayo ang tumira kay Goya. Hindi ko ito makilala dahil nakatakip ng tuwalya ang mukha. Hanggang sa mapansin ko ang tatong trumpo nito sa braso.

"Dani boy!" sigaw ko. Napahinto ito, saka nagtuloy ng lakad.

"Si Boy ba 'yon?" tanong sa akin ni Tatay Obed. Tumango ako. "Eh, wala namang pangkat si Boy, ah?" taka ni Tatay.

Hindi na ako sumagot. Sinundan ko ng tingin si Dani boy. Para bang inihatid ng mga mata ko ang bata sa bituka ng gulo. Tumuloy kami ng tawid ni Tatay.

Pagdating sa dorm, itinabi ko si Tatay Obed kay Lolo Melchor. Hihingal-hingal ito. Senior na't napasasabak pa sa takbuhan. Pero ibang klase si Tatay Obed, para lamang nanonood ng away-aso kanina habang kinakatay si Kirat, habang binibira ni Dani boy si Goya.

"Bed, hahangos-hangos ka," bati ni Lolo Melchor. "Nagdyaging ka ba sa plasa?"

Walang kaalam-alam si Lolo Melchor. Kung magpapatayan ang buong Abadiano, si Lolo Melchor ang maiiwang buhay.

"Chor, nagkape ka na?" pag-iiba ni Tatay Obed.

"Bawal na sa 'kin ang kamote, Bed."

Tinapik-tapik na lang ni Tatay Obed si Lolo Melchor sa balikat.

Lumabas ako saglit. Mula rito sa ikalawang palapag, dinungaw ko ang sitwasyon sa plasa. Sinuyod ko ng tingin ang Maya na sentro ng salpukan ng dalawang pangkat. Naghalo na ang usok at alikabok sa hangin. Sige ang birahan. Ang mga malulutong na murahan ay sinusundan ng malulutong ding lagutok ng sumpak. Pagdako ng tingin ko sa kanto ng Gabaldon, aninag sa pagitan ng mga rehas ang respondeng SWAT, nakaposisyon na, papasukin na ang Abadiano. Iniisip ko si Dani boy, ni hindi siya dapat narito.

3
LAKADSILUP

MAAGA SI FROILAN ng dalawang minuto sa napag-usapang oras. Humimpil siya sa katapat na lotohan ng puwestong kitaan, patingin-tingin sa relo sa kaliwang kamay. Sa kanan, bantay-sarado ang anumang text o mensaheng papasok sa cell phone. Walang limang minuto, dumating ang isang mamang naka-jacket at sombrerong itim, balot na balot sa kainitan ng tanghali. Dumeretso ito sa Rosie's Store. Listong bumuntot si Froilan. Bumili ang mama ng Cobra at sigarilyo, combo na mala-alternatibo sa bato. Ginawa nitong chaser ang yosi sa energy drink. Mas umitim ang bahaging noo ng itim na sombrero gawa ng pagputok ng kaniyang pawis. Aninag ng mama sa salaming eskaparate si Froilan. Matapos simutin ang samboteng Cobra, ipinatong ng mama sa ibabaw ng eskaparate ang isang selyadong brown envelope at saka dagling tumawid sa kabilang kalsada. Pasimple iyong dinaganan ni Froilan ng kaniyang braso at saka bumili ng yosi. Nang makahugot ng buwelo, sumibat siya kipkip sa kanang kilikili ang envelope.

Pagdating sa Teddy's—matandang bilyaran sa labasan ng Dreamland—kung saan siya nag-park ng motor, maingat niyang binuksan ang envelope at bahagyang inilabas ang papel para silipin.

> Venison Supermarket Human Resource Department/VSHRD
> Employee Directory: Female

Dinukot niya ang cell phone sa chest bag, hinanap ang numero ni Sarge Ortiz. Sipat sa paligid.

Call **SARGE O.**
Calling...
00.00.02
"Olan."
"Sarge, dito na."
"Good, good. Kina Baldo, alas-siyete."
"Kopya, Sarge."
00.00.26
End Call

Sininop ni Froilan ang envelope sa underseat, sumibat at bumalik sa presinto.

Pagdating niya sa Presinto Sais sa Bacani, agad siyang sumalampak sa kaniyang puwesto, binuksan ang ikalawang kaha ng drawer sa ilalim ng limahid na mesang nababalutan ng naninilaw nang plastic cover. Tadtad ng text at miscol ang isa niyang cell phone. 26 unread messages. 18 missed calls.

MAHAL_LOVE
Mahal???
Hal d k n rply kgbi...
What tym n wla k prmdam...
bc?
Gets k n
????
nung cnabi k syo aqla k msya k bgla kang cold
nilinaw k nman d b? di k kyo guguluhin
klalanin u lng tong dnadala k...
Mahal...

Reply
Cgurado _
Cgurado b u __
Cgurado b u akin yn?

Cgurado b u a____
Cgur_____________
Cen__
Censya n n-bc__
Censya n n-bc s wrk
Message sent

Long press ng makunat na power button, power off, black screen, itsa sa drawer, tulak-sara, pihit ng susi, hugot ng susi, testing ng bukas, testing ng kandado, kandado-sarado. Nag-vibrate ang cell phone sa chest bag. Dinukot niya iyon at sinilip.

3 Message Received
Open
HOPREWARDS
Get up to x4 +100, and +50 BONUS POINTS at the Hop Rewards Points Booster Bank Sale. DTI162546 Learn more: https://hoprewards.info/xs6l03qp

----

ESMI HON
What time ka makauwi hon? Dadaan sina nanay magluto akong igado

----

DOBALDS
Nsbi n Sarge?

Exit > Home > Gallery

PAGKATAPOS NG DUTY, rekta si Froilan sa Manggahan, Pasig, likod ng Shopaloo, sa Ople, puwesto ni Baldo. Pasado alas-siyete, lumapag siya sa Ople. Sa labas, nakaistambay sina Eli at Jojo, mga dating pulis, nagsisilbing bantay sa puwesto. Pagpasok niya sa loob, dinatnan niya ang iba pang kasama, mga bago at dati sa serbisyo. Wala pa si Sarge Ortiz.

"Olaaaaan," bati ni Baldo sabay abot nito ng kamay kay Froilan. Kasahan, untugan ng balikat.

"Ito na rekwes ni Palong," pakita ni Froilan ng envelope.

"Putanginang Intsik 'yon, kakaiba tama," iiling-iling na sabi ni Baldo.

"Kung di lang malakas ka-chingan, eh," tugon ni Froilan.

"Lapit na daw Sarge. Tumawag kanina, galing kay Palong," paalala ni Baldo saka inginuso ang kusina kung saan naroon din ang mesang hapag.

Sa Ople, hindi hapunan ang ayaan sa kusina. Dahil ibang putahe ang nakalatag sa mesa. Pagsipat ni Froilan sa kusina, naro'n sina Castillo, Bryan, at Pandoy, tamang kasa ng mala-buko sa barkong pilak sabay paandar ng apoy sa puwet nito. Musika sa tenga ang tunog ng kumukulong asido, anghel ang puting usok. Kalkulado ng tropa ang ikot ng higop. Organisado bumatak ang mga parak.

"'Kaw, bok?" pangungumpirma ni Froilan kung umiskor na si Baldo bago magtampisaw sa batis na mabato.

"Kanina pang alas-tres, Lan!" hirit ni Baldo sabay bitiw ng malakas na, "Ha-ha-ha-ha-ha-ha!" Sumabay ng tawa si Froilan.

"Habol ako," paalam niya kay Baldo sabay tahak sa kusina, upo sa trono, pumila sa ikot, naghintay ng turno.

Big time ang hapag sa Ople, hindi kailangang magkasya ng tropa sa tingi-tingi, ga-kulangot na item. Kung may mayaman sa item: una ang diyos-ama, pangalawa ang source, pangatlo ang mga pulis. Sa maraming pagkakataon, kumakatawan din ang ikatlo sa una't pangalawa. Ang runner at pusher, nasa ekwasyon lamang kapag palitan ng ulo; kapag kailangan ng panantos sa report, kapag hinihingi ng sitwasyon ang pamatay-sunog.

Dumating si Sarge Ortiz pasado alas-otso na. Walang problema dahil wala namang makatutulog gawa nang kargado ang lahat. Dala-dala ni Sarge Ortiz ang isang itim na duffel bag na mistulang naglulumiwanag at pinupukaw ang lahat ng paningin. Ang buong tropa, doon nakakagat ang mga mata. Tipon lahat sa salas.

"Olan, 'yong ke Palong?" anas ni Sarge Ortiz. Iniabot ni Froilan ang envelope. Sinilip nito ang laman, tatango-tango habang binabalasa ang mga papel. "O, ito sunod, ha?" wagayway nito ng envelope sa hangin. "Baldo, 'yung mga bakal kay Oni, ayos na?" palo-ap ni Sarge Ortiz.

"Areglado, Sarge!" masiglang tugon ni Baldo.

Lumapit nang maigi si Froilan kay Baldo. "Do, 'yung nauna nating kinuha, naabutan mo si Oni?" pabulong na tanong ni Froilan.

"Akombahala na dun, Lan. Steady 'yan," kumpiyansang sagot ni Baldo.

Tumango-tango na lamang si Froilan.

Binuksan ni Sarge Ortiz ang duffel bag. Para itong nagsaboy ng ningning sa paligid. Bungkos-bungkos ng tag-iisang libo. Ang mga batak na pulis, tamang kasa ang mga panga, gigil na gigil sa pera. Isa-isang hinugot ni Sarge Ortiz ang bungkos, inilapag sa center table, isa-isa ring inabutan ng parte ang tropa.

"Walang magdedeposito, ha?" bilin ni Sarge Ortiz. "Paulit-ulit ko nang sinabi sa inyo, ha?" pagdiriin pa nito.

"Yes, boss!"

"Kopya, Sarge!"

"Okay, bossing!"

"Si Jopet lang makulit, eh," gatong ni Baldo.

"'Kita n'yo napala, di ba?" balik ni Sarge Ortiz, inilibot ang tingin sa grupo habang sinisinop ang mga natirang bungkos sa bag.

"Sarge, 'yong kay Medyor?" putol ni Jojo.

"Abangan n'yo timbre ko bukas."

Nagpabili ng dalawang case ng Red Horse si Baldo. Kondisyon ang grupo. Utak nga tinutunaw, atay pa kayang hindi naman huhusgahan sa purgatoryo?

Nanginig ang chest bag ni Froilan, sunod-sunod. May tawag, sinilip niya. Hindi rehistrado ang numero sa phone. Numero lang, walang pangalan.

09165088032 *Incoming Call...*
Answer / Decline
Call declined.

Matindi ang kalabog sa dibdib niya, sumasabay sa biyayang tama ng item. Walang pangalan ang tawag. Pero kilala niya ang huling apat na numero. 8032. Sa isip niya, pa'nong nalaman nito ang kaniyang direktang numero bukod sa eksklusibong numero na ibinigay niya?

Mabilis na bumaba ang magandang trip. Pumwesto na siya sa ikutan ng tagay, susubukang isalba ang magandang tama. Namayani ang amoy ng bagong bukas na mucho.

Lumipas ang ilang basyo sa center table, dumaan ang maraming kuwento ng paramihan ng naitumba, pabigatan ng napatay, pagalingan sa mga lugar at shortcut sa Pasay. Namumuwalan na ang lata ng Libby's sa dami ng napunggok na sigarilyo. Kung kailan nalilibang na siya at unti-unting sinasapian ng magandang tama, saka naman muling nambulabog ng vibrate ang cell phone niya sa chest bag. Ang nginig ng telepono'y tumatawid sa kaniyang dibdib, pinahihina ang kaniyang mga bisig.

> **09165088032** *Incoming Call...*
> *Answer* / Decline
> *Call declined.*

Nagpaalam siya sa grupo na mauuna na muna. Nag-abiso siya kay Sarge Ortiz na may hahabuling okasyon sa bahay. Nakasibat siya nang matiwasay at bumiyahe pauwi.

Pagdating niya sa bahay, inabutan niya pang nagkukuwentuhan ang kaniyang maybahay at mga magulang nito na lumuwas galing pa ng Pampanga.

"Magandang gabi ho, 'Nay, 'Tay," bati niya at magkasunod na abot ng kamay sa dalawang matanda para magmano. "Nakapaghapunan na po kayo?" usisa niya.

"Kaawaan ka ng Diyos, Olan. Katatapos-tapos lang namin kumain, heto't nagpapahinga na lang," tugon ng biyenan niyang lalaki.

"Ikaw, hijo, naghapunan ka na?" tanong ng biyenan niyang babae.

"Opo, kumain na po sa opisina. Salamat po. Bihis lang po ako," paalam niya.

Ang kaniyang misis, nakatitig lamang sa bawat kilos niya. Pag-akyat na pag-akyat niya sa kuwarto, siyang usal nito ng, "Amoy alak na naman."

Sa kuwarto, deretso siyang bihis. Biglang kumislap sa isip niya, buong biyahe pauwi, hindi na tumawag ang dahilan ng pagkapraning niya. Kahit papa'no, nakahinga siya.

Pababa na siya nang biglang may bumating at umilaw sa bandang dresser. Cell phone ng kaniyang misis.

3 missed calls **09165088032**
View / *Exit*
Call / Send Message / Delete
1 text message received **09165088032**
Preview / Open / *Exit*

"Laaaan! Uuwi na sina Nanay!" sigaw ng misis ni Froilan mula sa labas ng pinto ng kuwarto. Pumihit ang doorknob. Nakakandado.

"Sandali, hon!" taranta niyang tugon.

"Bakit nagkakandado ka pa?!" singhal nito.

BLAG! BLAG!

1 text message received **09165088032**
Preview / Open / Exit
Delete
Would you like to delete this conversation? Delete
Power Off

4
GENERICARE

PANSIN NI DONDI, kanina pa nakababad sa salamin si Divine habang hindi magkandamayaw sa paggayak ang mga tauhan sa botika. Binitiwan ni Dondi ang isinasabit na banderitas at tumungo kay Divine. Natigilan si Divine sa paglawit-lawit ng kaniyang dila nang sumulpot ang repleksiyon ng kaniyang kuya sa salamin.

"Bayn, wala kang eskuwela ngayon. Kaya nga kita hinatak dito sa pharmacy, eh."

"Kuya, check mo nga kung okay lang placing?" suyo ni Divine sa kapatid sabay lawit ng dilang may pilak na bolitas.

"Anong okay na placing pa ba ang dapat d'yan? Pinalagay mo na sa dila, kada bubuka ang bibig mo, mapapansin na may hikaw ka sa dila, hindi pa ba sapat 'yon?" litanya ni Dondi.

Kumunot ang noo ni Divine. "I mean, nakasentro ba, 'ya?" Sabay lawit uli ng dila. "Aawasldashddsu."

Walang naunawaan si Dondi at tumugon na lamang ng gusot na mukha.

"Hindi lamang sa kaliwa?" paniniguro ni Divine.

"Sentro naman, Bayn. Saka may namumulis ba kung lamang sa kaliwa o kanan?"

"Suplado nito," angil ni Divine sabay kabig sa braso at dikit ng ulo sa balikat ng kuya.

"Parating na mga taga-munisipyo, Bayn. Tulungan mo na muna kami para matapos na," pakiusap ni Dondi.

"Pa-samgyup ka, ha."

"Wala ka pang naigagalaw kahit isang pirasong karton dito, rume-request ka na." Lumakad na pabalik sa mga banderitas si Dondi. "'Lika na, kilos na."

Dali-daling sumunod si Divine para magsalansan ng mga makulay na kurtina.

Pateros LGU and DSWD Partner with a Local Pharmacy to Provide Full-Blast Medical Assistance to Senior Citizens

Pateros, Philippines - The local government unit of Pateros and the Department of Social Welfare and Development (DSWD) have teamed up with a local pharmacy to provide comprehensive medical assistance to senior citizens in the municipality.

The partnership with the local pharmacy, which specializes in medical supplies and equipment, aims to provide full-blast medical assistance to senior citizens who are in need.

According to Pateros Mayor Eliseo Canapi, the partnership is a way to extend assistance to senior citizens who are not covered by the government's health programs. "We want to ensure that our senior citizens have access to quality medical care, especially during these challenging times," he said.

The partnership between the Pateros LGU, DSWD, and the local pharmacy underscores the importance of public-private partnerships in improving access to healthcare services for the most vulnerable members of society.

ILANG BLOKE MULA sa Genericare, naka-park sina Marisol at Pancho, nakaistambay, pamasid-masid. Pang-ilang balik na nila ito ngunit tila napakailap ng pagkakataon na maabutan nilang naroon si Dondi.

"Hindi basta-basta maka-score ng deal sa LGU 'tong mga 'to nang walang kahit na anong koneksiyon sa loob," ani Pancho.

"Yup. And they ain't got nothin'," balik ni Marisol habang naglalabas ng kalat-kalat na usok ang dalawang butas ng ilong. "Did a good bg dig, zero. And that's what makes it uncanny," mahabang hitit, dahan-dahang buga.

"Kung ano-ano na naiisip ko dito sa mga Amadeo."

"Told yah we got some fire right here, Panch," tugon ni Marisol habang panay ang swipe sa cell phone.

"Kadalasan panabla mga ganitong maliit na kompanya sa bidding, 'tapos heto sila, may kontrata sa local, sa national. Ano'ng meron?" patuloy na pagkamangha ni Pancho.

"That we need to find out," anas ni Marisol habang mataman ang titig sa botika, mga nagdaraan, kalsadang tawiran, mga daanang lusutan.

"'Yong pinasuyo mo kay Ces?"

"Waiting."

DINALUHAN NG ALKALDE, bise-alkalde, mga opisyal ng DSWD-Central, at buong konseho ang paglulunsad ng partnership ng LGU, DSWD, at Genericare. Sa pagitan ng mga salita sa talumpati ng alkalde, lumalangoy sa gunita ni Dondi ang pinagdaanan ng kaniyang mga magulang para itaguyod ang botika.

"It is my pleasure to announce the official launching of the partnership between the Local Government Unit (LGU) of Pateros, the Department of Social Welfare and Development (DSWD), and Genericare."

Itinayo bilang Farmacia Amadeo, sinimulan ng mag-asawang Leopoldo Tomas Amadeo III at Flordeliza Ancheta-Amadeo ang isang maliit na botika sa munting bayan ng Pateros, kabalikat ang mga NGO na aktibo sa mga medical outreach program. Noong 2004, naging aktibo ang mga lokal na pamahalaan sa pakikipagtulungan sa nasyonal para paunlarin ang mga polisiya ukol sa subsidiya ng gamot. Nanguna sa programang ito ang malalaking pharmaceutical company. Ang malalaking kontrata, nasisilat ng mga malalaking korporasyon. Paglaon, pabigat nang pabigat ang mga kontrata, marami sa kaso ng kalasan ay nakaugnay sa pamahal nang pamahal na halaga ng mga gamot na hindi na kinakaya ng mga maliliit na LGU. Ang remedyo ng nasyonal, buksan sa maliliit na botika ang programa. Doon nakakita ng pagkakataon ang mag-asawang Amadeo para mas mapalawig ang adbokasiyang makatulong sa pamamagitan ng murang gamot.

"This partnership is a significant step forward in our commitment to providing quality healthcare services to the residents of Pateros. Through this collaboration, we can ensure that our people have access to affordable and high-quality medicines, which are essential in maintaining their health and well-being."

Sinipagan ng mag-asawa ang magpasa at sumali sa bidding. Hindi pinalad sa unang pagkakataon, sa ikalawa, ikatlo. At inabutan na nga ng ilang termino, hindi pa rin makalusot-lusot gayong sa apat-limang aplikante, sila ang karaniwang nagpepresinta ng pinakamababang presyo—presyong malinaw na ikapapanalo sana ng lokal na pamahalaan at mamamayan.

"We recognize the importance of accessible healthcare, especially for the underprivileged members of our community. With the support of our

partners, we can better address the healthcare needs of our people and improve their quality of life."

Walang-patid ang pagtulong ng mag-asawang Amadeo sa mga NGO; sa pakikilahok sa mga medical mission. Lahat ng ito, nagawa nila habang nagpapalaki at nagpapaaral ng dalawang anak. Nang ma-diagnose ng colon cancer si Leopoldo, hindi naging madali ang mga sumunod na araw, linggo, at buwan sa tahanan ng mga Amadeo. Lalong hindi naging madali habang pinatatakbo ang botika gawa nang pati puhunan nila rito ay kinain ng bundok-bundok na hospital bills ng matanda. Yumao ito bago makapagtapos ng BS Pharmacy si Dondi. Sumunod ang kaniyang ina matapos siyang makapasa sa Pharmacist Licensure Examination.

"We are grateful to have Genericare as our partner in this endeavor. With their expertise and commitment to providing quality and affordable medicine, we are confident that this partnership will bring about positive change and make a real difference in the lives of our people."

Nagsimula sa dalawang mahihinang palakpak na mabilis humawa sa palad ng iba pang tagapanood-pakinig, kumapal iyon nang kumapal, hanggang sa manaig ang ingay ng palakpakan at hiyawan sa labas ng botika, sa tapat ng plaza.

Mabagal ang palakpak ni Dondi, malay siyang walang nililikhang tunog ang pagtatama ng kaniyang mga palad. Nakatingin siya kay Divine, sa dambuhala nitong ngiti, sa malakas nitong palakpak. Sa isip niya, mas maigi nang limitado ang nalalaman ng kapatid. Sa gano'ng paraan, hindi makokontamina ng peligro ang pamumuhay nito.

Sa loob-loob ni Dondi, hindi na muna mahalaga kung pa'nong nakalusot ang botikang itinaguyod ng kaniyang mga magulang sa bids and awards committee ng munisipyo, hindi na muna mahalaga kung ano'ng sistema ng mga nakikibakas. Sa mga sandali ng palakpakan, sa bawat pagbanggit sa ngalan ng kanilang botika, ipinagpapalagay niyang nagdiriwang sa langit ang kaniyang ama't ina.

---

aragoncecil.philstar@gmail.com
UNPUB_PaterosProcCase_BACsec
Word file: see attachment

An alleged anomaly in the bidding process for pharmaceutical supplies in the Municipality of Pateros has been exposed, with some councilors and businessmen allegedly involved in the irregularities.

"CHECK THIS OUT, panch!" Tapik ni Marisol kay Pancho, ipinaki-pakita ang cell phone. "Spiked article, from Ces."

Nanlaki ang mga mata ni Pancho.

According to sources, the bidding process for the procurement of pharmaceutical supplies was rigged, with certain suppliers favored over others. The councilors and businessmen allegedly involved in the scheme were said to have received kickbacks from the favored suppliers.

"Teka, bakit daw na-spike?" usisa ni Pancho kay Marisol na no'n di'y mabilis na pinapasadahan ang katawan ng e-mail na natanggap.

The anomaly was discovered after concerned citizens and some of the suppliers who were not favored in the bidding process filed complaints with the local government. An investigation was then launched, which confirmed the irregularities in the bidding process.

"Okay, two councilors involved and a businessman. 'Yong mga pharm nila, palaging nakaka-score ng contract," paliwanag ni Marisol.

"'Yong mga Amadeo?" palo-ap ni Pancho.

"That's why we cannot link them to anyone. Genericare scored the deal clean. Katz has done it by the book. The committee has to drop their dogs to cover up dog shit."

"Sol, tigilan mo 'yang Ingles mong ganyan," kantiyaw ni Pancho. Umirap lang si Marisol. "Kaya hindi na lumabas 'tong article?"

"Sabi ni Cecil, mas malakas itong konsehal kaysa kay Mayor. Took care of it before it got outta control."

"Ibig sabihin, sa normal na mundo, Genericare ang matatalo sa bidding."

"Fact."

"So iniisip mo—"

"Word," putol ni Marisol.

"Wala pa 'kong sinasabi, Sol."

"What do you think I was thinking?" buwelta ni Marisol kay Pancho. "Minana nila 'tong pharm."

> *The alleged anomaly in the pharmaceutical bidding process highlights the need for transparency and accountability in government procurement. The Pateros LGU is committed to ensuring that all procurement processes are fair and transparent, and that public funds are used for their intended purposes.*

"So ibig mong sabihin, maaaring si Dondi—"

"Yup," putol uli ni Marisol.

"Sol, patapusin mo 'ko."

"Sorry," paumanhin ni Marisol. "But yeah, that's a life-changing deal. Big ass contract. Nah mean?"

Umusad sila papunta sa Genericare, nag-hazard sa harapan nito. Bumaba silang dalawa ng sasakyan, pumasok sa botika, deretso sa counter.

"Magandang araw po. Nariyan po ba si Mr. Amadeo?" bati ni Pancho sa nasa kaha.

"Ay, si Sir Don?" kumpirma ng kahera.

"Opo, opo! Ate, nand'yan po kaya siya?"

"Wala po si Ser, e. Sino po sila?"

"Ate, we are from the media. Mag-i-interview sana kami kay Mr.—"

Biglang senyas ng saglit ang kahera at kinuha ang tawag sa cell phone.

"Hello, ser. Opo."

Nagkatinginan sina Marisol at Pancho, parang may kumatok na pag-asang makapanayam nila si Dondi, may sikad ng pananabik sa dibdib.

"Mga tao po sa midya daw po. Mag-interbyu sana daw, ser.

"Opo. Opo, ser.

"Ah, okey, ser. Sige.

"Kausapin daw po kayo."

Iniabot ng kahera ang cell phone kay Pancho. Natigilan si Pancho, kinuha ni Marisol.

Sa kabilang kalsada, nakaistambay si Dondi sa ikalawang palapag ng J-Lara Complex, kumakain ng haluhalo, nakamasid sa Genericare.

"Hello, this is Marisol Gatdula of T9News—"

"Ano'ng kailangan n'yo?"

"Apologies for, ahm—ugh! We—we would like to ask if we can set up an interview about—"

"Nakita n'yo na 'ko sa presinto, bakit hindi n'yo 'ko ininterbyu do'n?"

"Ah, sir—"

Chszsszh! Skrshhhhs!
"We were not able to—"
"Hinala n'yo, ako pumatay sa kapatid ko?"

5
BISITA

LAHAT NG NADAMPOT ng SWAT sa plasa, ke kasama o naipit lang sa riot, iyong mga hindi idederetso sa ospital o pugon, sa kanal ang punta, o kung tawagin sa Abadiano, Kanal ng Pugadlawin—isang gusali sa matalahib na lote sa likod ng Abadiano. Kung impiyerno ang taguri sa oblo, ang Kanal ng Pugadlawin ang impiyerno sa ilalim ng impiyerno. Doon sila mamamalagi nang ilang araw. Sa maraming pagkakataon, ang mga hindi nakababalik ng Abadiano, isinasama sa listahan ng namatay sa riot, dead on arrival, at nalagutan ng hininga sa ospital.

Si Abet ang bukod-tanging nakabalik sa Abadiano, walang bakas ng pamamalagi sa kanal. Ibig sabihin, wala itong tama o mantsa sa balat, bukod sa mga tinamo nito sa riot. Bumalik lamang si Abet sa pamamastol sa payphone na parang walang nangyari. Samakatuwid, anumang nakasanayang kaayusan sa payphone ay mananatili bilang kaayusang dapat na manaig at kilalanin ng mga preso.

Bago ibinalik sa ayos ang areglo sa iskedyul ng dalaw, nagkasa muna ng "Oplan Greyhound" ang BuCor. Kasama ang midya, ginalugad ng mga tao ng BuCor, BJMP, at PNP ang Abadiano. Tulad ng nakagawian, ipinamalas ang tagumpay ng operasyon sa pamamagitan ng pagbabandera ng mga nakumpiskang kontrabado—cell phone, shabu, martilyo, sumpak, paltik, gunting, pocket WiFi, at kung ano-ano pang sa susunod na araw, magiging bahagi muli ng pangkaraniwang araw-gabi sa mga dorm.

Araw ng dalaw, sabik ang mga ama, kapatid, at anak sa Abadiano. Ito ang araw na mararamdaman nilang kahit papa'no, may umiiral na mundo sa labas ng baradong embudo na itinuturing nilang libingan ng mga buhay.

Ilang araw bago lumabas si Boni, inaasahan na niyang may darating para maghatid ng mensahe't mga gabay sa kaniyang panunumbalik sa iniwang buhay sa labas.

Kasagsagan ng pagdagsa ng mga bisita sa plasa, bakante ang mga mahahabang bangkuan sa Gabaldon. Bawas ang mga kumpulan kahit papa'no. Doon nakahimpil sina Tatay Obed at Boni, sinusulit ang upo at manaka-nakang paglagos ng preskong hangin.

"O, palabas ka na, ha. Baka makaligtaan mo," anas ni Tatay Obed.

"Ang alin?" taka ni Boni.

"O, 'ta mo na, nakalimot ka agad!" kantiyaw ni Tatay Obed. "Iyong pinasusuyo ko sa 'yo paglabas mo," paalala nito.

"E, ang tagal mo nang sinasabi, 'tay, wala ka pang ibinibilin."

"Mam'ya o bukas ng 'maga, iaabot ko sa 'yo," tugon ni Tatay Obed sabay turo sa direksiyon ng mga nakasalansan na mesa para sa mga dalaw. Sinundan iyon ng tingin ni Boni.

"'Tay?" taka ni Boni, hindi makuha ang itinuturo ng matanda.

"Si Melchor."

Napabalik ng tingin si Boni, mas mataman sa pagkakataong ito.

"O, ano'ng ginagawa ni Lolo Melchor d'yan?"

At sabay nilang nasaksihan, sa unang beses sa loob ng maraming taon, ang tila pagkaligaw ng isang bisita kay Lolo Melchor. Sa loob ng labing-isang taong pagkakapiit ng no read, no write na matanda sa kasong perjury, ni mga anak nito ay hindi sinilip ang kaniyang kondisyon sa loob kung buhay pa ba ito.

"'Kita mo, di-magkandaugaga ang matanda, oh!"

Napansin ni Boni ang pambihirang pagkakataon na ngumiti si Tatay Obed.

"Hayaan mo, 'tay. Di ko nakakalimutan pangako ko sa 'yo: ako magiging dalaw mo paglabas ko."

"Ang intindihin mo, 'yong isusuyo ko sa 'yo. 'Wag ka nang mabalik dito, Boni. Para kang di napurga, ah?" sermon ni Tatay Obed. Nangiti lang si Boni. "Ikaw 'ata kinakawayan n'on," nguso ni Tatay Obed sa pulutong ng mga dalaw.

Pagbalik ni Boni ng tingin doon, nakita niya ang inaasahang bisita—si Dodong, kapwa tubong Dreamland na nayakag na sumama sa grupo ni Sakmal, naging kasangga sa mga lakad. Balikwas ng tayo si Boni, gumanti ng kaway.

"'Tay, saglit, ha?" paalam ni Boni. Sumagot lang ng tango ang matanda.

Lumakad si Boni papunta sa umpukan ng mga dalaw.

"Boss," bati sa kaniya ni Dodong.

"Dong, ano na?" masigasig at nakangiting tugon ni Boni. "Upo ka."

Umupo ang dalawa. Hindi pa rin naaalis ang ngiti sa mukha ni Boni. Habang si Dodong, tila pinipilit na magsukli rin ng ngiti.

"Kumusta? Ano galaw kina Sakmal?" usisa ni Boni.

"Gano'n pa rin mga lakad, boss. May mga bagong tao na rin, bagong lakad." Bakas kay Dodong ang pagkabalisa.

"O, ano sabi niya? Usapan matagal na sampung buwan. 'Kita mo naman, inabot ako ng pitong taon kakadaing sa 'yo. He-he-he!"

"Ano, boss, e." Panay ang kutkot ni Dodong ng kulugo sa hintuturo, bantulot.

"Dong, ano ba? Para kang nasintensiyahan," sita ni Boni. "Si Nanay pala? Si Sarah? Binilin ko sa 'yo 'yan, ah." Di-magkandamayaw si Boni sa pangungumusta.

"S-Si Sarah, boss," may pangangatal sa boses ni Dodong.

"O, magkokolehiyo na 'yon, sa wakas," dugtong ni Boni.

"Eh, nakita 'yong mga gamit sa Levi."

Patlang. Natigilan si Boni, nag-urong-sulong ang ngiti at panglaw sa mukha. Iginala-gala ni Boni ang tingin, tila humuhukay kung saan ng itutugon. "May pagkaburara talaga 'yong batang 'yon. He-he!" pagbibiro pa nito at pagtatangkang itago ang di-magandang pakiramdam sa sinabi ni Dodong.

"Uniform, ID, wallet, may mga mantsa ng dugo, boss. Sa Levi, boss. Sa Bantayan," bitiw ni Dodong.

Ilang saglit na umibabaw ang ugong ng huntahan sa paligid. Saka tila puro tinis ang umiikot sa pandinig ni Boni. Natigilan siya, di makaapuhap ng sasabihin, inaresto ang kaniyang dibdib ng mga sandaling nanuot sa kaniyang bungo ang pangungusap na natanggap.

"B-Boss?"

Hindi makagalaw si Boni, ni hindi kumukurap, sinakmal ng sansaglit ang kaniyang ligalig. Naririnig niya ang pintig ng kaniyang sentido, ang tibok ng kaniyang dibdib. Ramdam niya ang lamig ng butil-butil na pawis na gumagapang sa mga gusot at linya ng kaniyang mukha. Unti-unti ang pagbalik ng ingay ng paligid, ng masayang kuwentuhan ng mga karantso't kani-kaniyang pamilya; ang mga tawanan, lambingan. Sarado ang kaniyang bibig, nakapaloob ang mga labi, kuyom ang kamao, pinipilit ikubli ang paghinga nang malalim para pigilin ang luha sa nagtutubig na mga mata.

"M-May yosi ka, Dong?" May panghihina't pangangatal sa boses ni Boni.

Dagling dinukot ni Dodong ang kaha ng yosi sa bulsa ng maong, itinaktak at iniabot kay Boni. Kumuha si Boni't nagsubo sa nanginginig na mga labi. Sinindihan iyon ni Dodong. Malalim ang hitit ni Boni. Pulang-pula ang nagngangalit na baga sa sigarilyo. Pinunan niya ng pagbuga ng mahabang usok ang kakapusan ng mga pananalita, ng gumagapang na katahimikan ngayon sa pagitan nila ni Dodong, ng labis na karahasang nakapaloob sa ilang salitang parang asidong tumunaw sa kaniyang isinalubong na ngiti.

"O siya, mabilis lang oras ng dalaw ngayon. 'Wag na tayo paabot ng putol," paalam ni Boni sabay tayo at tapik sa balikat ni Dodong.

Lumakad na siya palayo sa umpukan, bagsak ang mga balikat, iniwan sa mesa si Dodong at ang lukot na kaha ng yosi sa mesa. Inihatid siya ng tingin ni Dodong papalayo, sa kung saang bahagi ng Abadiano, sa iika-ikang lakad na wari'y walang direksiyon, walang pupuntahan. Pinakamapait para sa isang taong apat na sulok ng bilangguan lamang ang maaaring lakaran—hindi makapaglagalag, hindi mailigaw ang sariling nanunulay sa manipis na pisi ng katinuan. Hindi makapagluksa.

Sa pagtatapos ng oras ng dalaw at sa dahan-dahang paglamon ng mga higanteng pader ng Abadiano sa liwanag ng araw, babalik ang mga preso sa kani-kaniyang dorm, tipunan sa plasa at mga lungga, dala-dala ang masasayang sandali kasama ang mga mahal sa buhay sa laya, bitbit ang mga kuwentong ikukuwento sa mga karantso, pagsasaluhan kasabay ng panggabing rasyon ng miswa at kaning-lata.

PARA SUNDUIN ANG hatinggabi, nakahirit ng Eddie Peregrina ang mga taga-kwerna kay Lolo Melchor na walang pagsidlan ang saya sa pagdalaw ng bunsong anak. Nakatutok ang buong Dorm 8, San Luis.

♫ *Lala la la la lalala*
Lala la la hebenli tats
Hmmm hearts hmm

Walang iniwan kay Eddie Peregrina ang timbre ng boses ni Lolo Melchor. Umaapaw ang palakpakan at naglalakasang sipol sa kwerna. Lalong ginanahan sa pag-awit ang matanda. Ibayong lugod ang hatid ng tinig ni Lolo Melchor.

♫ *Lala hmm hmm so lucky*
Lala la hmmm hmm
Hmmm hmm I know Lala
Lala la la la play hmmm you

Pansin ni Tatay Obed ang pananahimik ni Boni. Maghapon, hinayaan niya lamang itong nakasuksok sa ilalim ng kanilang bukbuking double deck. Batid niyang nais nitong mapag-isa. Sa bihirang pagkakataon, nais mapag-isa ni Boni—kahit pa imposible ang bagay na iyon sa Abadiano.

♫ *Lala is the thing lalala*
Lala la la la-benli tats
Ang puso'y hmmm la hmm
Pagibig lalala la la hmm

Nauna nang pumalaot sa himbing ang ilan, bagay na asam ng kahit na sinong nagsisilbi nang walang-katiyakang panahon sa oblo. Sa himbing man lamang, makatamasa ng kapirasong kalayaan, makabawas sa tila walang-hangganang paghihintay sa bawat bukas na walang ipinapangakong saklolo.

Kalaliman ng madaling-araw, nakapako pa rin sa kisame ng ikalawang palapag ng double deck ang diwa ni Boni, hinihingi ang sagot sa mga bukbok at alikabok, sa nakaguhit na bungo at burat, sa nakaburdang kasabihang, "Nasa Diyos ang awa, na kay Kosa ang biyaya."

Maingat siyang bumangon, sapat para hindi maabala ang tulog ni Tatay Obed at ng iba pang kasama sa dorm. Dahan-dahan siyang nagtungo sa entrada, pagala-gala ang tingin, nag-iingat matiyempuhan ng ronda. Bandang bintana kung saan tanaw ang Gabaldon, naaninag niya ang isang jail guard na nakaprente bandang Gate 2, naninigarilyo. Payuko siyang tumahak sa banyo, ilang hakbang lamang ang layo sa tulugan. Marahan niyang kinalas ang kawad na nagtatali sa inodorong yari sa hiniwang galon ng tubig, sa kalawanging tubong nakakonekta sa gripo ng lababong katabi lamang ng inodoro.

May hugpungang bakal sa lababo na sabitan ng planggana. Doon niya ibinuhol ang kawad. Hinila-hila niya iyon para siguraduhin ang higpit, tinapik-tapik ang lababong bato, tiniyak kung may uga. Pagtungtong niya sa lababo, bigla niyang naulinigan ang tila basang mga yabag mula sa dorm. Dagli siyang bumaba at kumubli sa tablang tabing. Bahagya siyang sumilip. Si Lolo Melchor, tila naglalakad habang tulog, naglalawa ang syorts sa ihi, pakanta-kanta.

♫ *Kapag ikaw lala hmm hmm*
Lala hmm masawi
Hmmmm hmm ba ito
Ha-hummhmm ko sa'yo

Hinintay niyang makalampas si Lolo Melchor saka bumalik ng tungtong sa lababo. Muli, sinigurado niya ang higpit ng pagkakatali ng kawad sa hugpungang bakal. Nanginginig ang kaniyang mga kamay, umaabot sa mga braso't balikat; mabilis ang paghinga, parang nasusulasok sa sariling hininga. Itinali niya ang kawad sa kaniyang leeg, sinalat-salat ang buhol sa bandang batok, hiniklat paitaas ang buntot ng buhol, at tila inanod ng naipong burong ihi sa galon ang kaniyang ulirat para ibalik ang mga alaala ng pitong taong binuno sa Abadiano. Ang walang katumbas na serye ng pagtitimpi; ng pagsang-ayon sa pambabalasubas ng mga karantso, may tatak o wala; ng pangwawalang-hiya ng mga guwardiya. Lahat ng ito para sa pag-asang makasamang muli ang mga naiwan sa laya, silbing dahilan para bigyang-katwiran ang magpatuloy—para lamang sikwatin ng mga karahasang hindi pumipili ng sasagasaan.

"Ughk!" matigas na ungol mula sa di-kalayuan.

Sa gulat ni Boni, nawala ang balanse niya sa pagkakatungtong sa lababo. Naunang nadulas ang kanang paa niya habang nananatiling nakaalalay ang kaliwang paa. Lalong humigpit ang kawad sa kaniyang leeg. Taranta niyang kinakalag ang kawad habang paulit-ulit na nauulinigan ang mga ungol. Hindi niya matanggal ang higpit ng pagkakatali ng kawad sa kaniyang leeg. Nagtutubig na ang kaniyang mga mata, humahalo ang sipon sa naglalaway na bunganga. Sinikap niyang dukutin ang lighter sa garter ng kaniyang syorts, inapuyan ang kawad malapit sa kaniyang lalamunan, di alintana ang init at paso. Naputol at kumalag ang kawad, dumausdos siya sa lababo at humataw ang mukha sa tablang tabing.

"Hakghkghakghkaaa!" hangos ni Boni, hinahabol na maitama ang paghinga.

Nagmamadali siyang tumungo sa pinanggalingan ng ungol. Bandang hagdan, nakita niya si Lolo Melchor, lumalangoy sa sariling dugo, magkasabay na bumubula ng dugo ang bibig at butas na leeg. Listo niyang sinuklay ng tingin ang paligid, dinungaw ang bandang Gabaldon para silipin ang nakaestasyong guwardiya. Nakita niya ang isang mama na papalapit dito. Kitang-kita niya kung pa'no inihulog ng mamang iyon ang duguang patalim sa ziplock na tangan ng guwardiya at saka mapayapang lumakad papalayo.

Hindi niya malaman ang gagawin. Nagtatalo ang isip niya kung sasaklolohan niya si Lolo Melchor. Eh, ano naman kung lalaya na siya sa mga susunod na araw? Kanina lang, tinangka niyang bawiin ang sariling buhay. Ngunit hinahatak ni Sarah at ng pitong taong dusa ang kaniyang malay; mas mabilis sa mga kurap, mas marahas sa ikot ng kaniyang sikmura. Magulo ang debate sa kaniyang dibdib at isipan.

Nang biglang lumaslas ang mala-sibat na ilaw ng flashlight sa mga dorm sa ikalawang palapag, nagmamadali siyang bumalik sa kwerna, padapa, pagapang. Dahan-dahan niyang isiniksik ang sarili sa tabi ni Tatay Obed.

Lingid sa kaalaman ni Boni, gising si Tatay Obed at ga'no man kadilim, aninag nito ang markang nilikha ng paso at kawad sa kaniyang leeg.

Kalahating bumangon si Tatay Obed, may kung anong siniyasat sa braso ng double deck. Dinukot niya ang nakatiklop na supot na masinsing nakasingit sa maliit na biyak ng braso. Isiniksik niya iyon sa bulsahan ng nakabalumbon na maong syorts sa uluhan ni Boni.

"Matulog ka na, Boni," mahinang sabi ni Tatay Obed.

Ikinagulat iyon ni Boni. Dahan-dahan niyang nilingon si Tatay Obed. Nakatalikod naman ito.

"Iyang problema mo ngayon, sa mga susunod na araw, hindi mo na 'yan problema," dagdag pa nito.

Walang naisagot si Boni kundi mga impit na hikbi.

"Bukas makalawa, ikaw na ang poproblemahin nila," pabirong sabi ni Tatay Obed.

Sa pagpapatuloy ng madaling-araw, nagsasalit ang pag-awit at palahaw ni Lolo Melchor sa pandinig ni Boni. Hindi na bago ang tanawing nasaksihan niya. Isang bahagi ng kaniyang pandama ang minanhid na ng paulit-ulit na karahasang naging sistema na ng kaniyang pag-iral mula laya papuntang loob, at sa kaniyang pakiwari, hanggang sa napipintong pagbabalik niya sa mas malawak at malupit na bilangguan sa labas ng rehas. Ngunit wala nang mas marahas sa mga katotohanang sumambulat sa kaniyang harapan—na darating at darating ang mga pagkakataong walang ibang posibleng depensa sa mga pamiminsala kundi ang tumunghay lamang. Lunukin ang mga sigaw. Mahirinan sa suklam.

6
ANG DATING DAHAS

ILANG PIHIT SA mixer ang ginawa ng audio tech para mabura ang sutil na feedback na ibinubuga ng maganit na PA. Ilang wasiwas na rin sa hangin, angat-baba sa mic ang ginawa ng mamang nasa entablado sa saliw ng pagpagpag sa kawad para itaboy ang pepeste-pesteng matinis na atungal ng speaker. Sumaklolo na ang isa pang tech sa gilid ng stage para palitan ng wireless mic ang gamit na jurassic microphone.

Pughk! Pughk! pukpok ng mama sa uluhan ng mic sabay sipat sa on/off button para siguraduhing naka-on, kahit pa naka-on na, at rumesponde na sa speakers ang pukpok niya sa mikropono.

"'Ayun po, ano? Pasensiya na sa technical ano. Ahem—ugh!" pagkalibre sa lalamunan ng mamang nalulunod sa reverb ang boses. "Bilang kinatawan ng Kagawaran ng Edukasyon, nais po naming magpabatid ng mainit na pasasalamat at paghanga, ah—today, we are here to acknowledge and express our profound appreciation for the remarkable efforts of two individuals who have played an instrumental role in bringing light and knowledge to our community."

Umalingawngaw ang palakpakan at hiyawan sa covered court ng San Pedro.

"Mr. Liu and Mrs. Cedes Luna, your dedication to education and your unwavering commitment to the betterment of our society have truly left us in awe. The Knowledge Builders Foundation Learning Center in Barangay San Pedro, Pateros, stands today as a testamehn, ahm testament to your enduring spirit of philanthropy."

Tumayo ang mag-asawang Mr. Liu at Mrs. Cedes Luna, pumihit at kumaway sa mga tao, panauhin mula sa DILG-NCR, at opisyal ng munisipyo at barangay. Muli, tumugon ng malulutong na palakpak na may kasamang hiyaw ang mga tao.

"In a world where knowledge is the most powerful tool we can provide to our future generations, you have shown as, ahm us what ist means to be true agens—ahem agents of chains, sorry—change. Your support in the creation of this new learning center exemplifies the very eyssence of community empowermeynt. Through your generosity, you are opening doors to endless opportunities for the young minds of this community. You are paving the way for them to dream, to grow, and to succeed."

"Ang lupit mo, Liu-nardo Dil Karpyo! Taytaniks! Woooooh!"

Napalingon ang mga nasa harap, natigilan ang nasa entablado. Sigaw iyon mula sa dulong bahagi ng court sa likuran, sa labas ng grills, mula sa mga tambay na sa maraming pagkakataon, nakaabang sa pakain at raffle pagkatapos ng programa. Pumutok ang tawanan sa likod, nahawa ang ibang tagapakinig. Umabot ang ugong sa harapan. Panakbong pumunta ang mga tanod sa pinagmulan ng sigaw, mabilis nagpulasan ang mga tatawa-tawang tambay.

"Okay. Masyadong na-excite po 'ata si Kuya sa likod. He-he-he! So, on behap of the Department of Education and the entire Barangay San Pedro community, I extend our deepest gratitude for your invaluable contributions. Your efforts will continue to inspire generayshons to come. Together, we will nurture the minds of our youth, empower them to reach their full potential, and ensure a brighter future for all."

Palakpakan. Muli, tumayo ang mag-asawa, tumungo sa kanila ang mga bisita at opisyal para kumamay at magpasalamat. Pagbalik ng mga tanod malapit sa stage, siyang balik din ng mga tambay sa likod.

"Kainan na! Kainan na! Kainan na!" koro ng mga tambay. Muling humagad ng takbo ang mga tanod sa kanila.

Picture taking ng mga panauhin at opisyal: Selfie kasama ang mag-asawa, group picture kasama ang mga musmos na beneficiaries. Iikot muli ang mga kamayan, beso, akapan, at munting kumustahan. Sa gitna ng huntahan, pumasintabi si Mr. Liu para sagutin ang nagba-vibrate na phone sa bulsa. Listong bumuntot ang dalawang private security, sumenyas siya ng hinto, at humimpil ang dalawang security matapos ang isa't kalahating hakbang. Bahagyang dumistansiya si Mr. Liu. Pahaging-haging lamang ng tingin si Mrs. Cedes habang abala sa pagtanggap ng walang-katapusang pasasalamat ng mga tao sa kanilang donasyon.

Incoming Call... **M41**
Accept / *Decline*
"Yes?"
"Extend."
"Oke!"
End call

GRRRRRGNG! GRRRNG!

Napabalikwas sa paghilata sa opisina si Froilan nang gumapang sa pagba-vibrate ang cell phone niya sa mesa. Para bang kabisado na niya kung anong klase ang vibration kapag si Sarge O. ang tumatawag, kahit pa wala naman talaga 'yong ipinagkaiba sa iba.

*Calling...*Sarge O.
Accept / *Decline*
"Sarge."
"'Yung kay M41, stand by."
"Kopya."
End Call

Masigasig na gumayak si Froilan, kinontak ang mga kasama para ipagbigay-alam ang ikakasang lakad ng grupo. Inikot niya ang tingin, abala sa presinto ang lahat: Ang de-mesa, police blotter, at ilang kasamahang nakahilera sa kubli ng entrada, nakatutok sa pagra-rank sa Mobile Legends. Sisibat na lang siya nang bigla na namang bumarena ng vibrate sa kaniyang area. Sinuyod niya ng tingin ang mesa. Nasa bulsa at bag na niya ang mga cell phone. May kung anong kumalabit sa mga mata niya papunta sa direksiyon ng drawer sa ilalim ng mesa. Dagli niyang sinusian, pihit, bukas. Noon di'y mabilis niyang naalala na palihim niyang dinala ang cell phone ng asawa.

Incoming Call... **09165088032**
Answer / Decline

4 text messages received **09165088032**
Binuntis aq ng asqwa u... .
Asawa u...
Hindi i2 prank mam gus2 q lng mlaman u
Nagsend aq ng pic nmen s fb mu mam

Biglang putok ang butil-butil at malamig na pawis sa noo ni Froilan, mabilis ang kalabog ng dibdib. Nagmamadali niyang binuksan ang Facebook app sa phone ng asawa.

Message requests (1)
You may know | Spam
Swipe left
More / Delete

Nahimasmasan siya nang makitang hindi pa nabubuksan ang message request. Lumuwag ang paghinga niya pagka-delete ng mensahe. Dagli niyang ibinulsa ang phone. Silip niya sa orasan, sa tantiya niya'y on the way na ang mga kasama. Hindi siya mapanuto. Alam niyang makalulusot siya sa asawa ngayon, pero hindi palaging makikisama ang pagkakataon. Torta ang utak niya kaiisip. Kung ano ang uunahin, hindi na iyon dapat pang pinag-iisipan. Mapapatay siya ng asawa, pero mauuna ang grupong gumawa n'on sa kaniya, kasama ang buo niyang pamilya, kung sasalya siya sa usapan. Kailangan na niyang lumakad.

Pagdating sa Ilaya, rumekta siya sa Soriano. Nag-park siya sa gilid ng lumang Bechay's Goto-Bulalo-Tapsi na ngayo'y ginawa nang tirahan ng mga aso at pusang gala. Doon niya kikitain si Jojo bago kitain sina Baldo at Eli. Bumaba siya ng sasakyan at tumulak sa sari-sari store sa tawid-kalsada, yumosi at Cobra habang naghihintay.

Dalawang yosi ang lumipas sa kaniyang baga, naaninag na niya ang isang mamang kalbo, pantay ang leeg sa panga, may kalaparan ang pangangatawan, patungo sa kaniya. Si Jojo o Jo kung tawagin sa grupo.

"Balita, Lan?" bati ni Jojo, lahad ng kamay.

Iniabot ni Froilan ang kaha ng Marlboro pula. "M41, steady," tugon niya.

Nagtaktak si Jojo ng isang stick, nagsubo at sindi, isinauli ang kaha kay Froilan saka sila lumakad patawid sa Bechay's.

Balisa si Froilan. Habang biyahe, panay ang vibrate ng cell phone ng kaniyang misis. Deretso ang tingin niya sa kalsada, hindi umiimik. Pinunan ni Jojo ng usok ang mga patlang. Batid ni Jojo, di karaniwang tahimik si Froilan. Bigla'y humiwa sa katahimikan ang ringtone ni Jojo, *Cold Summer Nights* ni Francis M. Agad sinagot ni Jojo ang tawag.

"Yes, boss?"

"Si Olan?"

"Biyahe kasama ko, boss."

Napalinga si Froilan, nagmamadaling dinukot ang cell phone sa sling bag. 6 missed calls, 3 text messages galing kay Sarge O. Isa-isang binuksan ni Froilan ang mga text messages.

3 text messages **SARGE O.**
M41, re-sched...
Txtbk kung copy...
Venison, go...

"Pakisabi, silipin telepono niya."

"Okay. Okay. Copy, boss.

"Lan, Boss Ortiz," abiso ni Jojo.

Dagling tumawag-pabalik si Froilan kay Sarge O.

*Calling...*__SARGE O.__

"Olan, bilin ko, idikit mo sa katawan mo 'yang selpon mo."

"Pasensiya na, Sarge. Maneho lang."

"Ke lumalangoy ka pa, sumagot ka sa tawag."

"Opo, Sarge. Sorry, sorry."

"Di ko na uulitin, ha? Magbasa ka ng text."

"Yes, Sarge."

"Olan, hindi na 'ko tatawag uli sa mga tao mo, ha? Ikabit mo sa 'yo 'yang telepono mo."

"Kopya, Sarge. Pasensiya na ulit."

Iiling-iling si Froilan pagkatapos ng tawag. Ayaw niyang sumasablay kay Sarge O.

Pumihit siya at dinukot sa bulsa ang cell phone ng kaniyang misis; putakti na ng miscol at text messages. Napuna ni Jojo ang gigil at dismaya ni Froilan.

"Olan, update ni Sarge?" tanong ni Jojo.

Hindi agad nakatugon si Froilan. Hindi na pumursige ng usisa si Jojo. Tuloy-tuloy ang biyahe. Hanggang sa may kung anong mistulang dumapong hangin sa ulo ni Froilan, may biglang hibo ng sigasig na tumugon, bagaman may malamig na antalang pagitan.

"Go sa M41," pirming tugon niya kay Jojo. Ibig sabihin tuloy na ang lakad, taliwas sa abiso ni Sarge O. Tumango lamang si Jojo bilang pagsang-ayon.

"Area-han mo 'yung Venison para sa pickup. Babalikan kita kasama sina Baldo at Eli. Rerekta ako sa ligpit, 'tapos kokontakin ko kayo."

"Mag-isa kang gagawa do'n?"

"Kokontakin ko kayo. Dobol job tayo ngayon."

"Sige."

Tumulak sila pa-Venison, doon ibinaba ni Froilan si Jojo. Trabaho nito ang magmanman sa area—kilalanin ang paligid, kalkulahin ang mga galaw at daloy ng tao batay sa oras, humalo sa mga pamilyar na mukha sa lugar, at maging kabilang at kakulay ng mga tagaroon sa loob ng maiksing oras-panahon lamang. Ang mga ito, para sa ikakasang pickup.

Dagling sumibat si Froilan. Sumaglit siya ng park sa likod ng Venison, Landbank. Inilabas niya ang cell phone ng kaniyang misis, tumipa.

To: **09165088032**
Nakita ko na ang pictu__
Nakita ko na ang picture... meet tayo sa Sister Sinangag sa likod ng pasig simbhan 3:30
Kylangan ko ng statement mo to file ca__
Kylangan ko ng statement mo to file case sa aking husband_
Naki_
Home > Notes

May ilang minuto ring humimpil si Froilan sa sasakyan, nakatanim sa cell phone, pirmi ang pagtipa. Ibinaba niya ang bintana ng kotse, kumawala ang dangkal-dangkal na usok ng sigarilyo. Bumaba siya ng sasakyan, tumahak sa gilid ng Landbank, sa hilera ng meryenda at palamig.

"Ate, magkano sa gulaman?" tanong ni Froilan.

"Kinse ho, bossing," tugon ng tindera.

"Isa, ate."

Hinalo-halo ng ale ang gulaman sa container gamit ang stainless na kutsaron, nag-umpugan ang mga tipak ng yelo, umikot ang arnibal, lalong namawis ang container. Sumalok sa malaking baso si Ate at iniabot kay Froilan. Dinukot niya sa likurang bulsa ang matabang pitaka, pumitas ng limandaan, iniabot sa ale.

"Boss, ang laki naman niyan? Kinse pesos lang ho," gulat ng ale sa halagang iniabot ni Froilan.

"Kaya mong basahin 'to, ate?" pakita ni Froilan ng notes sa cell phone.

"Ano po 'yan, boss?" taka ng ale.

"Basta, babasahin mo lang."

"????"

---

*Calling...***DOBALDS**
"OLAN, BALITA?"
"Dobalds, pare. Sister Sinangag, 2:30."
"Sige."
End Call

Dambuhala ang ngiti ng tindera. Nakabalik na sa sasakyan si Olan nang mapagtanto ng ale na hindi nito nakuha ang baso niya ng gulaman.

Tumulak ang ale papunta sa sasakyan ni Froilan. Tinted ang bintana, pero dahil sa taas ng tirik ng araw, bahagyang aninag ang loob ng sasakyan. Sinubukan niyang kumaway. Kakatukin na niya ang bintana nang mapansin niya ang kakatwang ginagawa ni Froilan—hawak ang dalawang cell phone, mistulang ipinaghahalikan ang mga ito sa isa't isa. Para bang isang batang tuwang-tuwa na ipinagdidikit ang dalawang tau-tauhan. Pero seryoso si Froilan. Nailing na lang ang ale.

7
FEMICIDE

SA MUSMOS NA isipan, hindi niya lubos na maunawaan kung bakit linggo-linggo na lamang ay paulit-ulit ang epekto ng awiting Kaluguran ng Puso sa mga taong nagtitipon sa fellowship home. Sa saliw ng marubdob na litanya ng kaniyang tiyuhing pastor na madalas nagsisimula at nagtatapos sa 'Lord God', para bang may ugat sa puso't utak ng mga sumasamba na palaging napipisil nang tumpak para umiyak, maglupasay, at magkikisay ang mga ito.

♫ *Ang puso'y nagpupuri sa iyo*
Dinadakila ka, oh Hesus
Dinadakila ka, oh Hesus

"Lord God, itinataas naming lahat sa 'yo, Lord God. Lord God, kami'y magsisilbi sa 'yo nang walang-hanggan, Lord God. Lord God, maluwalhati kang lubos, Lord God. Itinataas naming lahat sa 'yo, Lord God." Sinasakop ng mabilog, mababa, at ubod-lakas na boses ng pastor ang mataas na kisame ng fellowship home.

Sa kaliwa niya ang kaniyang ama't ina, sa kanan naman ang kaniyang Ate Elbi, kapwa nakabitin ang mga kanang kamay sa hangin habang ang kaliwa'y nakasapo sa dibdib. Luluha-luha ang kaniyang ina, humahagulhol na parang baka naman ang kaniyang ama. Ang kaniyang Ate Elbi, humihikbi-hikbi. Siya, naghihintay na matapos ang service para makakain na ng maruya kina Aling Chona sa labas.

"Marisol, ano ba?" simpleng siko sa kaniya ng kaniyang Ate Elbi.

Hindi siya umimik. Alam na niyang kapag ganoon, kailangan na niyang itaas ang kaniyang kanang kamay, ilagay ang kaliwa sa dibdib, at maglukot ng mukha dahil hindi kayang bigla na lamang humugot ng luha kung saan.

Anumang ganansiya ng fellowship home, hindi maitatanggi na malaki ang kabuluhang dulot kay Pastor Sulivan. Sa munting bayan ng Alirao, kinikilalang mas maimpluwensiya ang pastor kaysa kapitan ng barangay. Ang salita nito ang nagpapagalaw sa komunidad, siya ring nagpapahinto kung kinakailangan.

Panganay na kapatid ng ina nina Marisol at Elbi si Pastor Sulivan. Dahil ang pamilya ay pamilya, naaambunan sila ng mga biyayang kaloob ng Diyos. Nakapag-aaral sa pribadong paaralan ang magkapatid, hatid-sundo pa ng magarang sasakyan dahil sa kanilang tiyuhing pastor, hindi tulad ng maraming bata sa fellowship home na kailangan pang tumawid ng mahabang ilog sa Baswan at Kambal-Burol para lamang makapasok sa eskuwela.

"That son of a—must be hiding something. Wala ni kaunting hinala ang pulis?" galaiting anas ni Marisol habang ibinibuga ang usok sa labas ng bintana ng opisina. Iling lang ang naitugon ni Pancho. "The guy's audacity is just fucking unbelievable! Tanungin ba naman ako kung naghihinala ba daw tayong siya ang pumatay sa kapatid niya?"

"Sinagot mo naman ng hindi," balik ni Pancho habang nakatutok sa kaniyang laptop. Umikot ang ulo ni Marisol papunta sa direksiyon niya nang dahan-dahan, umuusok-usok ang ilong.

"What the fuck is wrong with you? Alangan sabihin kong oo?" Lalo lamang nagatungan ang inis ni Marisol.

"He-he. Heto, sumagot 'yung source. Nag-request daw si Dondi ng file copy ng case."

"For what?"

"Life insurance ni Divine. Which is normal naman. Ganyan manghingi ng requirement ang mga insurance company para makuha mo ang perang sa 'yo naman."

"That's an angle. Ano'ng tingin mo, Panch?" intriga ni Marisol.

Nanlaki ang mga butas ng ilong ni Pancho, kalahati ang ngiti, angat-kilay, sadyang inilaki ang mga mata. Hitsurang heto na naman tayo.

Kumatok sa bukas na pinto ang isang lalaking payat. Kagyat na pinitik ni Marisol ang punggok na basyo ng sigarilyo sa labas ng bintana at saka mabilis itong isinara, saka nag-spray ng pabango.

"Ma'am Sol, tawag po kayo ni Boss Sox," anas ng lalaki sa maliit at matinis na boses.

Nagkatinginan sina Marisol at Pancho. Bumuntonghininga si Marisol. Muli, iling lang ang naisagot ni Pancho.

Ilang Sabado ng Saturday school sa fellowship home, huli nang nasusundo si Marisol ng kaniyang Ate Elbi. Panakot ni Marisol sa kaniyang ate, isusumbong niya ito sa kaniyang mama at papa na palaging kasama ang boypren na taga-kabilang ibayo kaya late siyang masundo palagi. Hanggang isang Sabado at nasundo nang lahat ng kaniyang kaklase sa school, nag-ikot-ikot siya dahil sa inip. Napadpad siya sa tambakan ng mga instrumento ng banda. Sa likod ng nakatalukbong na drum set, naaninag niya ang kaniyang Ate Elbi, sa pormang patuwad, nakapatong ang mga braso sa nakabalot na organ, may kamay na nakatakip sa bibig. Nang iangat niya ang tingin, nakita niya ang kaniyang Tiyo Sulivan, umaayuda, mariin, marahas. Inaresto siya ng perpetwal na limang segundong kulay itim.

"I ain't up for hearing any of your excuses right now, Sol," bungad ni Sox sa kaniya.

"We're putting my materials to good use in both p—" balik ni Marisol.

"Both print and digital," panapos ni Sox ng pangungusap ni Marisol. "Yeah, yeah. At ibang proyekto ang ine-expect sa 'yo. Paulit-ulit na tayo dito, Sol."

"Give me a little extra, boss. Pasensiya na."

"So gusto mo, ang sabihin ko sa taas, 'More time, please?' Sol, ako ang sinisingil sa isinaksak mo sa pipeline."

♬ *Ang puso'y nagpupuri sa iyo*
Dinadakila ka, oh Hesus
Dinadakila ka, oh Hesus

"Lord God, hindi kami karapat-dapat sa 'yong pag-ibig, Lord God—" Natigilan ang pastor sa malakas na balagbag sa entrada ng fellowship home. Napalingon ang mga sumasamba.

"Putangina mo!"

Lumaslas ang malutong na mura sa gitna ng taimtim na pagsamba. Huminto sa pagtugtog ang banda. Natigilan ang lahat, unti-unti ang pagbaba ng mga kamay na nakabitin sa hangin.

Nanlaki ang mga mata ni Elbi. Ang kaniyang kasintahan, si Melvin, ay may tangan na kalawanging tubo, nanlilisik ang mga mata.

"Manyakis kang putangina ka!"

Pasugod ang binata habang nakaduro ang tubo sa direksiyon ng pastor. Umugong ang sabay-sabay na buga ng mga salita mula sa mga tao kasabay ng pag-atras at ilag ng ilan sa takot.

Hindi na kakikitaan ng gulat ang mukha ni Marisol. Mas nanaig ang antisipasyon niya sa mga mangyayari. Matalas ang tingin niya sa kaniyang tiyuhin. Kasabay niyang nagngingitngit sa galit si Melvin, lalo pa't hindi niya makitaan ng anumang emosyon ang pastor—walang hibo ng takot, ligalig, o pag-aalala. Si Elbi, patingin-tingin sa kaniyang ama't inang kapwa nagitla sa eksena. Tila gusto niyang lumubog sa lupa lalo pa't walang ideya ang kaniyang mga magulang na mayroon siyang kasintahan. Patong-patong ang hiwaga ng sitwasyon sa kaniya, wala siyang pinagsasabihan ng anumang pang-aabusong natatamo niya sa tiyuhin. Pinisil ni Marisol ang palad ng kaniyang Ate Elbi.

"You are not moving with this project, Sol."

"I have something, boss," bantulot na sabi ni Marisol.

"Puro tayo ganito, eh," dampot-bagsak ni Sox ng folder sa kaniyang mala-gubat na mesa.

Patlang, garalgal lamang ng malaking window type air-con ang maririnig. Bumuntonghininga si Sox.

"Show me what you got... Go," tila hamon na usal ni Sox.

Hindi nakaimik si Marisol.

Nang makarating sa kaalaman ng ama't ina ni Elbi ang tungkol kay Melvin, ilang buwan din siyang hindi basta-basta nakalalabas ng bahay kung hindi rin lang sa eskuwela at fellowship home ang punta. Ilang linggong nakatutok sa kaniya ang ama't ina. Nang mapuna ng ina ang mga labahin, at lumalampas na sa kalendaryong walang labahing panty na may tagos at napkin sa basurahan, nakaramdam ito ng ibayong pangamba. Nang ipa-PT test si Elbi, dumalawang linya sa unang subok. Pinalaklak siya ng kaniyang ama't ina ng apple cider at pinag-PT ulit. Mas luminaw lamang ang dalawang linya. Naghuramentado ang ama, lupasay ang ina kaiiyak. Nanggagalaiti sila kay Melvin. Hindi maaaring malaman sa fellowship home ang nangyari. Hindi maaaring makarating kay Pastor Sulivan ang naging resulta—ayon sa mga magulang ni Elbi—ng pagiging suwail na anak nito. Si Marisol, nakatunghay lamang sa gumuguhong tahanan habang kumakain ng kaniyang paboritong maruya ni Aling Chona.

Nakarating kay Melvin ang naging resulta ng kawalang-hiyaan ng pastor. Wala itong pagdadalawang-isip na sumangguni sa mga pulis para isumbong ang pangmomolestiyang ginawa nito. Tulad ng inaasahan, walang nangyari at kinuwestiyon pa siya kung bakit naman maniniwala sa sabi-sabi ng isang paslit.

"We have new leads in the Amadeo case, and the pattern is getting clearer in relation to previous cases. Soon, we'll figure out the connection, boss," anas ni Marisol.

Nakatitig lamang sa kaniya si Sox. Nakatapon naman kung saan ang tingin niya, di-mapanuto. Panay ang hagod niya sa batok.

"That's what you call something?" malamig na tugon ni Sox.

Marahas ang pagkakadakot ng ina ni Elbi sa kaniyang buhok, hila-hila siyang parang isang sakong harina. Naroong humampas siya sa mga kanto ng kanilang bahay, walang pakialam ang kaniyang ina, sinesegundahan pa ng hampas ng bakal na sinturon ng kaniyang ama. Si Marisol, nasa isang sulok, astang miron na nakamanman sa pambunong-lansangan.

"Mama! Mamaaaa! Tama na poooooo! Parang away n'yo na pooooo!" basag na palahaw ni Elbi.

"Disgrasyada kaaaaa! Hindi kami nagpapakakuba ng ama mo para lang mabuntis ng isang demonyo! Piste ka, Elvira!"

"Demonyo talaga si Tiyo Sulivan," bulalas ni Marisol.

Natigilan ang kanilang ama't ina. Naiwan sa hangin ang mga hikbi ni Elbi. Blangko ang mukha ni Marisol, walang paghingi ng tawad sa sinabi.

"Marisol, ano'ng sinabi mo?" Animo'y hindi klaro sa pandinig ng kaniyang ama ang narinig, di makapaniwala sa lumabas sa bibig ng anak na paslit.

"Binuntis ng demonyo si Ate Elbi—ng demonyong si Tiyo Sulivan," pagdiriin pa ni Marisol.

"Elviraaaaaa! Lapastangan kaaaaaa!" balik-bulyaw ng kaniyang ina. "Ano'ng isinasaksak mo sa utak ng kapatid mo't idinadamay po sa kawalang-hiyaan mo, disgrasyada!"

Parang uod na na naglabasan ang ugat sa leeg ng kaniyang ina. Ang kaniyang ama, nagdidikit na ang ilong at labi sa galit. Ipinulupot nitong muli ang kalahati ng sinturon sa kamao.

Bago pa man muling umapuhap ng sasabihin si Marisol, binasag na ni si Sox sa kaniya ang matagal na rin naman niyang inaasahan.

"I will have to float you, your project is not moving. Alam natin pare-pareho 'yan," matigas na sabi ni Sox sa mababang tono.

Walang dalawang linggo, natagpuang palutang-lutang ang katawan ni Elbi sa ilog ng Baswan, malalim ang laslas sa kaliwang pulso. Noon din ay deretso kalaboso si Melvin. Bumalik sa kaniya ang lahat ng sigalot na nagsimula sa pananamantala ni Pastor Sulivan.

"Noong nag-pitch ka para sa proyekto mo—femicide, yes? Hindi 'yan binibili ng exec, until ikinonekta mo sa K-pop fever. I will admit, you did a great job with that spontaneous BS. Alam nating pareho na wala 'yun sa original pitch. Naka-score tayo ng green light dahil sa sabi mo, Marisol magic. Now they know we are bullshiting them. You don't bullshit the bullshiter," litanya ni Sox, kapuna-puna ang namumuong puting laway sa magkabilang gilid ng mga labi nito.

"I am not bullshiting none of them fucks."

"Bullshit."

Sa pagtatapos ni Marisol sa high school bilang class valedictorian, nagkasundo ang kaniyang mga magulang at si Pastor Sulivan na gawin ang pagdiriwang sa fellowship home. Ang istorya ni Marisol ay gagawing buhay na patunay kung paano gumagalaw ang salita ng Diyos sa mga pamilyang hindi nawawalan ng pananampalataya sa kabila ng trahedya at pagsubok na pinagdaanan.

Pagdating ni Marisol sa fellowship home, mainit siyang sinalubong ng pagbati ng mga tao. Walang pagsidlan ang saya ng kaniyang mga magulang. Siya, walang kainte-interes sa mga nangyayari. Nahati ang pulutong ng tao sa pagpasok ni Pastor Sulivan. Bilang pagbati, inakap niya nang mahigpit ang pamangkin. Ramdam ni Marisol ang pagdulas ng kanang kamay nito sa kaniyang balakang. Ipinagkibit-balikat niya lang iyon.

"Diko, hindi namin alam kung paano magpapasalamat sa 'yo; sa ganitong paraan na lang. Nakita mo naman, pers honor ang pamangkin mo," sabik na sambit ng ina ni Marisol.

"Si Hesus ang nagdala nito sa atin, Ditse. Sa kaniya tayo magpasalamat," tugon ng pastor.

Bagsak ang mga balikat ni Marisol. Papalabas na siya ng opisina ni Sox.

"There's a way we could push forward with this project," pakli ni Sox. Pumihit si Marisol. "News director wants to turn your project into a November special. Well, October 31 is hall—" tuloy ni Sox na agad ring pinutol ni Marisol.

"Damn! I knew it."

"Take it or leave it."

"What the fuck do they want me to do?"

"Tie the story to something that would fit the season, like a serial murder."

"E, talagang bullshiter. Walang gano'n dito."

"I am just stating an example. Use occult, ritual offerings, make something out of it kung gusto mong may puntahan 'to. Capitalize on intrigue, fear."

"So, you want me to whip up a fake story?"

"You are not asked to fake one; your task is to produce one with the materials you already have."

"Not my angle."

"Not my problem."

Habang abala ang lahat sa pagdiriwang, nasa dirty kitchen si Marisol, pumuslit ng yosi. Dinig niya ang mabibigat na yabag na parating. Hindi siya nagkubli. Mahaba at pino pa rin ang ibinubuga niyang usok.

"Alam ba ng mga magulang mo na nagbibisyo ka, hija?" komprontaa sa kaniya ng kaniyang Tiyo Sulivan.

Hindi sumagot si Marisol, patay-malisya, itinuloy lamang ang paninigarilyo. Dahan-dahan itong tumungo sa sinasandalan niyang lababo. Hindi natinag si Marisol.

"Hamo't hindi ito makakarating sa mama at papa mo, basta ipangako mong ihihinto mo ang paninigarilyo."

Marahang inabot ng pastor ang sigarilyo sa kaniyang kamay. Hindi bumitiw si Marisol, ramdam iyon ng kaniyang tiyuhin.

"Kung hindi ka talaga maaawat…" pagtutuloy nito.

Gumapang ang kamay ng kaniyang tiyuhin sa kaniyang tagiliran, paangat sa kaniyang dibdib. Walang pagtutol si Marisol sa ginagawa ng kaniyang tiyuhin. Ngunit dahan-dahan nang sinasalat ng kaniyang kamay ang bread knife sa lababo, pagkadaka'y umunday siya ng laslas sa mukha ng kaniyang tiyuhin. Humiwa mula pagitan ng kilay hanggang kanang butas ng ilong ang kutsilyo, punit ang ilong ng pastor.

"Ahhhhhggghhh! Peste kang bata kaaaaa!" Sapo-sapo ng pastor ang kaniyang duguan at pilas na ilong.

Pumusitsit ang pulang-pulang dugo sa mukha at puting blouse ni Marisol, tuloy-tuloy ang sirit na parang nabutas na ice tubig. Bago pa rumesponde ang mga tao sa narinig na palahaw ng pastor, tumakbo na papalabas si Marisol sa likod-labasan na kaputol lang ng dirty kitchen ng fellowship home.

Dumeretso si Marisol sa bahay ng malapit na kaibigan at kaklaseng si Shirley sa karatig-ibayo. Noon di'y naabutan niya ang kaunting salusalong pampamilya gawa nang nagtapos naman si Shirley bilang class salutatorian.

"Ano'ng nangyare sa 'yo, bata ka?" Gulat na gulat ang nanay ni Shirley na si Aling Chona sa hitsura ni Marisol.

"Sol, halika, halika," salubong-akay sa kaniya ni Shirley.

Nagmakaawa si Marisol na itago siya mula sa kaniyang pamilya at manyakis na tiyuhing pastor. Walang pagdadalawang-isip na sumaklolo si Shirley at ang kaniyang pamilya.

"Sol, balita?" salubong sa kaniya ni Pancho paglabas niya ng opisina ni Sox.

"We gotta speed up this damn project."

"Ito, kapapasok lang, name nung matandang babae sa presinto—Helen Bonifacio. 'Yung apo niya, same case kay Divine."

Napahinto si Marisol. "What?"

"Teka, mabalik ako. How can Dondi obtain a report for insurance? He'll only be eligible if he is not a suspect in the homicide, or yeah, murder of the insured."

"Exactly. Why the fuck did the police grant him?"

"'Cause he's not a suspect and just in, from our source, may suspect na sa Divine Amadeo case. Panis ka, ano?"

"Tangina naman."

Sa Maynila magkokolehiyo si Shirley. Sumama si Marisol sa kaniya at nangakong pagtatrabahuhan ang kaniyang pag-aaral. Maingat silang nailabas ni Aling Chona sa bayan ng Alirao, papunta sa terminal ng bus pa-Maynila.

Habang biyahe, umaanod sa gunita ni Marisol kung pa'nong sa mismong tahanan niya nagsimulang patayin ang kaniyang kamusmusan, kasunod ang kinabukasan ng kaniyang Ate Elbi. Hindi niya namalayan ang pagguhit ng luha sa kaniyang magkabilang pisngi. Pinahid iyon ni Shirley at saka siya inakap nang mahigpit.

8
GUBAT NG PURGATORYO

Request No. 00865
Police Report: Case file 10-53-6/Divine Tracy N. Amadeo
Reason for Request: Life Insurance Claims
Requester: Dondi N. Amadeo

NANG MAKITA NI Dondi na kalansay na lamang ang mga labi ni Divine sa Silveria Fields, iba na agad ang kutob niya. Natural lamang na ayaw maniwala ng sinuman na papanawan sila ng mahal sa buhay sa ganoong paraan, ngunit iba ang kawalang-paniniwala ni Dondi sa inilatag na pangyayari sa kaniyang harapan. Parang uod ang agam-agam sa kaniyang bungo. Ilang araw na niyang ipinagkakatiwala sa mga tauhan ang pagbubukas ng pharmacy. Pagkakuha ng police report at photo evidence log—na pinadulasan niya pa sa imbestigador kahit pa alam niyang karapatan niyang ma-access ang mga dokumentong ito—malaking oras ang iginugol niya sa pagkukulong sa bahay.

Batbat na ng mga napunggok na basyo ng sigarilyo ang mangkok sa mesa. Nakalatag ang mga papel, patong-patong na bukbuking libro, kalat-kalat na balat ng Annie's langka-ube candy, palaging may umuusok na itim na kape.

Investigator's Checklist / Notes
Physical Evidence/s: Plain tote bag, School ID, Pink pouch, Synthetic bracelet
Photo log:

DOC LEO / *Mobile (01:23)* /
"Pare, bloat stage?"
"Ano nga uli 'yung area?"
"Malaking construction site, blangko. Tambak, lupa."
"Sa init ng panahon ngayon, approximately two to five days. Ga'no nga katagal nawala si Bayn?"
"Two weeks."
"Active decay, warm and humid conditions, one to two months, how skeletonized? Sorry, pare."
"Malinis, pare."
"Hints of flesh?"
"Kung may ma-miss ako, ga-butil, pare. Gano'n kalinis."
"Had it been near a body of water, with the soil undergoing liquefaction, decomposition would have been faster."
"'Yun din iniisip ko."
"Your theory makes sense."
"Salamat, Leo pare."
"Balitaan mo 'ko, Don. Ingat."
End Call

Muli, itinanim ni Dondi ang kaniyang ulo sa mesa. Sa ika-ilang pagkakataon, sinuyod niyang muli ang listahan ng ebidensiya. May kung anong hinahanap sa gunita si Dondi, pilit niyang tinitiyak sa paulit-ulit na pag-iisa-isa ng mga nasa listahan at larawan.

Plain tote bag, school ID, pink pouch, synthetic bracelet.

Hanggang bumalik sa alaala niya ang mga sandaling ibinibida ni Divine ang hikaw sa dila. Sinuyod niya ang lahat ng pahina sa police report—walang tongue ring. Malay siya na kung maaagnas ang katawan ng kapatid niya, madaling mare-recover ang hikaw nito sa dila. Ngunit pagbali-baligtarin man ang police report, walang matatagpuang hikaw. Ramdam ni Dondi ang tila pagsirit ng kung anong likido sa kaniyang tagiliran, umaandar sa kaniyang mga litid paakyat ng ulo, kumakalat sa kalamnan, nagpapakilala ng bagong hiram na lakas, binubura ang antok at hapo. Wala siyang dahilan para huminto.

Humupa na ang pag-usok ng kaniyang kape, inabutan na ng ligamgam. Tumungo siya sa kusina para mag-init, nagsindi ng yosi at ginawang timer sa pagpapakulo ang isang stick. Bukas ng phone, time check—2:37 a.m. Swipe, gallery, browse ng mga larawan. Larawan ni Divine. Bumuhos sa ulirat niya ang tantong dalawa na lamang sila ng kapatid sa kanilang maliit na mundo at kung bakit sa kabila n'on ay mangyayari pa ang bagay na kahit sino'y itataya ang lahat, huwag lang sapitan ng katulad na sitwasyon. Pilit na itinatanggi ng katinuan niya ang alaala ni Divine bilang isang kalansay sa hukay. Kada sisilipin niya ang mga larawan ng kapatid, natatabunan ang lagim ng mga ngiti at alaala ng pagiging masiyahin nito.

Plain tote bag, school ID, pink pouch, synthetic bracelet.

Tongue ring.

Tongue ring.

Active Decay.

Selfie, mirror shot, wide-angle—mga naipong larawan ni Divine sa cell phone ni Dondi. Ayaw niyang isipin na ang pangungulit ni Divine sa paggamit ng kaniyang phone para maglitrato, gayong may sarili naman itong cell phone, ay isang pabatid ng paparating na karima-rimarim na suliranin. Sa loob-loob niya, para saan pang itinatanggi niya sa sarili na kay Divine ang kalansay sa Silveria Fields kung tatalikuran niya rin lang ang lohikal na pangangatwiran?

Plain tote bag, school ID, pink pouch, synthetic bracelet.

Sumisipol na ang takure. Ngunit may kung ano siyang napuna sa mga larawan ni Divine. Zoom in sa mirror shot, wristwatch ang nasa kaliwang kamay nito.

Binalikan niya ang listahan sa kaniyang alaala. *'Synthetic bracelet.'*

Swipe, zoom, swipe—mga huling larawan ni Divine bago ito umalis ng bahay at hindi na nakabalik. Swipe, zoom, at nakahanap siya ng larawang kita ang kanang kamay nito. Walang bracelet. Para kumpirmahin, binalikan niya ang pinakalumang larawan ni Divine sa kaniyang phone papunta sa pinakabago. Swipe-swipe-zoom, swipe, zoom—walang kahit anong bracelet.

Minamalat na ang takure kasisipol, nagwawalang lalo ang uod ng agam-agam sa kaniyang bungo. Pinatay niya ang kalan, dali-daling isinalin ang kape sa tasa, halos walang pumatak. Nagsindi siyang muli ng sigarilyo at tumungo sa mesa, dali-daling dinukot sa mga nakatabong papel ang photo log.

Synthetic bracelet, pink pouch, school ID, plain tote bag.

Sa unang suyod ni Dondi sa mga larawan, una niyang napuna ang linis ng mga ito. Walang mantsa ng dugo. Sa isip niya, malaking posibilidad na nakahiwalay ang mga gamit habang inaagnas ang katawan. Hanggang maging partikular siya sa bracelet na kakatwa ang habi at kulay. Para itong itinirintas na buhok na may tatlong kulay—lila, berde, rosas. At palaging mananaig ang hinala sa taong sa talim ng hinala kumakapit para magpatuloy.

PAGPUTOK NG LIWANAG, kape, sepilyo, hilamos. Bago sumibat, silip sa phone. Time check—7:44 a.m. Swipe, camera, kuha ng litrato sa bracelet, dukot ng kaha ng sigarilyo sa likurang bulsa ng maong na pantalon, nagsubo't nagsindi. Tumulak siya papuntang pharmacy. Inabutan niya roon si Melba, ang kahera, at ang pharmacy technician na si Celine.

"Sir, good morning po," salubong ni Melba.

"Saan makakabili nito?" pakita ni Dondi ng litrato ng bracelet sa kaniyang phone.

"Diyan sa bayan, sir. Marami pong ganyan," tugon ni Melba. Nakisilip na rin si Celine.

"Napansin n'yo bang nagsusuot ng ganito si Bayn?" paniniguro ni Dondi.

"Naku, sir. Hindi ko lang po maalala."

"Sir, diyan sa may Dianson madalas mag-ikot si Divine," pakli ni Celine.

"'Ayun, sir. Sa Dianson po, may mga nagtitinda ng ganyan. Bakit po, sir?" usisa ni Melba.

"Ah, sige, sige. Salamat. Paki na muna dito, ha?" paalam ni Dondi.

"Ay, sir. Tumawag po sa landline 'yung taga-midya; 'yung babae po," pahabol ni Melba.

"Ayaw tumigil. Ano raw?"

"Hanap po kayo, nag-iwan po ng number niya sa selpon."

Iniabot ni Melba ang piraso ng papel kay Dondi. Wala sa loob niyang abutin ang papel, ngunit sa pagmamadali ay tinanggap niya na lang iyon at isiniksik sa bulsahan ng pantalon.

Mula Genericare, ang Dianson ang pinakamalapit na tiangge na posibleng mabilhan ng borloloy, katulad ng bracelet na nasa photo log. Walang limang minutong lakad ang distansiya n'on sa pharmacy. Pagdating sa Dianson, inisa-isa niya ang mga tindahan ng accessories. Panay ang pagsipat niya ng larawan sa phone at panay rin ang pasa sa kaniya sa ibang tindahan na kung susumahin ay pareho lamang ang itinitinda at sa maraming pagkakataon, kung hindi magkakapatid ay iisa lamang ang may-ari.

Hindi nawawala sa mga taong-tiangge ang pagiging masigasig sa kostumer, gaano man kalaki o kaliit ang halaga ng bibilhin nito.

"Boss, karamihan dito, Buddha bids saka pampangkista. Laos na 'yung ganyang disayn," anas ng binatang sunog ang balat at nakabandanang asul sa ulo habang sinusuri ang larawan sa phone ni Dondi. "Boss, puwede ko zoom?" paalam nito. Tumango lang si Dondi. "Boss, may nakasulat."

Nagsalubong ang mga kilay ni Dondi, isiningkit ang mga mata para aninagin ang sinasabi ng binata.

Kupas na ang mga letra sa kurbada't hangganan ng ikot ng bracelet sa larawan na hindi niya agad napuna kung hindi pa sinabi ng binata. Halos buradong mga letrang L – I – K at makikita na lamang ang kaputol kung mahahawakan nang pisikal ang bracelet at maiiikot.

"Boss, sa nagkostumays 'yan, dun sa pang-apat na stall sa kanan bago 'yung dulong tindahan ng sintas," turo ng binata.

"Customize? May gumagawa ng ganito, kuya?" usisa ni Dondi.

"'Yang may sulat-sulat, boss. Kadalasan mga hayskul, d'yan nagpapagawa. May sulat: ng kras nila, boypren-gelpren, ganyan— panga-pangalan. He-he!"

"Salamat, kuya."

Madali siyang nagpunta sa ika-apat na stall. *Jonie's Atbp*, sabi ng karatula. Sa isang banda ng isip niya, kinukuwestiyon niya ang pangalan ng tindahan ngunit batid niyang wala nang panahon para doon. Inabutan niya ang ilang kostumer na nakatanghod sa mga nagtitirintas at nagpipinta sa mga bracelet. Isiniksik niya ang sarili sa pulutong ng tao.

"Kuya, pumila ka," anas ng isang binatang lampas-tuhod ang T-shirt.

"Ah, sorry, sorry. Magtatanong lang ako," paumanhin-depensa ni Dondi.

"Pumila ka pa rin," protesta ng binata. Abala ang mga gumagawa para pastulin ang mga kostumer.

Hindi na umimik si Dondi. Pagkadaka'y hinila niya sa kuwelyo ang binata, palabas sa pulutong ng tao. Laking gulat nito, mawala-wala sa balanse.

"Ay, aray! Aray! Put—" Saglit na inagaw ng matinis at malakas na boses ng binata ang atensiyon ng mga kostumer. Agad rin namang bumalik ang tuon ng mga ito sa mga gumagawa, animo'y mga paslit na giliw na giliw sa panonood ng naghahalo ng semento.

"Turo mo sa 'kin, nasa'n ang pila d'yan?" usig niya sa binata. Hindi na ito umimik, wala nang nagawa kundi ayusin ang kuwelyong kinusmot ni Dondi.

Bumalik si Dondi sa mga gumagawa at nagtanong.

"Kuya, gumagawa kayo ng ganito?" pakita niya ng cell phone. Hindi sumagot ang abalang mama. Lumipat siya sa isa pa. "Kuya, gumagawa kayo ng ganitong bracelet?" ulit niya. Kalahating segundong sulyap at tumango ang mama.

"Pili ka ng kulay d'yan 'tapos sulat mo d'yan sa karton 'yung ipapalagay mo sa bracelet," walang tingin-tingin na sabi ng mama. "Ate, okay na 'to, hipan-hipan mo lang para matuyo 'yung tinta," abot ng mama ng natapos na bracelet sa isang dalaga.

Wala nang nagawa si Dondi kundi maghintay sa kaniyang turno.

"Kuya," tawag ng mama.

"Kuya, pasilip naman nito—" sagot ni Dondi.

"Hindi ikaw, kuya. Ikaw," turo ng mama sa binatang kinuwelyuhan ni Dondi kanina. "Lil Small ito, ano? Na malalaki ang lahat ng L?" tanong ng mama.

"Opo, kyah," bantulot na tugon ng binata.

Katulad ng mga naroon, tumanghod si Dondi. Alam niyang wala siyang makukuhang matinong sagot kung abala ang mga gumagawa. Dumapo sa atensiyon niya ang dalagang paihip-ihip sa bracelet na bagong pinta.

"Nakapili ka na ng kulay d'yan, kuya?" usisa ng mama.

Hindi agad nakasagot si Dondi, kinalabit siya ng binatang kinuwelyuhan niya.

"Oh!" bayolenteng tugon ni Dondi.

Pailag na ang binata nang tawagin uli ng mama ang atensiyon niya.

"Kuya, nakapili ka na ba ng kulay 'ka ko?"

"Ah, hindi pa, kuya. Kuya," mabilis niyang dinukot ang phone sa bulsa, swipe sa gallery, "tingin mo, dito 'to ginawa?" tanong ni Dondi.

Sinipat-sipat ng mama ang phone. "Bodjie, ikaw gumawa nito?" tanong ng mama sa kasama niya, mabilis na sulyap.

"Hindi ako ganyan magtirintas, bok," deretso nitong sagot.

"'Yung nakasulat, 'yung sa gilid, di masyadong kita, kuya. Pamilyar kayo?" pagpupursige ni Dondi.

"Kuya, sa dami ng nagpapapinta sa 'min, di na namin matatandaan 'yan."

Wala nang nagawa si Dondi kundi kumalas sa siksikan ng mga tao. Bumalik ang atensiyon niya sa dalagang paihip-ihip sa bracelet nang isuot nito ang bagong biling borloloy sa kaniyang paa.

"Putang—" anas ni Dondi sa sarili.

Binalikan niya ang mga larawan ni Divine sa cell phone. Swipe, zoom, swipe—walang larawan na kuha ang paa. Tumakbo siya pabalik ng pharmacy, deretso sa desktop para i-access ang record ng

CCTV upang kumpirmahin ang bracelet o sa hinala niya, maaaring anklet.

NIX-Konekt 6
> Recent Live View
< Camera 8@N40569925
6 Active Cameras / / /
(>) Playback

Sinuyod niya ang anim na anggulo. Play, pause, zoom. Paulit-ulit. Play, pause. Basag ang mga imahe kaka-zoom, kahahanap ng anggulong malinaw ang kuha bandang paa ni Divine. Mabilis ang tibok ng puso niya, butil-butil ang pawis kahit pa nakabente-uno na ang air-con sa botika. Wala siyang mapiga sa CCTV. Hanggang natigilan siya sa biglang naalala. Dinukot niya ang papel sa bulsahan ng pantalon, nag-aagaw ang damdamin kung ititipa sa cell phone ang mga numerong nakasulat.

9
IKATLONG TIPAK NG LAMAN

UMAALINGAWNGAW SA PANDINIG ko ang pagkanta ni Lolo Melchor, nangingibabaw sa nagsasagutang ugong ng hilik ng mga kakosa dito sa dorm. Nakapikit ako habang ang malay ko ay nasa butas na leeg ng matanda na binubulwakan ng malapot na dugo. Sa pagitan, ngumingiti sa akin si Sarah. Nagsasalit ang imahe niya sa utak ko noong bata pa siya hanggang magdalaga. Malalim ang paghinga ko tuwing biglang nabubura ang ngiti niya at napapalitan ng hirap. Isinusuka ng isip ko ang ibinalita sa akin ni Dodong.

Tingi-tingi ang patak ng oras dito sa Abadiano. Pero sa pagkakataong ito, mistulang nagbabagang mitsa ang bawat segundo. Mentras pinipigilan mo ang pag-andar, lalo lang itong nag-aapura sa pag-usad. Pumuputla na ang dilim sa labas. Ubos-lakas kong kinukupit ang kapirasong kapayapaan sa pagpikit.

NAGMAMADALING TUMUNGO SI Boni sa pinanggalingan ng ungol. Bandang hagdan, nakita niya si Lolo Melchor, nakasalampasak sa sahig. Daklot ng isang mama ang ulo nito. Pagkadaka'y umunday ito ng saksak sa leeg ni Lolo Melchor. Kitang-kita niya kung pa'no nabilaukan sa sariling dugo ang matanda. Nanigas ang panga ni Boni, mabigat ang sigaw sa dibdib na hindi mailabas. Hindi siya nakagalaw. Nakadagan sa buong katawan niya ang ilang toneladang takot. Hanggang sa maaninag niya ang mukha ng mamang bumutas sa leeg ni Lolo Melchor, matalas ang titig sa kaniya. Halos maubos ang natitirang hangin niya sa baga nang ma-sino niya ang mama. Nakita niya ang kaniyang sarili. Tumalikod ito at dahan-dahang lumakad papalayo.

Sa kanto ng hagdan pababa, naghihintay ang isang mama, nakaunipormeng jail guard. Palabo nang palabo ang kaniyang paningin, hinahabol ang imahe ng jail guard. Nagbaha na ang malapot na dugo ni Lolo Melchor sa limahid na sahig. Hinihigop siya ng pulang-pulang semento. Gusto niyang humingi ng saklolo ngunit arestado ng takot ang kaniyang tinig. Bago tuluyang lumubog sa tila bumukang sahig, nilingon siya ng pababa nang jail guard. At nakita niya si Tatay Obed.

KLANG! KLANG! KLANG!

Tsugh! Tssghh! Tsughk!

Klang! Krang! Krarng! Klang!

Klang! Tsugh!

Unti-unting nanuot sa pandinig ko ang mga ugong, palakas nang palakas ang palo't balagbag sa rehas. Noong pakiramdam kong nakaiidlip na ako, siyang bulabog dito sa kwerna.

Balikwas ako ng bangon. Una kong hinanap si Tatay Obed. Wala siya sa tabi ko. Umpukan na ang mga kosa sa pasilyo. Namintana ako sa pinong rehas sa paanan ng double deck nina Sammy at Aso. Papaakyat ang isang tropa ng SWAT at mga guwardiya.

May kung ano'ng parang pumiga sa sikmura ko. Ramdam ko ang kalabog ng dibdib ko. Gusto kong masuka. Alam kong wala si Tatay Obed sa tabi ko, pero binalikan ko pa rin ng tingin ang higaan namin. Para bang gusto kong humingi ng saklolo o hagod man lang sa likod, o simpleng tango para sabihing okay lang ang lahat. Malamang nasa tindahan na ni Simon si Tatay Obed, nauna nang magkape.

Nanginginig ang mga tuhod ko. Pinilit kong ihakbang ang mga paa ko. Sumiksik ako sa umpukan.

"Rat, ano'ng trobol?" usisa ko kay Kirat, astang wala akong alam.

"Si Lolo Melchor, dale," iiling-iling na sagot ni Kirat.

Hindi ko na kayang magpanggap ng gulat. Nanahimik ako't nagmatyag. Hindi ko kayang umabante para silipin si Lolo Melchor. Pagdating sa eksena ng mga SWAT at guwardiya, parang tumpok ng langgam na binuhusan ng tubig ang mga kosa—pulasan papalayo sa bilog ng eksena, sapat para makita ko ang bangkay ni Lolo Melchor.

"Tabe! Tabe!" bugaw ng jail guard.

Sumige sa pag-iimbestiga ang mga guwardiya't SWAT. Katuwang ng isang jail guard ang isang opisyal ng BJMP sa paglilista ng kung ano sa naka-folder na papel.

"Ginalaw n'yo 'to?" matigas na tanong ng isang guwardiya sa mga nakapalibot na kosa.

"Wala boss."

"Ta, hinde po."

"Wala pong gumagalaw d'yan."

Kaniya-kaniyang tanggi at depensa ang mga karantso, ang ilan napaatras na't ayaw mapagbalingan. Pakapal nang pakapal ang mga huntahan, wala na akong naiintindihan. Pagsaboy ng liwanag kay Lolo Melchor mula sa kamera ng isang SWAT, siyang andar ng mga pangyayari sa utak ko kaninang madaling-araw. Narinig kong muli ang pag-awit ni Lolo Melchor ng Eddie Peregrina.

"Bracelet!" hiyaw ng isang jail guard.

"Gawang Likha-Saya 'yan, ta," sabat ng isang kosa.

Napatingin ako sa kaliwa kong pulsuhan. *Putangina. 'Yung bracelet ko.* Atras ako. Hindi ko malaman kung saan ko isisiksik ang sarili ko. *Puki ng ina talaga, putangina! Tapos ako nito.*

"Likha-Saya?" taka ng isang SWAT.

"PDL livelihood," tipid na sagot ng opisyal ng BJMP.

"Ser, hindi kasama sa Likha 'yang matanda," biglang pasok ng guwardiyang si Jolas sa eksena.

"O, ilan lang kayong kasama sa livelihood dito sa kwerna, huwag na kayong magtakipan kung ayaw n'yong magkadamay-damay, ha?" anunsiyo ng opisyal.

Walang umimik. Paluwag nang paluwag ang umpukan. Putangina talaga. Bakit di na lang biglang gumuho 'tong kwerna? Bakit walang riot ngayon? Lalaya na lang, napeste pa talaga ang putangina.

"Ayaw n'yo magsabe?" tila nagbabantang tono ng opisyal. "Pasensiyahan, ha!" angil pa nito.

Ni hindi ko maproseso kung bakit may gumawa nito kay Lolo Melchor, 'tapos heto ako ngayon, nasa gitna ng putanginang kapestehang hindi ko alam kung bakit sa dami namin dito sa dorm, ako pa ang nasalyahan. Si Sarah, pa'no ko pa—putangina talaga.

"Sige, pakihugot lahat ng nasa livelihood dito," atas ng isang SWAT.

Biglang ugong ang pagkadismaya't takot ng mga karantsong miyembro ng livelihood.

"Akin 'yan, amo," galing ang boses sa kanto ng hagdan.

Natahimik ang buong dorm. Si Tatay Obed, may dala-dalang tasa ng umuusok na kape. Parang saglit na huminto ang oras. Nahati ang umpukan sa paglakad ni Tatay Obed papunta sa mga guwardiya.

"Obed, pa'no napunta 'to malapit sa bangkay ni Melchor?" tanong ni Jolas.

Sumagot lang nang gusot na mukha si Tatay Obed. Gusto kong lumakad papunta kay Tatay pero parang isenemento sa sahig ang mga paa ko.

"Iyang galos sa kamay mo, napa'no 'yan?" siyasat ng opisyal habang tuloy ang sipat kay Tatay Obed mula ulo hanggang paa, tagos pa nga hanggang kaluluwa.

"Sa livelihood, amo," pirming sagot ni Tatay.

Walang kasiyahan sa mukha ng opisyal. "Heh! Kinekengkoy mo naman kami, e," nakangising sabi ng opisyal, iiiling-iling. Tumango lamang ito sa mga tao niya, hudyat na kunin na si Tatay Obed.

Lalong kumapal ang makapal nang huntahan sa dorm. Sinuyod ko ng tingin ang mga kosa at alam na alam kong hindi sila makapaniwala. Lahat nagtataka. Pagbalik ko ng tingin kay Tatay Obed, pinoposasan na siya ng mga guwardiya.

"Amo, saglit lang," hiling ni Tatay Obed.

Huminto sa pagposas sa kaniya ang guwardiya. Humigop si Tatay sa kaniyang kape habang nakaporselas na ang bakal sa kanan niyang kamay. Maingay sa dorm pero lumalaslas sa pandinig ko ang kalansing ng posas.

Pinilit kong lumakad papunta sa kaniya, isiniksik ang sarili sa umpukan.

"'Tay?"

Nilingon ako ni Tatay Obed.

"O, hindi na ako makakadalo sa despedida mo, ha? 'Yung bilin ko," nakangiti pang sabi nito at saka binitbit ng mga guwardiya papalabas ng kwerna.

Inihatid ko ng tingin papalayo si Tatay. Napansin ko ang magkabilang pulsuhan niyang nakaposas ngayon, walang suot na bracelet.

Parang bangungot. Nanigas ang panga ko. Hindi na ako nakapagsalita.

Klang! Klang! Klang!

Klang! Krang! Krarng! Klang!

"Obed! Obed! Obed!"

"Obeeeeed!"

Nagsasabayan ang hiyawan at hampas sa mga rehas, isinisigaw ng mga kosa ang pangalan ni Tatay. Bumalik ako sa puwesto namin. Wala akong maiprosesong kahit ano sa utak ko. Bakit inako ni Tatay Obed? Bakit wala na siyang bracelet pagdating sa eksena? Inaasahan na ba niyang gano'n ang mangyayari? Ni hindi niya natapos ang kape niya.

"Boni, nangyare kay Tatay Obed?" usisa sa akin ni Sammy. Iling lang ang naisagot ko. "Tinira niya si Lolo Chor?" segunda pa nito. Iling lang uli ang isinagot ko. Pakiramdam ko, walang boses na lalabas sa bibig ko kahit gustuhin kong magsalita.

"Sammy, kosa. Sino ba nagsabing si Obed kumana kay Lolo? Ang siste lang, kaniya 'yung bracelet. Ano ka ba naman," singit ni Aso.

"E, 'yung mga galos niya sa kamay?" habol ni Sammy.

"Nadinig mo naman, di ba? Sa livelihood. Hindi lang naman siya ang sugat-sugat pagtapos gumawa sa Likha, ah?"

"O, e ano pa iisipin ng mga guwardiya?" balik ni Sammy kay Aso.

"E di sa wakas, may maikakaso na sila kay Obed. Setap, di ba?"

"Sabagay, 'yan lang naman hinihintay nila. Putangina, ang malas ni Obed."

"Kosa, wala namang suwerte dito. Kaniya-kaniyang malas lang sa oblo."

Nakangiti pa si Tatay Obed sa akin kanina. Para bang nahuli lang sa tagu-taguan matapos buruhin ang taya maghapon. 'Yong tipong hindi lang nakaisa, dalawa, tatlo sa mga kalaro kundi nakarami.

Kaya lalong parang walang matinong bagay na pumapasok sa bungo ko ngayon. Nagpaalala pa ng bilin niya, na hanggang sa mga oras na ito, hindi ko naman nakuha. Wala akong maintindihan. Kung gusto kong maunawaan ang mga nangyayari, hindi siguro ngayon. Hingal na hingal ako gayong wala akong ginawa kundi bumangon at tumunghay lang. Patang-pata ang katawan ko. Tangina. Tumawid ang bangungot ko hanggang paggising.

"Putangina, sinong gago kaya tumira dun sa matanda? Ang saya-saya pa niyan kahapon, dinalaw pa ng anak, di ba?" ani Sammy.

"E, isipin na lang natin, masaya si Lolo bago 'miskiyerda. 'No, Boni?" baling sa akin ni Aso. Tumango lang ako.

May kung anong parang humampas na malagkit na hangin sa batok ko sa sinabi ni Sammy—hininga siguro ng demonyo. Walang kagalit si Lolo. Walang nakagirian dito sa Abadiano. Burado ang pangkat-pangkat pag request-an na ng Eddie Peregrina. Hindi man magandang sabihin, steady na rito sa loob ang matanda at naghihintay na lang ng permanenteng pagsasara ng mga talukap. Pero parang may hindi makapaghintay na mangyari 'yon. Isa ang sigurado: May basbas ng Abadiano ang nangyari kay Lolo. Marahil nakapanalo din sila nang pumronta si Tatay Obed. Dalawang ibon ang kinana nila sa isang sibat. Ang hirap mabuhay kung ganito. Laging ganito. Kaunting saya, sandamukal na sigalot ang kapalit. Kaunting kapayapaan, tatambayan ka kaagad ni Kamatayan. Tama si Aso: Kani-kaniyang malas dito sa loob.

10
LOHIKA NG PAGKABULOK

KINSE MINUTO MAHIGIT na ang nagdaan sa pinag-usapang oras, wala pa rin sina Marisol at Pancho. Nakatambay si Dondi sa second floor ng McDonald's sa J.P. Rizal. Abiso ni Marisol sa text, nasa pagtawid na Watsons lamang sila ni Pancho at may bibilhin saglit. Sapul sa tanaw ang bawat iniluluwal na tao ng Watsons sa puwesto ni Dondi. Habang naghihintay, nilibang niya ang sarili sa paghimay-himay ng baon niyang Fudgee Bar at saka iyon inihalo sa in-order na caramel sundae—halong maigi hanggang magmukhang maitim na cookies and cream ang puting sundae. Kada subo, sinusundan niya iyon ng mapikat na caramel galing sa gilid-gilid ng cup, mistulang chaser ang tamis sa lalong tumamis na ngang sundae.

Ilang saglit pa, natanaw na niya ang paglabas nina Marisol at Pancho sa Watsons mula sa tawid-kalsada. Madali niyang sinimot ang sundae at inistreyt ang baong mineral water. Papalapit na sa kaniyang mesa ang dalawa, pakaway-kaway pa si Marisol habang bitbit ang dalawang paper bag ng Watsons. Bantulot naman si Pancho.

"Hello, Sir Dondi!" magiliw na bati ni Marisol.

"Seryoso?" malamig na tugon ni Dondi.

Mabilis na natunaw ang ngiti ni Marisol. "Sir?" taka nito.

"Isa 'yang Watsons na 'yan sa pinakamaliit na branch na alam ko," anas ni Dondi.

"And?" taka ni Marisol.

"Pero parang tatlong palapag ng Puregold ang inikot n'yo," pagtutuloy ni Dondi.

"Oh, sorry to you keep waiting. I texted you na I had to drop by at Watsons," katwiran ni Marisol.

"So drop by ang tawag mo sa field trip?" hirit ni Dondi.

Kumunot na nang todo ang noo ni Marisol at nandilat ang mga mata.

"What's the matter with you?" yamot ni Marisol.

"Ako dapat ang nagtatanong niyan sa 'yo."

"You are the one who called me, asking for a favor, right?" pakli ni Marisol. Iiling-iling lang si Pancho sa gilid.

"Na ang kapalit, pabor din para sa inyo, tama din ba?" balik ni Dondi.

"Sige na, sige na, sige na. Tama na 'yan. Pasensiya na, brad. Mali namin, lampas-lampas kami sa pinag-usapang oras," paumanhin ni Pancho.

"Panch?" galaiti ni Marisol.

"Sol, late tayo. Upo na, para may natatapos tayo," saway ni Pancho sa kasama.

Labag sa loob na nagtikom ng bibig si Marisol at saka umupo, sambakol ang pagmumukha.

"Brad, ano'ng mga kailangan mong litrato?" tanong ni Pancho.

"'Yung sa mismong crime scene sana—no'ng nahukay 'yung kalansay. Sana may mga kuha kayo nang mas malapit." Mababa na ang tono ni Dondi.

"We might have that," singit ni Marisol.

"Kung puwede sana—"

"Saan mo gagamitin?" putol ni Marisol kay Dondi.

"May kailangan lang akong kumpirmahin."

“For example?” pang-uusisa ni Marisol ng detalye.

Umapuhap ng isasagot si Dondi, bumuntonghininga. “Nakikiusap ako sa inyo, may kailangan lang akong kumpirmahin,” ulit lamang ni Dondi sa una niyang sagot kay Marisol, ngunit may pakiusap at pahiwatig ng desperasyon sa pagkakataong ito.

“Why not ask official crime scene photos from the police?” Sige pa rin ang usisa ni Marisol.

Patlang. Walang tugon si Dondi. Wika ng katawan nito ang kawalan ng interes magpaliwanag sa nang-uurirat.

“Sir?” panghihingi ni Marisol ng tugon.

“Magkano?” tanong ni Dondi matapos ang ilang segundong pananahimik.

Umangat ang dalawang kilay ni Marisol, napaatras nang bahagya sa pagtuon sa mesa, dahan-dahang iniliko ang ulo sa direksiyon ni Pancho at saka muling ibinalik ang tingin kay Dondi, kalahati ang ngiti.

“There you go,” anas ni Marisol sabay lahad ng dalawang kamay patungo sa direksiyon ni Dondi. “Death claims, yeah?” gatong ni Marisol.

Parang dahan-dahang nalukot ang mukha ni Dondi sa sinabi ni Marisol. Ang mga unang bahagyang buka ng bibig nito’y walang boses, tila nagsasalansan pa ng mga tamang salitang itutugon sa hindi magandang pahiwatig ng kausap.

“E, putangina! Ambobobo n’yo palang talaga. Sa tingin n’yo mga henyo na kayo sa pagsususpetsang ako ang pumatay sa kapatid ko? Hindi nga ako nagkamali na hindi n’yo alam ang unang bagay sa pag-iisip nang matino!” singhal ni Dondi.

“Teka, teka!” Pumagitna si Pancho habang sisipat-sipat sa paligid. Napansin nitong nakakukuha na ng atensiyon ang kanilang mesa.

"Well fuck you too! Hindi ba totoo? You went to the investigator, snatched the police report to fast track cashin' your sister's insurance?"

"Pucha, kalma naman! Nagtitinginan na mga tao, hoy!" apula ni Pancho.

"Don't mind them fuckers," balik ni Marisol. Napailing lang si Pancho.

"Nakikiusap ako." Biglang baba ang tono ni Dondi.

"Tama kami, di ba?" diin ni Marisol.

"Sol, teorya mo 'yan, 'wag mo 'kong isama," pakli ni Pancho.

"Shut up."

Patlang. Mas makapal ang tensiyon sa kalahating minutong katahimikang namagitan sa tatlo.

"Pagdating ko sa crime scene, doon sa burial site, no'ng makita kong kalansay na ang labi na sinasabi nilang si Divine, mabilis kong naiproseso na may mali."

Biglang arestado ang atensiyon nina Marisol at Pancho sa pangungusap ni Dondi.

"Magdadalawang linggong nawawala si Divine. Maaaring buong dalawang linggo pagkatapos niyang mawala, may nangyari sa kaniya—kahit ayaw kong isipin na gano'n. Kung dalawang linggo siyang nakatanim doon, nakakapagtakang nagkalansay siya nang ganoong kalinis. Sa isang lugar na puro tambak at ma-yumid, baling-bali na ang lohika ng pagkabulok."

"And how do you know this?" nag-aalinlangang tanong ni Marisol.

"Ano nga'ng tawag sa inyo?" balik-tanong ni Dondi.

"Ahh, journalist, oo?" sagot ni Pancho kahit pa parang kakatwa ang dating ng tanong.

"Investigative journalist," pagtatama ni Marisol.

"Ano ulit 'yung tanong mo?"

"How do you know stuff?"

"Siguro dahil hindi ako investigative journalist," sarkastikong hirit ni Dondi.

"This piece of shit guy," namumula na sa inis si Marisol.

"Active decay, isa-dalawang buwan sa temperaturang meron tayo. Sabi ko kanina, dalawang linggong nawawala si Divine. Kung itotodo sa dalawang linggo siyang nakatanim doon, mababa ang tsansang magkalansay ang katawan niya nang ganoon kalinis. Hindi pa ipinagpapalagay na sa loob ng dalawang linggo, maaaring nawawala siya nang ilang araw, may nangyaring hindi maganda. Bawasan natin ang dalawang linggo ng ilang araw sa pagkakatanim niya doon sa site, lalo nang nakakaloko kung gano'n kabilis magkakalansay ang katawan niya sa ganoong kalalim na pagkakatanim."

"At any barrier sa exposure ng katawan sa oxygen, napapabagal ang pagkabulok. Malalim na pagkakalibing, oo," katig ni Pancho.

"Hindi na nga dapat 'to misteryo. Walang naghihinala sa mga kasamahan n'yo?"

Napatunganga na lamang si Marisol. Sumagot nang iling si Pancho.

"At sa palagay ko, napakarami n'yo pang mapapala sa 'kin kung dito pa lang, para na kayong na-convert sa bagong relihiyon," uyam pa ni Dondi.

"Lipat tayo ng puwesto, pasilip ko sa 'yo 'yung mga kuha," mungkahi ni Pancho.

Dumeretso sila sa pharmacy. Pinapuwesto ni Dondi ang dalawa sa maliit niyang cubicle. Nagbukas ng laptop si Pancho.

Amadeo Files
IMG_06835

"Ano'ng specific na anggulo ang kailangan mo, brad? Para dun ko na agad i-ano," anas ni Pancho.

"Sakali ba, nakunan mo 'yung bandang paa ng kalansay?" tanong ni Dondi.

"Hmm, teka. Sige, sige."

Browse. Scroll. Zoom. Scroll. Zoom. Zoom. Scroll. Browse.

"'Ayun, saglit. 'Yan, patingin ako niyan," listong huli ni Dondi sa hinahanap na larawan.

"'Eto, brad?" turo ni Pancho gamit ang cursor.

"Atras kang dalawa," atas ni Dondi.

"Oks. Heto. Matalas ang kuha dito."

"'Yan, mismo."

IMG_06847

Namalas ni Dondi ang bracelet na nakasabit sa mga buto bandang paa ng kalansay—ang bracelet sa evidence list na nakatala sa police report na pilit niyang tinutunton kung pag-aari nga ba talaga ni Divine.

"Putangina," singhal ni Dondi sa sarili.

"Hey, what's up?" pamimingwit ni Marisol ng impormasyon.

"Pa-zoom pa dun sa bracelet, please?" suyo ni Dondi kay Pancho.

Sa pagkakataong ito, mas malinaw niyang nakita ang halos kabuoan ng nakasulat sa bracelet.

Likha-Sa…

"Hey, what's with the bracelet? Ugh, anklet, yeah?" usisa ni Marisol.

Lumakad si Dondi sa direksiyon ng water dispenser na may katabing maliit na locker. Kinuha niya sa pangalawang pinto ang isang folder na may pala-palamang mga papel. Iniabot niya iyon kay Marisol.

"Kasama sa evidence list 'yang bracelet. Noong isa-isahin ko 'yang mga ebidensiya, malinis 'yung ibang gamit bukod sa bracelet."

"Okay?" Nagtataka pa rin si Marisol.

“Bago ko makita ’tong litrato na ’to, naisip ko nang baka nakahiwalay ’yung ibang ebidensiya sa bracelet. Heto, mukhang gano’n nga.”

“Which means?”

Natigilan si Dondi, nagbabad ng dalawa’t kalahating segundong tuon kay Marisol.

“Hindi kay Divine ’yang brace—’yang anklet.”

“Ga’no ka kasigurado?”

“’Yung mga litrato namin, inisa-isa ko—mga huling litrato bago siya nawala. ’Yung huling araw na nandito siya sa pharmacy, may record ako sa CCTV, hindi lang malinaw ’yung bandang paa. Bilang heto nga, anklet pala itong nakalistang bracelet dito sa evidence list.”

“So, maaari pa ring kaniya, right?” giit ni Marisol.

“Patingin nung CCTV footage, brad,” hiling ni Pancho.

Dumako si Dondi sa maliit na control room ng pharmacy kung saan naroon ang monitor ng CCTV. Binalikan niya ang recording ni Divine.

“Brad, puwede ko ano—”

Tumayo si Dondi at ipinaubaya ang control kay Pancho. Pinili ni Pancho ang mga frame na aninag ang paa ni Divine. Kada hakbang nito sa video, pause, play, stop.

“Saksakan ko ng USB ’tong PC, okay lang, brad?”

Tango lang ang isinagot ni Dondi.

Mabilis na nag-transfer ng files si Pancho at saka bumalik uli sa cubicle; sa kaniyang laptop. Karga ng files sa laptop, isinalang niya ang mga screenshot sa DX101 Lab—isang image enhancer software. Ilang saglit pa, sama-sama nilang natunghayan ang pagtalas ng mga imaheng kanina lamang ay basag-basag.

“Iyan, brad.”

“Walang anklet si Divine,” anas ni Dondi, na para bang nakalagan ng isang tipak ng bara sa dibdib.

"Mas sigurado nang hindi kaniya," segunda ni Pancho.

"Hey, what if bumili siya sa daan pag-alis niya dito?" agam-agam ni Marisol.

"Sinubukan kong dumalaw sa pinakamalapit na nagtitinda ng borloloy diyan sa bayan, hindi sila ang gumawa niyang bracelet sa evidence list," depensa ni Dondi.

"Mister, hindi ka sure sa mga sinuotan ng kapatid mo. Meaning, lahat ng pinanggalingan niya, posible. At maaaring nakabili siya ng anklet na 'yan," ani Marisol.

"Inside the walls of Abadiano Prison in Metro Manila, a unique initiative is reshaping the lives of inmates. Likha-Saya, a program designed to provide livelihood opportunities for Persons Deprived of Liberty (PDL), has transformed the penitentiary into a hub of creativity and craftsmanship," basa ni Pancho ng kung ano sa kaniyang phone.

"The fuck is that, Panch?" taka ni Marisol.

"Likha-Saya..." mahinang sabi ni Dondi, tila may hinahalukay sa alaala.

"Hindi mabibili kung saan-saan 'yang bracelet o anklet na 'yan, dahil gawa 'yan ng mga inmate sa Abadiano," paglilinaw ni Pancho. "Heto, oh. Featured pa sila sa Inquirer."

"Putangina, hindi ko naisip agad na 'Likha-Saya' 'yung buong nakasulat sa bracelet." Iiling-iling si Dondi. "Ibig sabihin, kung solid 'to, malaking tsansa, tama ang hinala mo, brad."

"Hindi kay Divine ang kalansay, then?" pangungumpirma ni Marisol.

"Araw bago mawala si Divine, ibinida niya pa sa 'kin 'yung hikaw niya. Wala 'yon sa evidence list."

"Maaaring mawaglit ang hikaw sakaling may struggle or something," salungat ni Marisol.

"Tongue ring. Maagnas man ang katawan niya, unang maisasalba ang tongue ring kaysa ibang ebidensiyang kasama ng kalansay," balik ni Dondi kay Marisol.

"Fuck," tisod ni Marisol sa argumento.

Kapwa nilukuban ng saglit na katahimikan ang tatlo.

"Yosi tayo," aya ni Pancho.

Lumabas ang tatlo at humimpil sa tabi ng tindahan ng Tipas hopia sa gilid ng pharmacy.

"Kanino 'yung kalansay na 'yon?" pagbasag ni Marisol sa mga patlang na pinupunan ng usok.

"Iyon din ang gusto kong malaman," sagot ni Dondi.

"Bracelet galing kulungan, missing evidence, weird decomposition. Di kaya sa inmate 'tong kalansay sa Silveria?" sapantaha ni Pancho.

Iiling-iling lang si Dondi, tila hinahanap sa pagitan ng mga usok ang sagot sa nanganganak na mga katanungan.

"Hey, SPD will present the suspect day after tomorrow. Nasabihan ka ng Taguig police?" tanong ni Marisol kay Dondi. Tumugon ng tango si Dondi.

"May ngayon at bukas tayo to background check the suspect, Sol," mungkahi ni Pancho, hitit-buga, "at Abadiano," pahabol nito.

"We do Abadiano some other time. Kailangan natin ng dahilan para mag-cover doon."

"Sana naiintindihan n'yo na 'ko ngayon kung bakit mailap ako sa inyo," anas ni Dondi habang matalas ang usok na lumalabas sa ilong. "Lahat ng 'to mawawalan ng saysay pag nakarating 'to sa mga pulis, o sa mga sangkot dito."

"Brad—ah."

"Hindi ako magdadalawang-isip na balikan kayo pag nakalabas 'to. Wala nang mawawala sa 'kin."

"Well, you got this," turo ni Marisol sa pharmacy, tila nang-uuyam pa.

"Sol," saway ni Pancho.

Mahaba ang ibinugang usok ni Dondi, iiling-iling. Isinara niya ang hitit-buga sa isang mabigat na buntonghininga, lumalabas sa mga butas ng ilong ang putol-putol na latak-usok.

"Wala ka bang kapatid?" matabang na tanong ni Dondi kay Marisol.

Kalahati ang ngiti ni Marisol, walang naitugon kundi mahabang hitit sa punggok nang sigarilyo, kinain ng baga ang hangganan ng filter.

Dinukot ni Dondi ang kaha sa likurang bulsa ng pantalon, sinipat-sipat, bali ang natitirang stick. Napansin iyon ni Pancho, kaya iniabot niya ang kaha ng kaniyang sigarilyo. Kumuha ng isa si Dondi, kumuha rin si Marisol. Umisang round pa ng yosi ang tatlo.

11
BACK 2DA DREAM

"BONIFACIO! TIGTATATLONG PIRMA: sa taas, ilalim, sa likod. Apat na kopya 'yan."

Napirmahan ko na't lahat ang mga dapat pirmahan na papeles—release paper at kung ano-ano pa—hindi ko pa rin matagpuan ang sarili kong naglalakad sa daan patungo sa higanteng gate papalabas ng Abadiano.

Kghhg! Panggg! pagbalagbag ng kandado, saka lang parang nanoot sa bungo ko na narito na ako sa laya. Totoo ngang iba ang sikat ng araw dito sa labas. Pakiramdam ko, naglulumiwanag ang lahat ng bagay na tinatamaan ng sinag. May biglang kalabog sa aking dibdib. Siguro'y nasanay ako sa mga ingay at tunog sa loob; iisa ang timbre araw-araw sa loob ng pitong taon. Ngayon, iba't ibang uri ng tunog ang kinikilala ng pandinig ko. Nakatataranta, hindi pa maiproseso ng utak ko.

Sa loob ng ilang taon, nagmistulang panaginip ang laya—pantasya. Parang hindi totoo na nakaapak ang mga paa ko sa mainit na semento sa labas ng Abadiano. Kaya lalong parang dinudukot ang mga lamanloob ko, dahil ang di ko mapaniwalaang nangyari kay Sarah, kailangan ko nang tanggapin na hindi isang bangungot lang na kayang tapusin ng pagkalag sa himbing. Hindi ko alam kung saan magsisimula.

Mula sa lilim ng estatwa ni Heneral Isagani Abadiano, naaninag ko si Dodong, kumakaway. Lumakad ako papunta sa kaniya.

"Boss," nakangiti niyang bungad sa akin sabay abot ng isang kaha ng pula.

"Salamat, Dong," abot ko ng kaha, selyado pa. Binuksan ko't kumuha ng isa, nagsubo, at nirespondehan niya ako ng sindi. Ibinalik-abot ko sa kaniya ang kaha ngunit sumenyas siya ng tanggi. Humugot siya ng stick sa kanang tenga at nagsindi rin.

"Ano'ng balita kay Sarah?" tanong ko.

"Tinimbre ko kay Sakmal, boss. Nagpababa ng mga tao sa Levi."

"Daan tayo do'n pagtapos kay Nanay," mungkahi ko.

"Kain muna tayo, boss. Pares, kabayan sa Dianson," yakag ni Dodong.

"Wala 'ata akong gana, Dong. Deretso na tayo," pirmi kong tanggi.

"Boss, mahaba ang araw, maniwala ka. Kelangan ng lakas," giit niya.

Tumodo ako ng hitit, sinipat-sipat ang paligid na para bang biglang otomatik ang maya't mayang pagtantiya. Ramdam kong nagtagal sa baga ko ang usok. Mahaba ang pinakawalan ko, bakasakaling kasamang anurin ang bigat sa dibdib.

"Tara," aya ko.

Sa ilang salin namin ng jeep, pinipigil kong magtanong kay Dodong tungkol sa itinaas ng pasahe. Ayaw kong magmukhang ignorante sa mga nangyaring pagbabago dito sa labas. Pagdating sa Dianson, dumeretso kami kay Kabayan. Una kong napansin ang karatula ng mga presyo ng mami, pares, itlog, at fried rice (na toyo rice naman talaga). Hindi ko na napigilang magtanong kay Dodong.

"Gan'to na presyo ng pares?"

"Gulay sa karinderya, singkuwenta na, boss."

Nailing na lang ako. Alam kong hindi nagbibiro o nag-eeksaherado si Dodong. Ang hirap lang paniwalaan. Ayaw ko na rin namang mag-arimuhunan.

"Boni, long taym!" masiglang bati sa akin ni Kabayan. Ngayon, ako ang bagong salta dito sa labas.

"Kumusta, kabayan?" balik ko.

"Heto, natuluyan nang napanot, oh? Ha-ha!" pakita niya ng makintab na ulo. "Ano ga sa inyo?"

"He-he. Pares, dalawa kami, kabayan."

"Balat?"

"Laman sa 'kin, kabayan," singit ni Dodong.

"Balat, samahan mo ng taba, kabayan. Tigdalawang kanin kami," order ko.

"Akala ko wala kang gana, boss?" hirit sa 'kin ni Dodong. Ngumiti lang ako.

Umuusok-usok pa ang pares sa plastic na mangkok, parang bagong halo ang toyo rice. Lumulutang ang mga buhay na taba, tinimplahan ko ng pritong bawang, dahon-sibuyas, sili, at durog na chicharon ang pares ko. Tulad ng nakagawian, halos ulamin din namin ni Dodong ang durog na chicharon; pati kanin binudburan ko. Higop ng sabaw, hindi nagbago ang linamnam ng pares ni Kabayan kahit alam mong inutang sa maraming betsin ang lasa. Buhay na taba sa kanin, budbod uli ng chicharon, bawang, sili, sa dulo lagi ang bahog ng sabaw, pampadulas. Subo, nguya. Hindi lang kaluguran ang hatid ng pagkain ng pares sa mga sandaling ito, pagbabalik din ng maraming alaala na nakatali sa mga karanasan sa pagkain ng pares kahit saan. Kapwa pumutok ang pawis namin at sipon.

"Napapapikit ka sa sarap, boss, a. He-he!" kantiyaw ni Dodong.

"Kumain ka nang kumain d'yan," singhal ko.

Parang dinaanan ng buhawi ang mga mangkok namin. Si Kabayan, nag-alok pa ng libreng taba, kami na lang ang sumuko.

Humirit kami ng tig-isang Mountain Dew, panghugas ng sebo sa bituka.

"'Kano sa 'min, kabayan?"

"Wansebenti lang, Dong."

"Ito na," harang ko kay Dodong. Dumukot ako sa bulsahan ng maong syorts ko. Kahit papa'no, may naitabi naman ako sa paggawa sa livelihood.

Pagdukot ko ng pera, sumabit ang kung ano. Napadalawang tingin ako—bracelet, gawang Likha. Sinuri-suri ko, asul ang linya sa gitna. Kay Tatay Obed 'to. Ang hirap ng ganito, mapangingiti ka pero lamang ang lungkot. Isinuot ko ang bracelet. Iniabot ko ang P170 kay Kabayan.

"Kabayan, heto. Salamat!"

"Kabayan, may naipit pang papel," abot sa akin ni Kabayan ng kapirasong papel. Inabot ko 'yon pero di ko mawari kung bakit may nakasuksok na papel sa pera ko. Hugis-tatsulok, maputlang brown ang kulay. Alam ko agad basta ganitong gawa, galing kay Tatay Obed. Siya ang may pinakamagaling na kamay sa Likha. Binuklat ko iyon at saka sinipat.

"Item, boss?" usyoso ni Dodong. Natawa si Kabayan.

"Gago," angil ko kay Dodong. Itinuloy ko ang pagsipat, may nakasulat.

Parokya ng San Roque
Dambana ni Santa Marta
1815
Banal na Daan ng Krus-Kaliwang Pundasyon

Nagtuloy-tuloy ang sinasawata kong ngiti. Hindi naman relihiyoso si Tatay Obed pero heto 'ata 'yong sinasabi niyang bilin niya. Magbalik-loob kay Kristo? Heh! Naisip ko, inaraw-araw niya akong paalalahanan sa ibibilin-pakisuyo niya. Para dito? Magsimba?

Ni minsan di ko nakitang nagdasal si Tatay. Akala ko naman may ipaaabot sa kamag-anak o kung sino sa labas. Ewan ko. Baka ito ang ambag niya para sa pagbabagong-buhay ko.

Lumakad na kami ni Dodong pauwi ng Dreamland. Sabik akong makita si Nanay. Pero alam kong iba ang ibig sabihin ng kalabog sa dibdib ko ngayon. Mahal na mahal ni Nanay si Sarah. Walang kapantay ang pagmamahal ko sa anak ko, pero hindi matutumbasan ang sakripisyo ni Nanay sa nag-iisa niyang apo.

"Boss, patag na 'tong labasan, ah," pagmamalaki ni Dodong sa 'kin, akala mo'y proyekto niya ang pagsesemento ng lubak sa entrada ng Dreamland.

"Kelan naayos 'to?" tanong ko.

"Bago mag-eleksiyon; dalawang taon na 'ata 'yon."

Kung ano'ng ipinatag ng entrada, siyang inilala ng mga lusutan dito sa loob ng Dreamland. Bago ako umalis, umaagos pa ang kanal. Kahit papa'no, inaanod ang mga basura't burak papalabas sa Anahaw Creek papuntang terminal ng jeep sa likod ng Dianson. Ngayon, kapantay na ng mga lubak ang laman ng kanal, nabubulunan na sa basura't, dumi ng hayop at tao. Istedi. Umaapaw. Umaalingasaw. Kapantay ng dami ng tao ang populasyon ng langaw.

Magiliw akong sinalubong ng mga ka-lugar. Kailangan kong gumanti ng ngiti at tango palagi. Pero marami na ring bago dito sa Dreamland; kalakhan, hindi ko na kilala. Kung may istedi man dito, 'yon ay ang dami ng mga paslit sa daan. Minsan di mo na malaman kung lumalaki pa ba ang mga bata rito.

Lakad, kaway, bati, ngiti. Bago makarating sa dulo, kinakailangang tumulay sa patse-patseng tulay na kahoy. Katagalan, lumubog na ang tulay at sumawsaw na sa malapot na burak. Dadaan ang maraming eleksiyon, mapapatag ang maraming sulok ng Dreamland, pero hindi ang tulay rito sa dulo. Hindi papayag ang mga tagarito. Itong tulay na 'to ang nagsasalba sa mga user at tulak pag kainitan at panay-panay ang raid. Hindi inaabot ng mga pulis ang bahaging ito. Madiriin siguro, o baka labis na ang malubog sa burak para lang sumakote ng ismol taym.

Pagtawid, eskinita pa-kanan ang sa amin. Gano'n pa rin. Madulas ang lubak na daan gawa ng pagsasalo ng sabong-panlaba mula sa mga naglalaba sa daan at ilang taong pinagpataong-patong na lumot. Dito, ikaw ang makikiraan at hihingi ng pasensiya sa mga nakahambalang. Pagdating namin sa tapat ng bahay, kahit pa kabi-kabila ang bulyawan at bangayan sa kapitbahay, nanunuot sa pandinig ko ang laging pinapatugtog ni Nanay. Naisip ko, buhay pa ang CD player namin. Okay pa 'yong pina-burn kong CD sa cell phone repair stall ni Mata. Ang bahay namin, linggo ang pakiramdam araw-araw. Celeste, Pilita, La Torre. Kapapanay-panay, nakasanayan at nagustuhan ko na rin.

Kinikilabutan ako. Bugbog na sa kaba ang dibdib ko. Sa ganitong sitwasyon, hindi ko alam kung pa'no ako sasalubungin ni Nanay. Hindi na kami kumatok, dahan-dahan kong itinulak ang plywood na pinto namin. Sinalubong kami ng patay-sinding asul na ilaw ng CD player. Isang maliit na kahon lamang ang bahay namin. Dumako ako sa papag at hinawi ang kurtinang harang. Wala si Nanay.

Pinatay ko ang CD player. Gasgas na pala ang CD at patalon-talon na. Sumilip ako sa bintana, bakasakaling lumabas lang saglit si Nanay.

"Boss, mukhang umalis si Nanay."

"Umalis? Sa'n nagagawi si Nanay?" taka ko, dahil matagal nang huminto sa pananahi si Nanay.

"Sa estasyon, sa Tuktukan."

"Ano'ng ginagawa ni Nanay do'n?"

"E, boss, do'n nagpapalo-ap sa kaso si Nanay. E, tulad niyang ano, kahit hindi kaso ni Sarah, nakatutok siya. Basta naro'n siya palagi. Para bang lahat ng kaso binabantayan, panay bakasakali na tumatakbo 'yung kay Sarah," paliwanag ni Dodong.

Umupo ako sa papag. Inikot ko ng tingin ang mga dingding, puro larawan ng musmos at dalagang Sarah. Masaya, buhay na buhay sa pandinig ko ang tinig niya— kapag sinasabayan niya si Celeste Legaspi sa *Limang Dipang Tao*. Tuwang-tuwa si Nanay lalo kapag may kasamang sayaw ang kanta ni Sarah. *Nasa'n ka na ba, Sa, anak?*

NAKAHILERA ANG MGA opisyal ng Presinto Sais sa likod ng nakaupong COP; katabi nito ang mga hepe ng SPD. Walang kurap ang mga ito sa kabi-kabilang saboy ng liwanag mula sa mga kamera. Sanay sa presscon. Sanay sa kislap. Puno na ng mga taong-midya ang unahan kung saan nakalinya si Dondi. Pinaghalong huntahan at lagutok ng kamera ang namamayaning ingay sa silid na may mataas na kisame.

"Okay, good afternoon, everyone," anas ng COP sa mikropono, malinis ang bato sa speakers—walang feedback. Biglang nakatuon na ang lahat. "First and foremost, we would like to congratulate Police Senior Master Sergeant Rizaldy Ortiz for leading the pursuit of the suspect in the Amadeo murder case," bungad ng COP.

Tumugon ng palakpakan ang mga nasa silid: ilan sa mga taga-midya, kapwa pulis, mga kawani ng lokal na pamahalaan, ilang tagapanood na nahatak sa mga bara-barangay. Ilang saglit pa, inilabas ng mga pulis ang isang payat na binatilyo sa dilaw na T-shirt na nasusulatan ng DETAINEE, nakapulupot ang puting tuwalya sa nakaposas nitong mga kamay, nakasombrerong itim at face mask. Umiral na naman ang mga lagutok ng kamera. Tinanggal ng naka-escort na pulis ang tuwalya sa posas ng binatilyo.

"Ito si Rebo Arnaiz, bente-kuwatro anyos, residente sa Gumamela. Sa pangunguna po ng grupo ni PSMS Ortiz, nakakalap po ang ating kapulisan ng sapat na ebidensiya para ituro ang salarin sa pagpatay sa atin pong biktima, ano, na si, ahem—ah, Divine Amadeo," pagpapakilala ng COP sa suspek.

Mistulang estatwa si Nanay Helen sa kaniyang kinauupuan, mataman ang tingin sa harapan, parang may kung anong hinihintay na hinding-hindi darating anumang sandali. May inaasahang marinig ngunit walang mag-uusal ni banggit man lang. Napalingon siya sa likuran nang maramdaman niya ang mainit na palad na lumapat sa kaniyang kaliwang balikat. Pag-aninag niya, hindi niya agad na-sino ang mama, hanggang sa unti-unting nabuo ang imahe nito bilang kaniyang anak na si Boni.

"Boni?" paniniguro ni Nanay Helen.

"'N-'Nay," tugon ni Boni, pilit inaawat ang pangangatal.

"Boni, anak ko? Boni? Si Sarah—si Sarah natin, Boni!" Tuluyan nang napahagulhol ang matanda. Mahigpit siyang inakap ni Boni. "Ang apo ko, hindi pa rin umuuwi, Boni anak. Kawawa naman si Sarah. Hughhghkk!" Hindi masawata ang iyak ni Nanay Helen.

"Halika na, 'Nay. Um'wi na tayo."

"Boni, si Sarah. Hintayin natin, may sasabihin sila tungkol sa apo ko. Hhghk!" Sinusundan ng mabibigat na hingal ang bawat hikbi ni Nanay Helen. "Maghintay tayo saglit, Boni. Hinahanap nila si Sarah," pakiusap ng matanda.

Napatingin si Boni kay Dodong. Walang maitugon si Dodong kundi tango lamang na nagsasabing huwag nang ipagkait sa matanda ang pananatili't pagbabakasakali.

"To Sir Amadeo or Dondi, is there anything you would like to share about the capture of the suspect in relation to the tragic incident involving your sister?" bato ng isang reporter kay Dondi. Inilapit ng isang taga-midya kay Dondi ang mikroponong nasa stand.

Umiling si Dondi, pagtangging magbigay ng kahit anong pahayag. Tumunganga ang mikropono, walang napala ang nagtanong at mga tagapakinig.

"Pag kaso ng maykaya talaga, naaaksiyunan ng mga 'to, e," puna ni Dodong.

"Maykaya?"

"May-ari ng botika 'yan sila, malapit sa Dianson. Konektado sa munispyo. Gamot nila 'yung supply para sa libreng gamot sa senior saka ano—sa mga residente, ganyan," paliwanag ni Dodong.

Sinuyod ni Boni ng tingin ang silid, tila ba itinatanim sa memorya ang bawat tamaan ng kaniyang paningin. Sa pagitan ng malilikot na bumbunan sa unahan at gitnang hilera, tumawid ang sipat niya sa direksiyon ni Dondi. Saglit na bumagal ang galaw ng paligid at tanging mga hikbi lang ni Nanay Helen ang nanatili sa tiyempo. Naririnig niya ang pagtibok ng kaniyang puso, ang binabalasa nitong ritmo—sa saliw ng pangamba at kawalan ng saklolo, ng pakiramdam ng isang etsa-puwera't patay-gutom sa hustisya.

"As we celebrate this victory, let us remember that our work is ongoing. The PNP remains steadfast in its mission to protect and serve. We encourage the community to be vigilant and engaged partners in our shared pursuit of a safe and secure environment."

Palakpan ang mga tagapanood. Palakpakan ang mga opisyal. Tumayo ang COP para mag-exit. Hati ang midya pasalubong sa hepe at kay Dondi. Panakbong tumahak si Nanay Helen sa hepe. Hindi iyon inasahan nina Boni at Dodong; hindi na nila naawat ang matanda. Pilit na gumitgit si Nanay Helen sa sikip ng pulutong sa palibot ng hepe.

"Chief, Chief! Ang apo ko! Sarah po ang pangalan—Sarah Bonifacio, Chief!" todo-sigaw ni Nanay Helen na kinakain lang din ng sabay-sabay na ngawngaw ng mga taong-midya, huntahan ng mga miron, ingay ng mga papauwing tagapanood, lagutok ng kamera, garalgal ng Iwata.

Walang pagkakataong makalagos sa gitgitan. Tuwing magkakaroon ng maliit na puwang, mabilis din itong nagsasara at itinataboy papalabas si Nanay Helen. Hanggang sa matumba ito.

"'Nay!"

Panakbong tumungo sina Boni at Dodong kay Nanay Helen para alalayan siyang makatayo.

"'Nay, tena, umuwi na tayo," pakiusap ni Boni.

Hindi umimik si Nanay Helen, tikom ang bibig, pinipigil ang iyak, ubos ang lakas. Tiningnan niya sa mga mata si Boni.

"Anak, pa'no ang apo ko, si Sarah natin? Hindi nila binanggit ang pangalan ni Sarah. Bakit hindi nila pinag-uusapan ang apo ko? Hindi ba nila hinahanap si Sarah, anak, Boni?" walang-humpay na paghahanap ni Nanay Helen ng sagot kay Boni, na katutunghay lamang sa bangungot na ngayon pa lamang nag-aanyong-buhay sa kaniyang harapan.

BANG! BANG!

Dalawang magkasunod na putok ang umalingawngaw sa Gomez Street, galing sa kasunod na bloke mula sa outpost kung sa'n naka-park sina Marisol at Pancho. Dagling bumaba ng sasakyan ang dalawa upang silipin ang pinagmulan ng alingawngaw. Sa tapat ng isang motorcycle parts and accessories shop, unti-unti nang dumadapong parang langaw ang mga miron.

"Panch, I think that's Lita Arnaiz's motoshop," anas ni Marisol, pilit inuunawa ang pangyayari.

"Oo. 'Ayan, oh. ARNAIZ MOTORWORKS sa signage."

"Fuck's sake, I know. What I mean, doon galing 'yung putok?" mala-tanong-pangungumpirma-pagpapalagay ni Marisol.

Ilang saglit pa, lumabas mula sa shop ang isang dalagang gulantang at takot, nagsusumigaw sa paghingi ng saklolo.

"Tama ka," tugon ni Pancho.

"Fuckkk!"

Kumapal na nang kumapal ang pangkat ng mga usisero't usisera sa palibot ng shop. Tanaw mula sa kinatatayuan nina Marisol at Pancho ang mga paparating na barangay tanod, hawi-hawi ang namuong barikada ng mga miron. Kinuha ni Pancho ang camera at recorder sa sasakyan, at lumakad sila ni Marisol papunta sa eksena.

12
SUPRAMARKET

HABANG SIGE ANG laklak sa beer in can, panay ang kilatis at balasa ng kliyenteng Briton sa mga biodata galing sa Venison Supermarket Human Resource Department—directory ng mga empleyadong babae 16 hanggang 26 anyos. Makailang balasa, huminto ang kliyente lampas nang kaunti sa kalahati.

*JANICE HIDALGO, 21 years old, single. *cashier work*

"Deis one, mayt," turo ng Briton. "She'pure fire, innit?"

"Oke, you have it. Payr, payr yes!" tugon ni Mr. Liu habang naka-thumbs up sabay dukot ng cell phone sa likurang bulsa ng pantalon. Tipa sa screen, isang text message, pitong segundong mando.

"Oi, mate! You're chucking me a sweet bargain for this, yeah? Mandem still goin' for half k and we proper scoring. Sort me up proper, innit?"

"Okeh. I confirm provide you a discount. Half kilo you get Sunday, the lady you have tomorrow in this boat," selyo ni Mr. Liu sa kasahan.

"We on 3.5 for the food and bird, yeah?" pangungumpirma ng Briton.

"3.5, all in, baby! I do cleaning too, freebie," nakangising pagsang-ayon ni Mr. Liu.

"Say less, mayt. Cheers!" bukas ng Briton ng bagong lata ng serbesa, kumawala ang bula pag-ahon ng espiritu.

MAHIGPIT NA BILIN ni Sarge Ortiz sa mga tao niya, maging bahagi ng katawan ang telepono. Wala itong pakialam kung nasa gitna ng misa, pag-ebak, iyot, o peligro ang sinuman sa grupo niya. Pag tumawag siya, sobra na ang limang segundo para sagutin ang cell phone. Ilan na rin ang nasampolan niya; kalakhan sa mga ito, pumalaot na sa kabilang dako. Sa linya ng kanilang gawa, basehan ang bilis ng daloy ng impormasyon at atas sa ikatatagumpay ng bawat lakad. Mas mabilis mapanis ang anumang diskarteng nalilipasan ng oras kaysa ginisang monggo na tadtad ng kamatis.

Si Police Senior Master Sergeant Rizaldy Ortiz o 'Sarge O.' kung tawagin sa Southern Police District ang beteranong parak na may gintong reputasyon sa pangunguna sa anti-drug campaign sa Taguig. Ilang grupo ang sinakote ng mga operasyong ikinasa ni Sarge O. Ubos ang mga user at pusher. Ang mga source, naglipatan ng bakuran. Sa tagumpay ng paglilinis na ito, binigyang-daan ni Sarge O. ang paghahari ng grupo ni Mr. Liu sa kalakhan ng siyudad. Halos solohin nito ang merkado ng shabu sa Taguig. Kung may papasok na grupo, nakabase ang aksiyon ni Sarge O. sa laki ng operasyon. Tunaw ang mga malalaking supplier na nagtatangkang umeksena. Sadyang pinalalampas naman ang maliliit na source para nang sa gayon, manaka-nakang may mahuli at magsilbing tantos sa accomplishment report. Sa mga maliliit na sabit ng grupo ni Mr. Liu, palaging may nakahandang mga runner at pusher sa bawat looban para ipantubos sa nagagambalang kaayusan. Kung susumahin, walang kasindulas ang inihandang araruhan ni Sarge O. para kay

Mr. Liu. Kasindalas ng paghinga ang anihan, palamuti lamang ang mga tagtuyot. At walang maruming perang natetengga sa kamay ng negosyante. Lahat ay walang kahirap-hirap na nahuhugasan ng mga charity work at NGO na pinangangasiwaan ng asawa nitong si Cedes Luna.

Paglikdaw ng panahon, tumibay nang tumibay ang pundasyon ng palakad nina Mr. Liu at Sarge O. sa loob at labas ng siyudad. Ngunit hindi doon nagtatapos ang kahalangan ng halang na bituka ng negosyante. Mataas ang pagkaunawa nito sa uhaw ng mga kliyenteng ka-likaw niya ng bituka. Tumatagos ang paningin nito sa bawat sulok at anggulo ng merkadong hayok. Kinailangan lamang niyang bihisan ang hubad na pangangailangan, lagyan ng sistema, tipunin ang mga dayukdok sa laman. Sa pagkakataong ito, walang kaalam-alam ang produkto na siya na ang inilalako sa merkado ng mga mapera't maimpluwensiyang hindi nagkakasya sa pantasya ng gahasa. Niluma ng bagong negosyo ni Mr. Liu ang industriya ng high-end escort service sa loob at labas ng Metro Manila. Handang magbayad nang higit sa premium ng mga nangungunang escort agency ang mga naipon niyang kliyente, na nagsisilbi pa ngang dagdag ganansiya sa mga datihang distributor—dayuhang kartel, politiko, negosyante, religious leader, opisyal ng militar at kapulisan, at kung sino-sino pang residente sa silong ng impiyerno.

Sinakyan ni Sarge O. ang sunod-sunod na kaso ng pagdukot, panggagahasa't pagpatay sa mga kababaihan. Karamihan sa mga kasong ito, inamag na lamang at natabunan ng mga panibagong kasong walang maaasahang kalutasan. Nanatiling headline sa mga diyaryo't social media posts: dadaanan, kalulungkutan saglit, lalampasan, magpapatuloy ang mga tao sa paghahanap ng mga positibong bagay lamang sa internet. Walang naniningil sa mga otoridad na dapat ubos-lakas na gumagampan sa pagsugpo ng karahasan. Kaya naman sumalangit nawa ang mga abang kaluluwa, gabayan kaming mga naiwan sa lupa ang nakasanayang resolusyon.

Sa ginawang profiling ng sarhento, tatlo sa limang biktima—saleslady sa mall, empleyado sa grocery at general merchandise—pawang mga bread winner. Malay si Sarge O. sa mga salik kung bakit sa hanay ng mga biktimang ito, suntok sa buwan ang usad ng mga kaso. Walang perang susunugin ang mga pamilya para magpursige ng hustisya. Mauuwi palagi sa pagpapasa-diyos ang lahat. Maraming mas mahalagang kaso mula sa mga itinuturing na mas mahahalagang bahagi ng lipunan ang tinututukan ng kapulisan—hindi kasama ang mga babaeng manggagawa roon. Ito ang naging basehan ng produkto ni Mr. Liu at sa pamamagitan ng grupo ni Sarge O., malinis na naihahatid at naililigpit paglaon ang mga pobreng produkto. Ang tanging puhunan, mga lumang naratibo ng krimeng inililista sa tubig.

On-going call L

"YOU GOT MY TEXT?"

"Yes, boss."

"Today."

"The boys are already—ahh."

"Yeah, yeah. Kood!"

"We clean M41 today also?"

"Ahhh. M41 asked not, maybe reschedule. Tell your people."

"Copy."

"Cleaning for the Aliba—aliban, ahk."

"The Albanian client, boss."

"Righkt, the alibanyan!"

"Arayt, I take care of it."

End Call

2 text messages received **OLAN**
Sarge gud na venison...
CL
Friday sa dati. C u...

TUMATALBOG SA BAWAT kanto ng malamig na kuwarto ang halinghing ni Cedes. Halos mahubo ang basang-basang kubrekama kahihila nito.

"Ugh! Yeah, don't stop, please! Please! Don't stop!" sumamo ni Cedes. "Ahhhh, fuck! Fuck! Fuuccccckkk!" Halos maiyak ito nang marating ang sukdulan.

Marahan niyang tinanggal ang goma sa aring naglabas-masok sa kaniya, halos mapuno ito sa dami ng pumulandit na katas. Napangiti siya at maingat itong ibinuhol, initsa sa sahig, sa gilid ng kama. Dinampot niya sa bedside table ang kaha ng Marlboro, kumuha ng isa at nagsindi. Gumapang siya pabalik ng kama para humiga sa mainit na dibdib ni Sarge Ortiz.

"Di ba puwedeng ipagawa mo na lang muna sa mga tao mo 'yan? Spend more time with me, please?" lambing ni Cedes.

"Kailangan naro'n ako kahit papa'no. Kung minsan, may mga diskarteng tagilid ang mga tarantado, mahirap na," tugon ni Sarge Ortiz.

"Kelan ba kita masosolo nang matagal, huh?" Sabay kurot nito sa utong ng sarhento. Nakangiting iiling-iling si Sarge Ortiz.

"Nga pala, ano plano?" pag-iiba ni Sarge Ortiz.

"'Yung kasamahan mo, nakausap mo na ba?" balik ni Cedes.

"Hindi ko kailangang makausap 'yon. Mas malinis kung dederetso ka na sa kaniya. Wala kang ibang babanggitin kundi insurance, alam na niya 'yon."

"Hindi ba puwedeng i-set mo muna? Para sana mas madali na pag nakipag-usap ako."

"Kapag nalaman n'on na kasama ako sa lakad, hindi maniniwalang insurance lang ang ipatatrabaho, maniwala ka."

"Sino'ng hahanapin ko?"

"Sarge Barbie."

"Seryoso ka d'yan?"

"Boyet Barbosa—Sarge Boyet Barbosa. Sarge Barbie kung tawagin 'yan ng mga ka-batch namin."

Tumango lang si Cedes. Kinuha ni Sarge Ortiz ang punggok nang yosi na hinihithit ni Cedes. Buong-baga niya itong hinitit—pulang-pula ang baga nito—saka nagpakawala ng mahabang usok at saka bumangon. Napaapak siya sa dako kung saan initsa ni Cedes ang kargadong condom.

Spplshshtttt!

"PUTANGINA!" SIGAW NI Jojo nang maapakan niya ang humiwalay na kanang mata ng bangkay.

"Anak ng puta 'to, parang bagong nang bago!" bulyaw ni Sarge Ortiz. "Sige na, sige na, para matapos na 'yan!" mando nito sa kaniyang mga tao.

Ikinalas nang buo ni Jojo ang bangkay sa tagpi-tagping trapal na pinagbalutan nito. Abala naman sina Froilan at Baldo sa paghuhukay ng lupa.

Walang perpektong krimen, nakaukit 'yan sa bungo ni Sarge Ortiz buhat nang pasukin niya ang pagpupulis. Kaya naman noong siya na ang nagpapalakad ng mga bagay at gawain na dapat niyang sinusugpo, hinanap niya ang solusyon sa gintong kasabihan ng pagpupursige ng hustisya. Walang perpektong krimen, pero sa karanasan ni Sarge Ortiz, palaging nariyan ang mga perpektong kasabwat. Kaya naman ang mga bangkay na nililinis ng kaniyang grupo, hindi basta-basta idinidispatsa kung saan-saan. Iikot lamang ang dispatsahan sa mga lugar kung saan dikit niya ang mga hepe. Naisakatuparan ni Sarge Ortiz ang tagumpay ng sistemang ito sa pagbibigay ng dalawang mahalagang ganansiya: porsyento ng hepe sa lugar at kailangang siguraduhin ng grupo na may nakahanda silang remedyo, dahil palaging kailangang asahan ang paghahanap ng mga kamag-anak at mahal sa buhay ng biktima—palaging may pagkakataong may makatuklas ng bangkay. Walang perpektong krimen. Sa madaling sabi, sila ang maghanap ng sarili nilang suspect. Walang pakialam ang mga hepe kung saang sulok ng mundo nila 'yon hahagilapin. Ang mahalaga, may maipresinta. Ayaw rin ng mga hepe ng spike sa crime rate ng kanilang nasasakupan.

"Talagang umabot pa tayo dito sa paanan ng Banoi, boss, ano?" mala-usisa ni Jojo.

"Ito binigay ng hepe ng Cainta, magrereklamo pa ba tayo?" iiling-iling na tugon ni Sarge Ortiz.

"Ayos na 'to," pakli ni Froilan.

Magkatuwang na binitbit nina Jojo at Baldo ang bangkay para iplasta sa hukay.

"E, boss, malaki naman naiistiryo nila sa 'tin, maano man lang magbigay ng malapit-lapit. Saka ang hirap ng daanan dito, gubat-gubat," daing pa rin ni Jojo.

"Putangina, Jo, ang dami mong reklamo. Tapos ka na magbayad ng motor, di ba?" bulyaw ni Sarge Ortiz.

"Kumuha nga uli akong bago, boss. Secondhand. He-he! Baka puwede makahirit?" kantiyaw ni Jojo.

"Bakit? Payat ba binibigay ng grupo sa 'yo?"

"E, boss, 'yung kay M41, dalawa lang kaming nagligpit ni Olan, e."

Natigilan si Sarge Ortiz, kunot ang noo. Matalas ang tingin ni Froilan kay Jojo.

"M41?" pangungumpirma pa ni Sarge Ortiz, at dahan-dahang ibinaling ang tingin sa bantulot na si Froilan.

"Oo, boss. E, ito lang si Olan, sabi e 'wag na daw banggitin sa 'yo na dalawa lang kaming trumabaho; mahiyain sa umento." Sige ang daldal ni Jojo habang kumakapal na ang tensiyon sa paligid.

"Olan, ang sabi ko di ba re-sched 'yung kay M41?" usig ni Sarge Ortiz kay Froilan, malalim ang boses.

"Sarge, e. Ano 'yun, Sards—bale ano kase." Sa labis na pagkabigla, hindi makaapuhap ng sasabihin si Froilan.

"He-he-he. Mahiyain talaga 'tong si Ol—ugh!"

Bang!

Pulasan ang mga ibon sa puno, nagkoro ang mga palaka sa paligid.

Sabog ang sentido ni Jojo. Natalsikan pa ng sumambulat na utak si Baldo. Bulagta ang katawan ni Jojo sa hukay kasama ng iniligpit nilang bangkay. Naiwan pa ring nakatutok ang baril ni Froilan sa direksiyon ng bumulagtang si Jojo kung sa'n nakatayo si Baldo.

"Lan!" sigaw ni Baldo. "Baba mo 'yan, putangina ka, itulak ka ng demonyo!" taranta ni Baldo.

Pagbalik ni Froilan ng tingin sa sarhento, dulo na ng pistola ang nasa pagitan ng kaniyang mga mata. Dahan-dahang itinaas ni Froilan ang kaniyang mga kamay. Dagling sinunggaban ni Baldo ang tangang baril ni Froilan, hindi na pumalag ang huli.

“Ano’ng nangyare, Olan?” may bigat na paghingi ng paliwanag ni Sarge Ortiz.

13
DYORNI

LUMAKAD KAMI PA-DOLORES ni Dodong, sa lugar ni Sakmal. Bago at mas mataas na ang gate. Tahimik sa blokeng ito—payapa. May mangilan-ngilang batang naglalaro at mga tinedyer na nagbibisikleta. Hindi mo talaga iisiping dito pinaplano at ikinakasa ang maraming katarantaduhan sa loob at labas ng siyudad na 'to.

Nag-doorbell si Dodong at sinundan ng kaway sa CCTV na nakatutok sa gate. Ilang saglit pa, kalahating inilabas ang sarili ng isang maliit na mamang long-back. Hindi ko na kilala ang isang 'to, marahil bagong tao ng grupo.

"Dong, kasama mo?" usisa nito kay Dodong pero nasa akin ang tingin.

"Tangina mo, Nato! Nagtatanong ka pa. Wala pang banyo 'yang bahay na 'yan, nagpapaandar na ng lakad 'to sa grupo. Buksan mo na 'yan!" singhal ni Dodong.

Wala nang nagawa ang mama at tuluyan nang binuksan ang gate. Pumasok kami, kakamot-kamot ng ulo ang mama.

Malaki na rin ang ipinagbago ng lugar ni Sakmal—para nang isang normal na bahay pampamilya. May mga halaman sa bakuran, may batong altar sa isang sulok, magaan sa mga mata ang paligid. Pagpasok namin sa bahay, naro'n ang dati nang kasama na si Terno.

"Boni!" bukas ang mga brasong salubong sa akin ni Terno. Lumakad ako papunta sa kaniya at tumugon ng akap at tapik sa likuran.

"Kumusta, Eno?" bati ko.

"Ikaw ang kumusta? Kelan ka lumabas?" balik-bati niya.

"Nito lang, No. E, heto, napag-iwanan dito sa laya. He-he! Si Sakmal?"

"Brad, ayaw pa nga kami papasukin agad ni Nato, e," kantiyaw ni Dodong. Nilingon ni Terno si Nato.

"'Kaw talaga, Nato. Di mo nakikilala 'tong hinaharang-harang mo?"

"Sensiya na po, bossing." Halos tumiklop si Nato, payuko-yuko.

Nang marinig ko ang mga yabag ng pababa, alam ko nang si Sakmal 'yon. Kitang-kita ko kung pa'no niya ako pilit na inaninag, dumalawang tingin pa ang tarantado.

"Ay putangina, Boni!" Nagmamadali itong bumaba, panakbong tumahak sa 'kin, inakap-akap ako. Gumanti ako ng tapik sa likod. "Di ka tumimbre para napasundo kita."

"Ayos na. Mamaya may nakatiktik, 'hirap na," sagot ko.

"O, pa'no? Good ka na ulit? Medyo lumawak-lawak ang mga lakad, may mga bago na rin. Kung ayos sa 'yo—"

"Kakalaya ko lang, Mal," putol ko sa kaniya. "'Yung ipinasuyo ko, 'yung kay Sarah, may balita ba?"

"Boni, nagpababa ako ng tao sa Levi. Pagkasabing-pagkasabi ni Dodong, antemano bumaba mga tao do'n. Hindi lang isang beses. E, problema, ayaw magsalita ng mga tagado'n. O baka wala talagang may alam. Kalahati niyang Levi, sa bandang Bagong Pag-asa, talahib pa rin. 'Yung kabilang dako pa lang ang tinubuan ng mga bahay," paliwanag nito.

"Sakmal, ikaw mismo, hindi puwedeng ni katiting wala kang ideya. Lahat ng ganitong galaw dito sa 'tin, bantay-sarado ng grupo—ikaw mismo!" giit ko. Ramdam kong medyo tumahimik ang paligid kasabay ng pagtaas ng boses ko.

"Boni, hindi kita para pagdamutan. Inaanak ko si Sarah," depensa nito.

"Ilang taon ang ipinatong sa 'kin sa loob, hindi ako nagsalita. Wala kayong nadinig na daing sa 'kin. Umandar 'yung palakad ng grupo nang maayos; malinis. Heto lang hinihingi ko sa 'yo ngayon." Dumukot ako ng sigarilyo sa lukot na kaha sa aking bulsa, nagsubo't nagsindi.

"Boni, sinuklian naman ng grupo 'yan. Panay paabot ko kay Dodong para kay Nanay Helen. Alam mo naman si Nanay mo, kahit pa lumuha tayo ng bato dito, hindi tatanggap ng pera galing sa grupo. Di naman masabi ni Dodong na galing sa 'yo; pa'no ka naman kikita ng gano'n kalaki sa oblo? Narito pa rin 'yung hati mo, safe na safe," momostra-mostrang paliwanag ni Sakmal.

Huminto ako saglit, nagpalipas ng ilang hitit-buga.

"Sakmal, anumang maging resulta nito, ang garantiya ko sa 'yo, walang kahit anong babalik sa grupo o sa 'yo. Sa akin 'to. Ilang taon ako sa loob, di kayo naano."

Nagsindi ng sigarilyo si Sakmal, iiling-iling, malalim ang buntonghininga.

"May ipapalakad ako sa 'yo," anas nito mula sa ilang segundong katahimikan.

"Putsa! 'Kita mo na? Ibang klase ka talaga! Kelangan mo muna ng ganansiya bago bumigay. 'Namputa, Sakmal!" Hindi ko na nakontrol ang lalong pagtaas ng tono ko.

"Boni, relax lang, pare," gitna ni Terno.

"Boni, kahit nasa ganitong linya tayo, alam mong di ako sumisira ng salita. Lalo sa 'yo. Alam mo 'yan. Sinabi ko na, wala sa radar ko kung sino'ng puki ng inang may gawa niyan kay Sarah."

"Pero may ipalalakad ka sa 'kin?" buwelta ko.

"Sunog-sunugin mo 'ko ngayon dito, di ako mangangamoy impormasyon, Boni. Pero itong ipalalakad ko sa 'yo, pihadong meron."

Natigilan ako't napatingin kay Dodong. Nagsubo ako uli ng bagong sigarilyo.

"Sino 'to?"

"Si Dyorni."

"Dyorni Dani Boy? Dyorni Paltik?" paniniyak ko.

"Dyorni to da werld."

"Ano namang nalalaman ni Dyorni sa hinahanap ko?" pagtataka ko.

"Boni, si Dyorni na ang humahawak ng supply ng bakal dito sa 'tin hanggang labas. Matindi asenso. Sa dami ng sinusuplayan niyan, hindi na 'yan nagugulat sa mga balita." Sumandali ito ng dalawang malalalim na hitit. "Abante ni Dyorni sa marami, konektado sa ilegal, konektado rin sa malinis. Nauuna pa 'yan sa diyaryo o Facebook. Alam mo 'yung Facebook?"

"Ano'ng lakad kay Dyorni?" usisa ko.

"Ano pa? E di bakal ng grupo."

"Bakit ako pa? Kalalaya ko lang, Mal. Mainit pa 'ko," tutol ko.

"Tingin mo, sa pa'nong paraan mo makakausap si Dyorni ngayon?" buwelta niya.

NANG MAGPAKILALA SILA bilang mga taong-midya, pinagbalagbagan sila ng gate ng padre de pamilya. Sa bintana, nakadungaw ang maybahay, mugto ang mga mata, maputla. Wala na silang nagawa kundi lisanin ang harapan ng bahay ng mga Arnaiz. Sinuyod nila ang kapitbahayan para magtanong-tanong.

Ruben Arnaiz at Analisa Arnaiz—mga magulang ni Rebo. Dahil walang lihim sa bawat kalye, looban, kalsada ng Metro Manila, napag-alaman nina Marisol at Pancho na si Ruben Arnaiz ay kilala sa pangalang Ben Talyer o Mang Ruben. Negosyo ng kanilang pamilya ang pagtatalyer. Ngunit noong tamaan ng sakit sa kidney si Analisa, unti-unting nabaon sa utang ang pamilya. Dagdag pa rito ang pagkalulong ni Mang Ruben sa OTB—karera ng kabayo. Sa huli, naisangla ni Mang Ruben ang talyer sa panganay na kapatid na si Lita Arnaiz na isa ring negosyante. Kalat sa kanilang lugar ang nangyaring barangayan sa pagitan nina Mang Ruben at kapatid nitong si Lita, gawa ng sigalot sa isyu ng di-matubos-tubos na talyer dahil sa di-matapos-tapos na pagbabayad ng tubo. Ang bulong-bulungan sa kapitbahay, marahil napasubo raw si Rebo na gumawa ng hindi maganda dahil sa sobrang kagipitan. Ngunit malinaw kina Marisol at Pancho na wala namang mapapalang pantubos ng talyer ang binata kay Divine, sabihin nang pagnanakaw ang motibo ng ibinibintang na pagpatay.

Para bigyang-linaw ang bungi-bunging sapantaha, tumungo sina Marisol at Pancho sa puwesto ng motor accessories shop ni Lita Arnaiz para sana kapanayamin ito. Ngunit bago pa nila matunton ang shop, naitumba na ng mga di pa nakikilalang salarin ang pobreng ale. Ayon sa katiwalang dalaga, dalawang mama na katamtaman ang taas ang pumasok sa shop. Nang tanungin ang dalaga kung namukhaan daw ba ang mga ito, pirming sagot ay hindi. Pa'no mamumukhaan ang dalawang mama na hindi naman nagtanggal ng helmet? Pagkakita daw sa kaniyang amo, agad itong pinaputukan—dalawa sa ulo, apat sa dibdib. Tapos ang pobreng ale. Walang nabawas sa benta, walang nawala sa mga paninda. Malinaw na ang tanging layunin ay itumba si Lita Arnaiz.

Pagkatapos ng presscon, pagsara ng Genericare, inilatag nina Marisol at Pancho ang mga pangyayari kay Dondi.

"Nangyari 'tong lahat mismong araw ng presscon?" kahiwagaan kay Dondi.

"Weirdly, yeah," tugon ni Marisol na kapwa hindi rin makapaniwala na kinukumpirma niya ang mga nangyari.

"Siguro naman makakapag-request tayo ng interview kay Rebo?" tanong-mungkahi ni Pancho.

"Bago i-turnover sa ibang facility, much better," katig ni Marisol.

"Brad, kumusta ang presscon?"

"Nakakasuka," sagot ni Dondi.

Nagsalit ang buntonghininga at pag-iling sa pagitan ng tatlo. Isasara nila ang gabi na imbes makadampot ng mga kasagutan kahit panaka-naka, nag-anak pa ng lalong kalituhan ang mga pangyayaring marahas na rumaragasa sa kanilang harapan.

BILYARAN AT PISONET ang unang palapag ng bahay ni Dyorni. Asensado na nga ang dating hanguan lang ng paltik. Masigla ang negosyo ni Dyorni. Marami pa ring bilyarista dito. Ang mga bata, pila-pila sa pisonet. Hindi mo iisiping pugad ito ng isang bigating gunrunner. Tama si Sakmal, hindi ko basta-basta makakausap si Dyorni ngayon.

Bago makalapit sa entrada ng hagdan, sinalubong kami ng isang binatilyong nakasampay ang T-shirt sa balikat, tadtad ng tato ang katawan, lubog ang mga pisngi, dilat ang mga mata—pamilyar na kartada sa bawat looban.

"Boss, kanino?" harang nito sa amin. Hindi ko naman mahusgahan kung sinisindak kami dahil normal nang nandirilat ang mga mata nito.

"Kay Dyorni, brader," tipid kong sagot.

"Ano'ng kelangan n'yo ke 'Oss Oni?" harang pa rin nito.

"Ah, sige. Pasabi naman, 'yung kay Sakmal," pakisuyo ko.

Dali-daling umakyat ang binatilyo. Naghintay muna kami ni Dodong, nakimiron sa laro, sumigarilyo, nagmatyag. Ilang saglit pa, bumaba uli ang binatilyo, sumenyas sa amin. Maaari nang umakyat.

"Boss, pers taym kong makakaharap 'tong Dyorni," bulong sa akin ni Dodong. Ngiti lang ang isinagot ko.

Pagdating sa itaas, isa pang gate ang sumalubong sa amin. Pagkatapos ng isang gate, isang pinto pa ulit. Dinig ko ang boses ni Basil Valdez, sounds ni Dyorni.

Salas ang entrada ng bahay ni Dyorni. Inabutan namin siyang nagbabalat ng itlog ng pugo, katabi ang isang binata na nagbabasa ng libro.

"Boni Fly!" nakangiting bati ni Dyorni. "Long time!" Hininaan nito ang pinapatugtog. Pansin ko na parang namangha pa si Dodong sa init ng pagtanggap ni Dyorni.

"Kalalabas lang. He-he!" sagot ko.

"Enteng, kuha kang sopdrinks sa baba," utos ni Dyorni kay Tato.

"Okey, bossing!"

"Tito, dito muna 'ko," paalam ng binatang nagbabasa ng libro kanina.

"O siya."

Lumakad ang binata papunta sa kuwarto bitbit ang kaniyang libro.

"Upo kayo," alok ni Dyorni sa magarbo niyang sofa.

"Salamat, Oni." Siyang upo namin. "Pamangkin mo?"

"Oo, iniwan sa 'kin ni Ditse, paaral na din."

"Ano'ng kurso?" simula ko ng pasakalye.

"Criminology."

Saglit na katahimikan at tinginan, saka kami nagpalitan ng mga ngiti.

"'Yung kay Sakmal, tama?" pagpapatuloy ni Dyorni.

"Ah, oo. Heto, dala ko 'yung ano galing kay Sakmal." Ipinakita ko ang bag na dala-dala ko.

"Ah, oo. Oo nga."

"Si Dodong nga pala, Oni. Kasama sa grupo."

"Magandang gabi, boss," bati ni Dodong. Sinipat-sipat muna siya ni Dyorni bago ginantihan ng ngiti.

"'Oy, pare," bati ni Dyorni kay Dodong.

Iniabot ko ang bag, binuksan niya't sinalat-salat ang laman. Kung binibilang niya sa pamamagitan ng pagsalat, hindi ako sigurado. O baka nga masyado na siyang batak sa ganitong kalakaran kaya salat pa lang, alam na niya kung sapat o payat.

"Ayos, ayos," tipid niyang sabi. Tumango ako.

May ilang saglit na pagitan bago uli nagsalita si Dyorni. Para kaming naghihintayan.

"Ah, 'yung mga gamit, hindi dito ang abutan, ha?" basag ni Dyorni sa sandaling puro si Basil Valdez ang naririnig sa salas.

"Oo. Oo naman," sagot ko, sa tonong sigurado.

"Di tayo umeebak kung sa'n tayo 'makain, Boni. He-he!" dagdag pa nito.

"Si Dani Boy pala, nakasama ko sa Abadiano," pag-iiba ko.

"O, bumabati ba sa 'yo do'n sa loob?" tanong niya, na para bang nagkita lang kami ng kapatid niya sa isang bahay bakasyunan.

"Dyorni, kung di naman ano, ano? Ano sabit ni Dani Boy?"

Itinuloy ni Dyorni ang pagbabalat ng pugo.

"Wala."

"Pa'nong—" pagtataka ko.

"Naalala mo si Goya?"

"Goya sa Gumamela?" pangungumpirma ko.

"Mismo. 'Yung ginulpe mo dati?"

"Nakasama ko sa loob si Goya."

"Tumao sa 'kin kasama 'yung dalawang tao niya sa Gumamela. Sumabit. Timbre sa 'kin ng kliyenteng jail guard, bumibigay daw."

"Kakanta?"

"Kahit sino sigurong balian ng tadyang, kuryentehin ang itlog, mapapakanta. Kaya naro'n si Dani Boy sa loob."

Wala akong naisagot agad. Bakas siguro sa mukha ko ang pagtataka at pansin iyon ni Dyorni.

"Gano'n talaga. Alam nila kung ano'ng paparating sa kanila," segunda ni Dyorni sa sarili.

"Pero menor si Dani Boy, di ba?"

"'Yun na nga. Pagkatapos ng trabaho, pagbalik sa hearing, ipepresinta 'yung original na birth certificate niya. Pekeng ID dala niya nung sinetap 'yung huli niya. Pagtapos niyan, absuwelto. Ililipat lang sa Bahay Pagasa 'yan. Bukas makalawa lang, andito na uli 'yun."

Naalala ko ang riot sa Abadiano—si Dani Boy nang tarakan niya sa kilikili si Goya. Sanay ako sa ganitong mga lakad. Hindi na bago ang mga ganitong istayl. Ang hindi ko lang maiproseso ay ang walang kagatol-gatol na pagdawit ng bata sa ganitong katarantaduhan.

"Boss, sopdrinks!" singit ni Enteng, isa-isa kaming sinilbihan ng tig-iisang maliit na bote ng RC.

"Dyorni, bukod sa gamit, may sadya sana 'ko sa 'yo. Kaunting pabor." Sapat na sigurong pasakalye ang kay Dani Boy.

Nahinto sa pagbabalat ng pugo si Dyorni, lumagok sa malamig niyang sopdrinks.

"He-he! Matagal na 'kong huminto sa pabor-pabor na 'yan, Boni." Idinaan pa sa pagtawa ang pagtanggi.

Hindi ko pinansin ang sinabi niya. "'Yung anak ko, si Sarah."

"Nakikiramay ako," walang pasubali niyang sabi.

Natigilan ako. Ramdam ko ang panlalamig ng batok ko. Parang gustong kumalag ng puso sa dibdib ko.

"Ano'ng alam mo, Dyorni?"

"Kung ano'ng alam ng mga ka-lugar natin, Boni."

"Sabi mo, nakikiramay ka?"

"Hindi ba nakikiramay ang mga kakilala mo?" buwelta niya.

"Hindi kami nagpalamay," balik ko sa kaniya. "Dyorni, hindi ko 'to hinihingi nang libre," kabig ko.

"Pabor 'ka mo?"

"Babayaran ko ng pabor."

Tumayo si Dyorni, may kung anong dinukot sa nakasampay na pantalon malapit sa pintuan. Pasimpleng binangga ni Dodong ng binti niya ang binti ko. Iling ang isinagot ko kay Dodong. Bumalik sa upuan si Dyorni, dala-dala ang isang kahang yosi. Nagsubo ito ng isa at saka inialok sa amin. Kumuha ako, kumuha si Dodong. Listong sumilbi si Dodong ng sindi sa amin.

"Nasabi na sa inyo ni Sakmal sa'n ang pickup ng bakal?" pag-iiba ni Dyorni ng usapan. Tumango lang kami ni Dodong. Isinalansan niya ang mga nabalatang pugo sa isang malaking mangkok at isinilid ang mga pinagbalatan sa isang asul na plastic bag. Sa pagitan, todo pa rin ang hitit-buga niya habang abala ang dalawang kamay. Hitit sa kanan, buga sa kaliwa. "Doon na rin 'yung pabor mo," pahabol niya. Paalon-alon ang kalabog ng dibdib ko.

"Salamat, Dyorni."

"Boni, doon ko rin sisingilin 'yung pabor ko sa 'yo."

"Kahit ano."

Gamit lang ni Sarah ang natagpuan sa Levi, walang katawan. Kaya kahit ganito, ang iniisip ko pa rin ay makakasama kong muli nang buhay ang anak ko. Pero nakikiramay si Dyorni. Mabilis akong kinaladkad ng salita niya sa kumpirmasyon ng sinasabi ni Sakmal—na bago maging balita ang balita, alam na ni Dyorni ang mga mangyayari. Sa mga sandaling ito, hindi ko alam kung anong klaseng pagtitimpi ang gagawin ko. Kung binibigyan ako ng pagkakataon ng mga bagay na dapat kong paniwalaan, sa anong banda ako maaaring sumiksik para kumupit ng kaunting pag-asa? Nagbenta na naman ako ng kaluluwa sa demonyo para maghanap ng isa pang demonyo.

HABANG UMAANDAR ANG oras salungat sa paghahalughog niya ng kasagutan sa dilim, isinara ng PNP-Taguig ang kaso ni Divine. Naiwang nakatengga ang maraming katanungan sa bungo ni Dondi. Kasabay nito ang paghihigpit ng kapulisan sa seguridad ni Rebo. Hindi na nagkaroon pa ng pagkakataong kapanayamin nina Marisol at Pancho ang binata. Batid nila, lalong numinipis ang tsansang maliwanagan ang nangangapal nilang ligalig.

Hiwagang-hiwaga naman ang ballistics division ng Taguig dahil kakatwang labas sa mga regular na striation analysis ang mga narekober na basyo ng bala sa shop ni Lita Arnaiz. Negative sa comparison microscopy at firearms database. Wala na ngang mukha ang mga salarin, blangko pa ang mga nakolektang ebidensiya. Kahit pa kumbinsido sina Marisol at Pancho na walang kinalaman si Rebo sa kaso ni Divine, hindi nila alam kung sa'n sila magsisimula, dahil patagal nang patagal ay mistulang walang-hangganang simula ang lahat.

Ilang araw pagkatapos ng presscon, dumalaw si Dondi sa talyer ni Mang Ruben. Humimpil siya sa tawid-kalsadang tindahan ng sari-saring laruan at school supplies. Isang pangkaraniwang araw sa isang talyer ang tanawin. Naroon si Mang Ruben, abala sa pangangasiwa. Umubos ng dalawang sigarilyo si Dondi saka dagli ring nilisan ang lugar. Mismong araw, wala nang isang linggo ang bibilangin ni Rebo sa Tuktukan Substation, ililipat na ito sa Taguig City Jail. Aminin man niya sa sariling walang-saysay ang kausapin si Rebo, may kung ano pa ring nagdala sa kaniyang mga paa sa Tuktukan at pakiusapan ang mga pulis na bisitahin at makausap ang binata. Malay siyang katakot-takot na legal na proseso ang pagdaraanan para makaharap niya si Rebo sa panahong nasa Lower Bicutan na ito. Kaya't anumang pagkakataong kaloob ng nauupos na oras at pagkakataon, kahit hindi pa siya sigurado sa mga rason, hinayaan niyang pansamantalang anurin lamang siya ng mga posibilidad.

Sa maliit na visitation facility, naghihintay sa naninilaw na mesang monoblock si Dondi. Sa distansiya, nakaprente ang dalawang pulis, nangingibabaw ang garalgal ng alikabuking electric fan. Dumating si Rebo, nakaposas, escort ng de-mesa.

"Mr. Amadeo, mabilis lang," bilin ng de-mesa.

Bantulot si Rebo, nakatayo lang sa harap ng mesa.

"Upo ka," alok ni Dondi.

Umupo si Rebo habang pirming nakayuko.

"Mahirap dito," anas ni Dondi.

Hindi umiimik si Rebo. Nagsasalit lamang ang tingin nito sa nakaposas evniyang mga kamay at naninilaw na mesa.

"Lalo kapag inilipat ka sa Lower," dagdag ni Dondi.

Hindi natitinag si Rebo. Patlang. Mataman ang pagsipat ni Dondi sa mukha ni Rebo; sa mga mata nitong nakakubli sa gusot na buhok.

"Nakita ko erpats mo, siya na uli namamahala sa talyer n'yo."

Humiwa ang mga pangungusap sa pandinig ni Rebo. Bahagya itong nag-angat ng tingin. Sa unang pagkakataon, bagaman walang salita, tumugon ito sa sinabi ni Dondi. Napuna iyon ng huli.

Mahabang patlang. Pansin ni Dondi ang pagtutubig ng mga mata ni Rebo at ang pangangatal ng mga labi.

"Sobrang bait mong anak, pumayag kang maging pantubos," mabigat na bitiw ni Dondi.

Tuluyan nang sumabog ang hagulhol ni Rebo, sumasaliw sa basag na ritmo ng garalgal na electric fan ang iyak. Tumayo na si Dondi at nagtuloy ng labas sa facility, bitbit ang naglalagalag na malay.

14
DIGANG-DEMONYO

FOUNDATION DAY NG Francisco Cabello Abe National High School. Sari-sari ang programang inihanda ng school admin at inaasahan din ang pagdating ng maraming panauhin. Masaya ang mga estudyante dahil walang klase. Nakapalibot sa kampus ang booth ng mga pagkain at kung ano-ano pang paninda. May singing contest sa quadrangle at may palaro sa gym. Higit sa lahat, hindi sinisita ang pag-istambay ng mga estudyante saan mang bahagi ng kampus. Para pangalagaan ang seguridad ng mga mag-aaral, guro, at mga panauhin, nag-deploy ang city hall ng mga pulis na pinangunahan ni Police Corporal Froilan Balmaceda.

"Magandang-magandang umaga po sa ating lahat!" masiglang bati ng emcee sa mga manonood. Gumanti ng hiyawan ang mga estudyante, guro, at ibang empleyado ng paaralan. Sabik ang lahat para sa singing contest na lalahukan ng pinakamahuhusay na estudyanteng mang-aawit mula sa iba't ibang antas.

"Representing Grade 12, BAM. Let us give a round of applause to Ms. Sarah Bonifacio!"

Palakpakan na may kasabay na hiyawan ang itinugon ng mga manonood.

Umakyat na ng entablado si Sarah. Nakapako ang tingin ng lahat sa kaniya, lalo ang mga kalalakihan. Pinaliit lalo ng malalaking kulot sa laylayan ng kaniyang buhok ang kaniyang mestisahing mukha. Sumukli ng ngiti si Sarah sa mga manonood. Si Froilan na dapat walang-patid na rumoronda sa paaralan ay mistulang itinanim sa kaniyang kinatatayuan at walang pagkurap na nakatitig lamang kay Sarah.

Pumasok ang minus one ng Minsan ang Minahal ay Ako ni Celeste Legaspi. Parang hinigop ng kung anong enerhiya ang kahuli-hulihang ingay na nilikha ng pagsalubong sa kaniya kanina sa entablado.

Makatunaw-damdamin ang boses ni Sarah. Bakas sa mukha ng mga manonood ang pag-aagaw ng ngiti sa labis na paghanga at ang di-mapigil na pagluha sa rubdob ng intepretasyon nito sa awitin. Mistulang pinahihinto ng tinig ni Sarah ang oras. Iba naman ang naantig kay Froilan.

Hanggang sa mga huling nota ng awitin, mataman lamang ang pagtunghay at pakikinig ng mga tao.

Pag-fade ng minus one, balik-ingay ang buong quadrangle, tayuan ang mga manonood para magbigay-pugay at paghanga kay Sarah. Palakpan, hiyawan, pito. Nagtagal iyon nang halos isang minuto. At lumipas sa entablado ang ilan pang kalahok ngunit hindi na naulit ang gano'ng pagtanggap ng manonood. Natatangi ang ipinamalas ni Sarah. Walang kahirap-hirap ang mga huradong iginawad kay Sarah ang pinakamataas na parangal.

Pagbaba ni Sarah ng entablado, sinalubong siya ng pagbati ng mga kamag-aral, kaibigan, at mga guro. Sa barikadang bakal, naroon si Froilan, kumakaway kay Sarah.

"Ma'am, congrats! Ang galing mo!" buong-ngiting bati ni Froilan.

"Salamat po, sir," magalang na tugon ni Sarah.

Tumuloy ng lakad si Sarah sa backstage, pasimpleng sumunod si Froilan. Sa likod ng entablado, kabi-kabila ang nagpapalitrato kasama si Sarah.

"Ma'am, ma'am, sorry. Puwede ba 'kong maki-selfie?" pakiusap ng isang pulis na ka-hubog ng isang gasulito, na kung aalisan ng uniporme

ay walang iiwan sa hilatsa ng isang propesyonal na mangangahoy ng modelong cell phone.

Ngumiti at tumango lamang si Sarah. Dagling lumaslas sa pila ng mga nagpapalitrato si Froilan, pasimpleng umakbay sa dalaga, at saka sumelfie kung pa'no nagse-selfie ang mga matatanda kapag nakakikita ng mataas na Christmas tree sa mall.

Iyon ang simula ng araw na walang makaaawat sa pagpupursige ni Froilan. Matapos ang foundation day, pasimple pa rin siyang umiistambay malapit sa paaralan. Inaral niya kung saan madalas si Sarah, ang mga dinadaanan nito at ruta ng biyahe.

Isang hapon, natiyempuhan niyang mag-isa si Sarah sa malapit na 7-Eleven sa high school, bumibili ng pepperoni sandwich at Minute Maid. Lahat ng pamumulis ay ginawa niya para singitan ang mga nakapila sa counter. Pag-punch ng kahera ng mga nabili ni Sarah, listong dukot ng wallet si Froilan. Bago makapagbayad si Sarah, nakapaglapag na ng limandaang pisong buo si Froilan sa counter.

"Ma'am, dito na."

Hindi agad nasino ni Sarah ang mama. Nagtaka muna ito bago natandaan si Froilan. "Ay, sir. Ikaw pala 'yan!"

"He-he. Kumusta, ma'am?" nakangising bati nito.

"Sir, nakakahiya. Ito na po," tanggi ni Sarah sa pagkukusa ng pulis.

"Naku, ma'am, magtatampo ako pag ganyan. Saka naipasok na ni Ate sa kaha, oh." Ngumiti sabay kindat si Froilan sa kaherang hindi natutuwa sa diskarte niya. "Ma'am, okay lang sabayan na kita magmeryenda?"

Hindi na nakatanggi pa si Sarah. At nasundan pa iyon nang nasundan. Hanggang sa mahulog ang dalaga sa mga pananalita at diskarte ni Froilan. Hindi nagtagal, kagagawan ng lahat ng himala't kakatwang mga bagay-bagay sa mundo—na kahit siyensiya ay susuko—napasagot ng isang gasulitong pulis na mukhang punongkahoy na luma ang isang magandang dalaga. Tulad ng maraming kalalakihan, lalong nakargahan ang pagkalalaki ni Froilan nang matutuhan niyang siya ang nakadonselya kay Sarah.

Nalimitahan ang pagsama ni Sarah sa mga kamag-aral. Ang mga paglabas-labas kahit pa may kinalaman ito sa mga pampaaralan na aktibidad ay hindi nakalulusot kay Froilan. Unti-unti'y pinaghigpitan siya ng pulis. Masunurin ang dalaga, sukdulang lagyan ito ng tracker sa cell phone para masiguro ang pagiging masunurin nito.

Isang pagkakataong pagkatapos ng kanilang pagniniig, nakatulugan ni Froilan na bukas ang kaniyang cell phone. Pag-ilaw ng phone, malinaw na tumambad sa mga mata ni Sarah ang text galing sa asawa ni Froilan, sa kabila ng pagpapakilala nitong binata siya—na kahit siguro pinakamatiwalaing tao sa mundo, mag-iiba ang pananaw. Hindi na napigilan pa ni Sarah ang sarili at binuksan niya ang mga mensahe. Nang maalimpungatan si Froilan, umiiyak na si Sarah, at nakita niya ang kaniyang cell phone sa tabi nito.

"Babe?" himas ni Froilan sa balikat ni Sarah. Pinalis iyon ni Sarah.

"Hindi ko alam bakit ako naniwala sa 'yo. Hmmhm, uhmmphm!" hihikbi-hikbing sabi ni Sarah.

"Babe, ah. Alam mo, matagal na 'kong nakipag-ano, kalas diyan, kinukulit lang ako palagi." Pabalik-balik niyang sinubukang himasin ang dalaga. "Alam mo namang ikaw ang mahal ko," pagpapatuloy nito ng kaniyang samo.

Hindi na umimik pa si Sarah. Tinanggap na lamang nito ang mga himas ni Froilan na nauwi sa romansa. Dinakma niya sa buhok si Sarah at ibinaba sa kaniyang ari. Sinilbihan na naman siya ng dalaga sa kaniyang kahayukan.

"Ahhh, ugh! Salsalin mo pa—ahh, aray! Areh!" daing ni Froilan. Napahinto si Sarah sa ginagawa. "Ano 'yang ano—kumakayod sa itlog ko?" taka ni Froilan.

Napagtanto ni Sarah na ang bracelet niya ang idinadaing ng sinisilbihan. Dagli niya iyong kinalag at initsa sa bedside table.

Matapos bumabad ni Sarah sa ibaba ni Froilan ay muling nag-isa ang kanilang mga katawan. Tagumpay si Froilan sa pananakop sa isip, laman, at kaluluwa ni Sarah.

Sa kabila ng natuklasan ni Sarah, nagpatuloy ang kanilang relasyon. Pinili niyang maniwala sa mga paliwanag ng kasintahan. Malay ang dalaga sa pag-iingat ni Froilan dahil kinikita lamang siya nito sa mga patagong pagkakataon; lagi't lagi ay sa motel, bihirang-bihira silang nakapaglalakad nang magkasabay sa mga daan. Ngunit nagbago ang ihip ng hangin nang ibalita ni Sarah kay Froilan na ilang linggo na siyang hindi dinadatnan. Biglang hindi na ito nagpaparamdam, hindi sumasagot sa kaniyang mga tawag at text. Nang makumpirma ni Sarah na nagdadalantao na siya, pinanay-panay niya ang pagkontak kay Froilan. Wala siyang nakuhang sagot. Galit na galit si Sarah. Sumasapit sa kaniyang pagkatuto kung pa'no siya ginamit at pinagpasasaan lang ni Froilan. Hanggang sa umabot siya sa punto ng pagkontak sa maybahay ng pulis, mula text-tawag hanggang message request sa Facebook. Nagpadala siya ng mga larawan nila ni Froilan. Hindi rin siya agad nakakuha ng tugon. Ngunit isang araw, nakatanggap siya ng tawag mula sa numero nito.

> *On-going call...***0945 612 7485**
> *"Nakita ko na ang picture. Meet tayo sa Sister Sinangag sa likod ng Pasig Simbahan, 3:30. Kailangan ko ng statement mo to file case sa aking husband."*

Nanoot sa pandinig ni Sarah ang boses ng isang aleng walang kaemo-emosyon na para bang nagbasa lang ng mga sulat sa pader. Sa isip niya, marahil sanay na ang asawa ni Froilan sa mga gawain nito kaya gano'n na lamang ito ka-kalmado.

Mataman niyang binantayan ang oras. Kikitain niya ang misis ni Froilan at ipakikita niya sa pulis na nagkamali ito ng tinarantado. Ipakikita ni Sarah na hindi siya basta gagawing parausan lamang. Kung hinatak na siya sa miserableng sitwasyon sa kabila ng pagbibigay niya ng kaniyang buong pagkatao, walang makatwirang dahilan para hindi niya sabay na hatakin palubog sa kumunoy ang lalaking sumalaula't sumira ng kinabukasan niya.

"PUTANGINA MO, OLAN! Sumagot ka!" bulyaw ni Sarge O.

Walang-imik si Froilan. Bantulot lamang si Baldo sa tabi ng hukay, tinatantiya ang mga susunod na mangyayari.

"Sarge," pakli ni Baldo.

"Ikaw, isa ka pang putangina ka. Walang mapili sa inyo, mga putangina kayo!" Galaiting-galaiti ang sarhento, parang uod na bumabakat sa leeg nito ang mga nagngangalit nitong ugat.

Dinukot ni Sarge O. ang cell phone sa likurang bulsa ng pantalon at tinawagan si Mr. Liu. Lumakad ito papalayo nang bahagya sa kaninang kinatatayuan para sumagap ng signal.

On-going call L
"Oh, hello, Boss! How are you?"
...
"Ah, yeah, yeah. It's already done. We take care of it, yes. Yes."
...
"Boss, do we have an update with M41? Is everything okay?"
...
"Ah, that's good, that's good! Okay, okay. Bye, boss!"

Nagbalik ng tingin si Sarge O. kay Froilan, litong-lito.

"Olan, putangina mo! Sino'ng trinabaho n'yo ni Jojo?" malutong na mura't matigas na tanong ni Sarge O. Nanatiling tirik si Froilan. Walang-imik si Baldo. Hindi na makasasagot si Jojo.

15
ALTERNARUTA

NATABUNAN NG AGITIT ng lumang swivel chair, pag-ikot ni Pancho sa direksiyon ng mesa ni Marisol, ang chorus ng *Island in the Stream* nina Dolly Parton at Kenny Rogers.

"Panch, what the fuck?" inis ni Marisol.

"Ano 'yun?" taka ni Pancho.

"The chorus, you fucked it up with your bitch ass squeakin' chair!"

"Drag mo pabalik, tanga," singhal ni Pancho.

"Radio, yeah? Mas tanga ka," singhal-pabalik ni Marisol.

"Wala kang Spotify?" uyam ni Pancho.

Hindi na umimik si Marisol at bumalik na lamang sa kaniyang ginagawa.

"Paanong si Dondi, pinayagan makaharap si Rebo, 'tapos tayong gagawa lang naman ng report, ang higpit nila bigla?" pagtataka ni Pancho.

"For the simple reason that Dondi made it appear that he believes the result of the police investigation. Panch naman?"

"Wala pa naman tayong—"

"They won't even let a tiny chance for us to catch up," putol sa kaniya ni Marisol. "Think of it, they want everything clean. Balita n'ong mga taga-Inquirer, SMNI lang daw nakapagtanong no'ng presscon. Not even a question, they just second the motion, lick them asses. Di ka na nasanay," litanya ni Marisol.

"Sarado 'yung kaso, wala tayong access sa mga possible leads. 'Yung kay Lita Arnaiz, malabo din. Pucha, nakorner 'ata tayo, Sol."

Walang sagot si Marisol, nakatanim sa tinatrabaho. Napuna iyon ni Pancho.

"'Yung deadline kay Boss," paalala ni Pancho, pangkuha ng atensiyon.

"Saka ko na iisipin 'yan," tipid na sagot ni Marisol.

Saglit na patlang. Pilit na ikinakalma ni Marisol ang sarili, iniaalis sa kargado nang isip ang deadline. Ngunit mananaig ang kabalisaan, bigla siyang sasabog.

"Fuck! Fuck! Fuck!" kalabog ni Marisol ng mga palad sa mesa. Iiling-iling lamang si Pancho.

"Sol."

"What?"

"Nadinig mo 'yun?"

"WHAT?" mas malakas sa pagkakataong ito.

"Malapit na ulit 'yung chorus."

"Tangina mo!"

Pinigil ni Pancho ang tawa. Muli, bumalik si Marisol sa ginagawa, salitan sa laptop, cell phone, at tickler. Malinaw na kay Pancho na tutok ito sa trabaho, kaya hindi na muna niya ito ginambala.

Ilang kantang '80s ang nagdaan sa radyo. Sa isip ni Pancho, tila isang grade-conscious na kolehiyalang nagre-review para sa finals si Marisol. Subsob, hindi maabala, lalong hindi mabiro. Maya-maya pa, tumayo itong may subo-subo nang yosi at tumungo malapit sa bintana—iniangat ito nang bahagya para doon ibuga ang usok. Dala pa rin ang tickler, pabalik-balik sa mga notes, pasulat-sulat sa mga bakanteng pahina.

"Panch, we try another route," biglang usal ni Marisol.

Hindi maunawaan ni Pancho ang ibig sabihin ni Marisol. Wala itong naitugon kundi gusot na noo. Pinitik ni Marisol ang sigarilyo sa labas ng bintana at bumalik sa kaniyang mesa.

"Divine is the fourth victim in what we presume to be a series of killings targeting women in Metro Manila," pagtutuloy ni Marisol. "First three victims all came from almost the same backgrounds—a merchandiser, a saleslady, and a grocery cashier."

"Mapuputol kay Divine," anas ni Pancho.

"Yes. Something's off, right?"

"O, e di tapos agad ang hinala mo."

"That's why we reroute; we do the reverse and check the patterns with the suspects in each case!" mungkahi ni Marisol.

Unti-unting nalinawan si Pancho, bakas sa mukha ang iniipit na kumpiyansa sa pagsusuri ni Marisol. Ipinoproseso niya sa isip ang mga kontra-naratibo para hamunin ang ideya nito. Ngunit batid niya ang kanilang limitasyon, at mas bukas ang mga posibilidad kung sa mga buhay sila makikipag-usap kaysa sa mga biktimang hindi na humihinga.

"Sol."

"Yeah? Nailed it, right?"

"'Yung bintana, nakatiwangwang na naman."

"Fuck you."

NATANGGAP NIYA ANG kumpirmasyon ng BJMP pagkatapos ng halos dalawang linggong paghihintay. Malugod na sinang-ayunan ng pamunuan ng San Abadiano Prison ang pagsasagawa ng medical mission sa pangunguna ng Genericare, sa tulong na rin ng mga nalapitang doktor ni Dondi para magbigay ng libreng serbisyong-medikal sa mga PDL.

Araw ng medical mission, mainit na sinalubong ng warden ang grupo ni Dondi.

"Mr. Amadeo, maraming salamat at ang Abadiano ang napili n'yo para sa medical mission na ito, ano?" nakangiting salubong sa kaniya ng warden.

"Wala pong anuman. Nakangiti ang mga magulang ko sa langit dahil dito. Salamat din po sa pagpapaunlak," magalang na tugon ni Dondi.

Dinala sila ng warden sa plasa ng Abadiano. Doon nakaplasta ang apat na mahabang mesa, nakasalansan ang mga upuan, nakapila na rin ang mga inmate, at nakaposte ang mga jail guard. Para buksan ang programa, binuksan na ng isang jail guard ang Raon disco speaker, bumati ang tinis ng feedback nito. Makailang beses pinagpag ng warden ang kawad ng mikropono, dumistansiya sa speaker. Nang kumalma ang speaker, nagsimula na itong magbigay ng maikling talumpati.

"Hello, test. 'Ayun. Magandang araw sa inyong lahat. Nandito po ang mga kaibigan natin sa Genericare para magbigay ng libreng serbisyo-medikal. Palakpakan natin sila."

Nalulunod sa echo ang ibinubugang tunog ng speaker, dagdag pa ang pinagsamang mga kongkretong kanto, bakal, patseng kahoy na nakatindig palibot sa plasa na tinatalbugan ng kalat na alingawngaw. Halos di-maunawaan ang sinasabi ng warden. Gayunpaman, malakas pa rin ang palakpak ng mga preso at jail guard.

"Salamat at ang Abadiano po ang kanilang napiling silbihan. Paalala po na maging magalang tayo sa ating mga bisita. Nandiyan po ang mga jail guard natin para umasiste sa ating mga bisita at sa inyo. Wala munang magpapasaway, ano po?"

Umugong ang sari-saring tugon. *"Opo. Yes, warden. Yes, boss."*

"Muli, magandang araw po sa inyong lahat!"

"Doc Leo, salamat," pabulong na sabi ni Dondi sa kaibigang doktor.

"Ikaw pa. Sige na, kami na bahala dito. Kung anuman 'yung kailangan mong makuha, sabayan mo na 'yung pagkaabala ng mga tao."

Nakapuwesto na ang mga doktor at nurse, nagsimula nang umandar ang pila. Prenteng nakamasid si Dondi sa paligid, tinatantiya ang bawat kilos at naririnig. Nagtatalo sa isip niya kung pa'no niya tatanungin ang mga nasa loob tungkol sa bracelet na gawa sa Abadiano. Asiwa siyang ipakita ang ebidensiyang larawan.

Nagpalakad-lakad siya sa pagitan ng apat na mesa, nakikipastol ng pila, tumutulong-tulong sa mga doktor at nurse, habang walang-puknat ang pagsuyod sa laksa-laksang pulsuhang nahahagip ng kaniyang paningin. Nagtagal siya sa ganoong siste, walang maligaw na bracelet sa tanawin niya.

"Ah, ser?"

Galing ang boses sa likuran, dagling nilingon ni Dondi. Bumungad sa kaniya ang malaking ngiti mula sa isang jail guard.

"Ser, magandang araw po," bati ni Dondi.

"Ah, ser. Jolas na lang po. He-he!" pakilala nito.

"Ano po'ng atin, Ser Jolas?"

"May libreng checkup din po ba para sa 'min?" tanong nito, hindi pa rin natatanggal ang ngiti.

"Oo naman, ser. Sure, meron po," tapik ni Dondi sa balikat ni Jolas.

"High blood po kasi ako, ser. He-he!" pagbubukas nito ng usapan.

Sa puntong ito, nakaramdam na si Dondi ng pahiwatig. Tatango-tango lamang siya, mabilis na tinatantiya ang sitwasyon. May kung anong pumihit sa isip niya.

"Sige, ser. May mga doktor tayo dito, gusto mo iuna na kit—"

"Sakali ba, ser, may amlodipine kayo d'yan?" putol ni Jolas kay Dondi.

Sa loob ng kalahating segundo, nakakita si Dondi ng pagkakataon.

"Teka, ser. Tanong pala. Ahh, may program kayo para sa mga inmate? Ahh, pangkabuhayan, gano'n? Livelihood? Crafts?" biglang isiningit ni Dondi.

"Ay, oo naman, ser! Likha-Saya ang tawag diyan dito sa 'min," listo nitong sagot. "Bakit, ser?" bigla ring usisa nito.

"May program din kasi kaming ginagawa, livelihood din, parang 'yung sa Likha-Saya 'ka mo; under ng NGO ng mga kaibigan. Balak din namin makipag-partner sa BJMP saka-sakali," mabilis na pagbuo ni Dondi ng tugon.

"Ahh, maganda 'yan, ser." Para bang gusto nang bumalik ni Jolas sa usapang amlodipine.

"Ano'ng mga proyekto ng mga inmate sa Likha-Saya?" usisa ni Dondi.

"Iba-iba, ser. May mga rag; basahan ba. Pag Pasko, mga parol ganyan. Alkansiya, may mga pang-display, borloloy."

"Bracelet?" tumbok ni Dondi.

"Oo, ser! 'Yan, bracelet, nagawa sila dito."

"'Yung mga gumagawa ba, nasa pila?" lingon ni Dondi sa mga mesa.

"Ah, si Obed ang sa mga borloloy. Saka si ano—sino nga 'to? Si Boni. Wala si Obed rito, nasa ibang facility, ser, e. May kaso."

"Ahh. Sige, sige. 'Yung amlodipine, 'ka mo? Meron kaming dala," kumpirma ni Dondi. Napansin niyang lalong dambuhala ang ngiti ni Jolas.

"Naku, ser. Sakali ba, may mga pa-libreng gamot tayo d'yan?" hirit ni Jolas.

"Oo naman, ser!"

"Naku, salamat talaga. Ang mahal ng maintenance, eh. He-he!" kakamot-kamot-ulo nitong sabi.

"May kasama 'ka mo 'yung Obed? Boni? Wala siya sa pila?" simpleng usisa ni Dondi.

"Laya na 'yun, ser."

Natigilan si Dondi, ikinukubli ang biglang lalim ng paghinga, hinahabol ang mga pagkakataong nasa harapan niya. Para bigyan ng puwang ang pagkalma't pagbuo ng mga itutugon sa kausap, iginala niya ang tingin na para bang may kung anong hinahanap.

"Nurse Jean!" kaway-tawag niya sa nasa mesa. Agad na tumulak papunta sa kaniya ang nurse. "Kuha mo naman ako ng dalawang box ng amlo, please? Salamat!" pakisuyo nito sa nurse.

"Okay po, sir!"

Naglumiwanag ang mga mata ni Jolas sa narinig, pinisil-pisil ang balikat ni Dondi. "Ser, hulog ka ng langit. Salamat, salamat!"

"Baka puwede naming makontak 'yung Boni, maisama sa mga proyekto? Ano'ng buong pangalan niya?" samantala ni Dondi sa pananabik ni Jolas.

"Bonifacio ang pangalan; ang apelyido, Bonifacio din, ser. He-he! Ang tamad magpangalan ng magulang nun! He-he!" biro pa nito.

"'Ayun. Salamat, ser! Ahh, taga-saan si Boni?"

Saglit na hindi nakasagot si Jolas. Isang pitik, para itong bumalik sa pagiging makinang de-susi.

"Naku, ser, pasensiya na. Hindi kasi kami puwed—ah"

"Sir Dondi, ito na po," singit ng nurse at abot kay Dondi ng dalawang kahon ng gamot.

"Nurse Jean, kuha mo pa 'ko ng apat na box, thank you. Pasensiya na."

"No problem, sir. Saglit lang po."

"Sorry, ser. Ano nga uli 'yun?" balik ni Dondi kay Jolas.

Parang inaresto ng sandali si Jolas. Mabilis na bumalik ang ngiti nito. "Ser, saglit lang, ha? Saglitin ko sa records. Mabilis lang, ser."

"Naku, ser. Baka against poli—"

"Laya naman na, e. Di na siguro ano. Teka lang, sir. Mabilis lang 'to, wait lang." Masigasig itong lumakad papalabas ng plasa.

Parang tinapay na ibinagsak sa lupa ang hinahanap ni Dondi. Sa isip niya, lagi't lagi, pangangailangan ang sasagot sa isa pang pangangailangan. Nagkakatalo na lamang sa kabatiran ng isa ukol sa pangangailangan ng isa pa. Sa direksiyon ni Dondi, kasalukuyan siyang nasa ibabaw ng kamalayan sa pangangailangang tutugon sa kaniyang pangangailangan. Buong akala ni Jolas, malaking pabor ang ibinibigay sa kaniya ni Dondi. Lingid sa kaniyang kaalaman, magsisilbi siyang batong apakan para sa mga unang hakbang sa pag-ukilkil ng katotohanan.

Habang naghihintay, iginala ni Dondi ang tingin, tumatagos sa bawat likaw ng kulungan. Ang mga dorm na hindi nalalayo ang hitsura sa bahay ng kalapati, limahid na mga pasilyo, nanlalagkit na mga hagdan, libaging mga dingding kung sa'n nagsusumigaw ang ngalan ng mga pangkat, mga pader na inadornohan ng naglalakihang burat. Namalas niya ang balighong kalagayan sa loob. Hinahagkan siya ng lagkit sa balat, tila hinihingahan ng kinokombulsiyong panahon. Nananaig ang makapal na alinsangang dulot ng nagtataasang mga pader at kawalan ng maayos na bentilasyon. Ngunit sa kabila ng hindi makataong kalagayan ng mga preso, saksi siya sa ngiti ng mga ito, ang humanidad ng mga sabik sa laya, sa pagtanggap ng kaunting malasakit.

TATLONG KASO BAGO ang kay Divine, walang ibang pahiwatig na nabatid sina Marisol at Pancho kundi ang kasarian ng mga biktima, edad, hanapbuhay, uri, at sitwasyon ng mga lugar kung sa'n idinidispatsa ang katawan. Ang mga pingas-pingas na sapantaha, naburo bilang pirming duda, hanggang sa mag-iba ang direksiyon ng mga pangyayari pagdating sa kaso ni Divine.

Bago magpatuloy sa pagsisiyasat sa mga suspek, binigyang-atensiyon nina Marisol at Pancho ang mga detalyeng posibleng makatulong sa kanilang imbestigasyon. Simula uli sa umpisa, pero bitbit na sa pagkakataong ito ang mga piraso ng binubuong larawan ng katotohanang pinaiilap ng maraming puwang. Trabaho nilang hindi lamang punan ang mga puwang na ito kundi matunton kung sino ang mga tagapag-ingat nito.

Caloocan, Pasay, Valenzuela—tatlong siyudad kung saan naitala ang mga kasong katulad kay Divine—na nangyari naman sa Lungsod ng Taguig. Mga dikitang teritoryo sa ibabaw at gitna ng NCR, pare-parehong teritoryong, ayon sa pag-aaral nina Marisol at Pancho, may pinakamatataas na kaso ng ilegal na droga sa Metro Manila. Kapwa nasa tuktok ng ranking na nakapaloob sa Comprehensive Evaluation: Assessing Illegal Drug Cases Across Cities in the National Capital Region, report na inilathala ng DILG, PDEA, at PNP. Naging palaisipan sa kanila ang mga datos nang sa labing-anim na lungsod at isang munisipalidad sa Metro Manila, panlabing-apat ang Taguig sa kaso ng ipinagbabawal na gamot kung saan ang munting bayan ng Pateros ay kakatwang lumapag sa panlabintatlo at nagtala ng ilang daang kaso higit sa Taguig na ilang beses ang lawak ng nasasakupan. Sa kabila ng katakot-takot na kasong na-cover nina Marisol at Pancho, sa sunod-sunod na buy bust at malakihang halaga ng shabu na nasasabat sa Tipas, Signal, New Lower Bicutan, at Daang Hari, bumagsak pa rin sila sa ikalabintatlong posisyon.

"Dikit sa Malacañang, malaki ang tulong sa paglalagay ng naro'n sa Palasyo. Pinaka-obvious na dahilan," usal ni Pancho habang humihigop ng itim na kape at binabaka ang antok sa gitna ng madaling-araw.

"Yeah," tugon ni Marisol sa pagitan ng antok at pagtutok sa ginagawang pag-aaral.

"Pero ano'ng kinalaman nitong ranking na 'to, bukod sa readily available 'to online, Sol?" Nagsindi si Pancho ng yosi. "Baka kumakain lang 'to ng oras natin, 'tapos pucha—"

"Big shots might be using those women's murders to hide the real deal—like some shady drug stuff or other sneaky business, you know?" palagay ni Marisol.

"'Yan ka na naman, Sol," iiling-iling na kontra ni Pancho.

"You can't, Panch. We need to explore all possible scenarios," depensa ni Marisol.

"'Yung sa mga suspect, ano'ng plano?"

"We check their link to drug cases, if there's any."

"Pag wala?"

"Puwede bang gano'n?"

"'Wag kang mang-stereo, Sol."

"Yeah, yeah. Sorry. We throwin' around questions we never got to hit Rebo with."

Namumuwalan ang common desk sa papel, kaha ng sigarilyo, apaw na lata ng Libby's bilang ashtray, mga supot ng sitsirya, soda in can, City Blends cup, at kung ano-ano pang bagay na dapat nasa trash bag. Walang espasyo ang pag-idlip.

LAKAD-TAKBONG PATUNGO SI Jolas kay Dondi, tangan ang piraso ng papel. Nakangiti pabalik si Dondi sa kaniya.

"Seeer!" tawag ni Jolas kay Dondi, animo'y batang nakauna sa larong 'bring me'.

Unti-unting natunaw ang ngiti ni Dondi sa natanaw. Panandaliang bumagal ang galaw ng paligid at simbilis ng isang kurap, bumalik sa normal ang takbo ng mga pangyayari; pakiramdam niya'y mas bumilis pa.

Bagggg!

Napahinto si Jolas ilang hakbang ang pagitan kay Dondi, balikwas ng lingon. Ang masiglang plasa'y biglang natigilan sa malakas na kalabog—parang isang sakong pinaghalong buhangin at grabang todo-lakas na ibinagsak sa sahig.

"Si Obed! Si Obed!"

Bumuhawi ang ingay at taranta sa buong Abadiano. Mabilis na pumalibot ang mga preso at jail guard sa katawang nakaplakda sa semento. Si Obed, basag ang bungo, saboy ang dugo't utak, linsad ang mga buto.

16
DOLORES CONCEPCION L. NAGPAYO, 1933-1997

DAHIL ISA ANG Sta. Maria Cemetery, San Joaquin sa pinakamababang seguridad sa mga sementeryo sa silangang bahagi ng Metro Manila, dito ikinasa ang drop at pickup ng mga gamit, o bakal kung tawagin ng mga parokyano. Sa pamamagitan ng mga apartment-nitso, malinis na makararating sa kliyente ang gamit.

Madaling-araw kay Dolores Concepcion L. Nagpayo—1933-1997, ikalawang palapag sa lima. Inaasahan nila ang isang mamang maglilinis ng lahat ng nilalaman ng nitso, bukod sa mga kalansay, mamang silbing pabor na ibinigay ni Dyorni kay Boni. Nakahimpil sina Boni at Dodong sa kabilang dulo ng hilera, sapat ang pagkakakubli para hindi mamataan ng inaasahang bisita.

"Ano raw hitsura nung kukuha, boss?" usisa ni Dodong.

"Di na 'yun mahalaga, Dong. Basta listo ka."

"Mamaya may ibang mangelam."

"Dong, walang ibang mangingialam diyan," tipid na sagot ni Boni.

"Paano tayo nakakasiguro, boss?"

"Ginawa 'yang nitso para lapagan ng gamit, walang ibang may pakialam sa nitso na 'yan."

Tatango-tango si Dodong.

Para apulahin ang pagpupog sa kanila ng mga higanteng lamok, sumindi sila ng sigarilyo, nagpausok, buong pasensiya't tiyagang naghintay sa mga susunod na mangyayari.

TANONG NG MGA tao kay Sarge O., bakit kailangan pang bumili ng bakal? Bakit hindi na lamang ito umistiryo ng gamit sa mga nasasabat sa mga operasyon? Umaaray kasi ang mga miyembro sa ibinabawas sa kanilang kita pambili ng gamit. Ang tingin ng sarhento sa kaniyang mga tao ay utak-ipis na maaasahan lamang sa pagsasakatuparan ng mga lakad na may kinalaman sa paghahatid ng item, pagpatay, at pagliligpit ng bangkay. Paliwanag nito, ang mga gamit na nahuhuli sa mga operasyon ay markado't patterned na sa database ng kapulisan, isa sa maraming dahilan kung bakit, sa mga kabaro niyang dumidiskarte ng mga confiscated firearms, hindi nagtatagal ang diskarte. Dahil hindi pangmatagalan ang gano'ng sistema.

Kaya naman naging takbuhan si Dyorni ng bawat sindikatong nangangailangan ng bakal. Garantisadong walang bakas ang mga gamit nito, mula rehistro hanggang basyo. Modified ang mga bala. Aminado ang sarhento na walang kahit anong aparato't mekanismo ang kapulisan para masuri at matunton ang mga klase ng gamit na pinalalakad ni Dyorni.

Si Baldo ang tinokahan ni Sarge O. sa pag-aasikaso ng gamit. Siya ang humaharap kay Dyorni, mula hatid ng bayad hanggang pickup. Umandar ang maraming lakad nila nang madulas dahil sa basbas ng mga multong armas ni Dyorni. Pero dahil kimkim ni Baldo ang di pagsang-ayon sa sistema ng sarhento sa pag-awas sa kanilang kita para pondohan ang gamit, nakahanap ito ng pamamaraan. Una'y estafa style; patong-patong ang behind nito kay Dyorni, hanggang sa nauwi sa panghaharang nito sa mga pickup, sistemang hulidap. Si Baldo, na isang police asset, ay umastang detsapa para mandugas ng gamit at tumibalyok ng pambayad. May gamit na, may sukli pa.

Huwebes, madaling-araw, patungo siya sa boundary ng Pateros at Pasig, sa Sta. Maria Cemetery. Unang beses niyang sisistema sa sementeryong iyon. Bago umentra sa sementeryo, sinuyod ni Baldo ng tingin ang paligid, siniguradong malinis. Sa ikaapat na linya, sa isang kubling trapal, naaninag niya sa dilim ang gagalaw-galaw na bagay. Dagli niya iyong binuklat at bumulaga sa kaniya ang hubo't hubad na babae't lalaking nagkakastahan.

"Putangina n'yo, lumayas kayo!" bugaw ni Baldo. Pumulas ang magkapares, takip-takip ang kanilang mga ari.

Nagtuloy si Baldo ng lakad hanggang sa matunton niya ang Dolores Concepcion L. Nagpayo—1933-1997. Sipat sa kaliwa't kanan—malinis. Ngunit biglang nagpakita ang dalawang mamang di niya maaninagan. Papalapit ang mga ito sa kinatatayuan niya.

"Boss, mayro'ng may-ari niyan," anas ng isang mama sa dilim.

Bumunot ng pistola si Baldo. "Putangina n'yo, umistedi kayo d'yan sa kinalalagyan n'yo, pulis ako!" tutok nito ng baril sa mga mama. Naaninagan niya ang pagtaas ng kamay ng dalawa. "Gagalaw kayo? Sabayan tayo, mga putangina kayo. Wala kayong lalabasan, nakapalibot tropa sa gate," banta pa nito. "Dapa!" mando ni Baldo.

Masunuring dumapa ang dalawang mama. Tumungo si Baldo sa mga ito, masusing kinapkapan kung may dala. Nagtataka siyang walang armas ang mga ito. Tanging kaha ng sigarilyo at lighter lang ang nakuha niya.

"Putangina n'yo!" singhal ni Baldo sa dalawa, tataka-taka. "Ano kayo? Magnanakaw sa patay?"

"Kukunin lang namin 'yung ngipin, boss!" anas ng isang lalaki.

"Umalis kayo, putangina n'yo, pagbababarilin ko kayo! Mga adik!"

Balikwas ng bangon ang dalawa't pumulas sa eksena.

Itinuloy ni Baldo ang trabaho. Maingat niyang tinanggal ang lapida. Nakita niya ang nakapaloob na itim na bag sa loob ng nitso, dinakma't inilabas, inilapag sa kaniyang paanan. Nagbukas ng lighter, silbing liwanag sa itim na itim na paligid. Bahagya siyang lumuhod, tinutukan ng liwanag ang bag saka binuksan. Sinalubong siya ng nakasusulasok at nakaliliyong amoy, pagkadaka'y sumilab ang tangan niyang lighter at lumikha ng mabilis na pagsabog ang bag. Tumilapon siya sa katapat na apartment. Pumahabol pang nabagsakan ng pingas na lapida sa dibdib.

Nakatingin siya sa mga bituin sa itim na ulap. Bago mawalan ng malay, nabura ang ulap at bituin sa kaniyang tanawin at pumalit ang dalawang mamang binugaw niyang parang asong gala kanina, nakatingin ngayon pababa sa kaniya, pantay sa kanilang talampakan. Tuluyan na siyang nawalan ng malay.

DERETSO KAMI SA bodega ni Sakmal, bitbit ang pabor ni Dyorni. Lapnos ang mukha nito sa nangyaring pagsabog—na wala sa plano. Sigurado akong walang ilang minuto pagbukas niya ng bag, babagsak siya sa timplang ginawa ko. Pero imbes na flashlight o cell phone ang gamiting pang-ilaw, lighter pa talaga ang napili ng tatanga-tanga. Kunsabagay, hindi niya inaasahang gano'n ang babati sa kaniya pagbukas ng bag.

Ilang saglit pa, dumating si Dyorni kasama ang pamangkin at si Enteng.

"Buhay naman, ano?" pangungumusta ni Dyorni.

"Gigising 'yan mamaya-maya," sagot ko.

"Kwits tayo," balik ni Dyorni.

"Teka, 'yung hinihingi kong pabor?" pahabol ko.

"Iyan na 'yung pabor ko sa 'yo, iyan na rin ang pabor mo sa 'kin."

Hindi ko maintindihan ang sinasabi ni Dyorni. Ganitong gulong-gulo ako, masasampolan ko na ang putanginan' 'to. Pagkatapos akong patrabahuhin ng kung sino, babalikan pa ako ng palaisipan ng puki ng ina.

"Dyorni, pare. Pa'no—"

"'Yung hinahanap mo, makukuha mo d'yan. Ikaw na bahala maglinis pagkatapos."

Tumango ako bilang pagsang-ayon at hindi na nagtanong pa.

"Enteng," nguso ni Dyorni sa nakagapos na mama.

Agad na tumungo si Enteng sa kinasasalampakan ng mama, kinapkapan ito, nakuha ang cell phone na basag ang screen.

"'Oss Oni," abot nito ng cell phone kay Dyorni.

Binuksan ni Dyorni ang phone. Naka-lock, fingerprint access.

"Dikit mo sa hinlalaki niya 'to," turo ni Dyorni kay Nato ng biometric symbol.

"Tito, ako na po," kusa ng pamangkin ni Dyorni.

"Hayaan mo si Enteng."

Bumalik si Enteng sa mama, idinikit sa cell phone ang hinlalaki sa kanang kamay.

"Boss, ayaw."

"Subukan mo sa kaliwa."

Sinubukang muli ni Enteng, sa kaliwa. Bumukas ang cell phone. Nagbalik-malay na rin ang mama. Alerto kami ni Dodong. Panakbong dinala ni Enteng ang cell phone kay Dyorni. Tinipa-tipa nito ang cell phone. May ilang minuto niyang sinuyod ang laman nito at saka iniabot sa kaniyang pamangkin.

"Basahin mo 'tong text, hindi marunong magbasa si Enteng," utos nito sa pamangkin.

"Okay po, Tito."

"Boni."

"Dyorni."

"Pakilinis mo na rin 'to."

Napabalikwas ang nakahandusay at nakagapos na mama nang makita nitong nasa direksiyon niya ang nguso ng bakal ni Dyorni.

BANG!

Pare-pareho kaming nagulat. Timbuwang ang pamangkin ni Dyorni, sabog ang ulo, kalat ang malapot na utak sa sahig. Gulantang ang mama. Hindi kami nakasalita ni Dodong. Umaalingawngaw pa rin sa pandinig namin ang putok ng baril.

Malakas at mabigat ang mga yabag ng mga pababa sa bodega.

"Dyorni, ano 'to?" gulat ni Sakmal, kasama si Terno na nakakapit na sa bakal.

Inilapag ni Dyorni ang bag na inihatid ko sa kaniya.

"Kalahati lang kinuha ko d'yan; 'yung bakal n'yo, husto pa rin. Pakilinis na lang 'to. 'Yung susunod n'yong kuha, kalahati ko ulit." Nagbaling ng tingin si Dyorni sa direksiyon ng mama. "Saka 'yan, tao ni 'O'; 'yung humarang sa palakad n'yo sa Tipas."

"Tuktukan boy?" kumpirma ni Sakmal. Tango lang ang isinagot ni Dyorni.

Iiling-iling si Sakmal pero wala na ring nagawa dahil sa disenteng kompromiso ni Dyorni. Agad na inutusan ni Sakmal sina Nato at Terno na maggayak ng panlinis. Hindi ko maintindihan ang nangyari.

"Dyorni, bakit?" tanong ko.

"Pinalalamon, binibihisan, pinag-aaral. Ending, ahas."

Naglabas ng isang kahang sigarilyo si Dyorni, inialok sa amin ni Dodong. Kumuha kami, sumilbi si Dodong ng sindi. Kumuha rin si Nato, nagsindi sa sarili.

"Estudyante pa lang, parak na gumalaw," dagdag pa ni Dyorni.

Ibinalik ko ang tingin sa pamangkin ni Dyorni na nakasubsob ang mukha sa sahig. Naaninag ko ang screen ng phone. Bahagya akong lumapit. Mula sa kinatatayuan ko, nabasa ko ang Sta. Maria Cemetery, Dolores Concepcion L. Nagpayo, 1933-1997.

Lumakad si Dyorni papalapit sa nakagapos na mama.

"Dyor—Di—Dyo—orni?" mababa ang tono ng mama, dinig ang takot sa tinig nito.

Walang ano-ano'y tumanggap ito ng isang malakas na tadyak sa mukha mula kay Dyorni. Talsik ang dalawang ngipin nito, naglaway ng dugo.

"Hindi ako ang papatay sa 'yo, Baldo. Pero ngayon pa lang, nakikiramay na 'ko sa mga maiiwan mo. Putangina mo ka, pati pamangkin ko sinabit mo dito," nanginginig ang boses ni Dyorni. "Boni, pag-alis ko dito, wala na tayong ibang pag-uusapan na walang kinalaman sa gamit," paglilinaw ni Dyorni.

"Salamat," sagot ko, hudyat din na nauunawaan ko.

"Kay Dani Boy galing ang tip." Humitit ito nang malalim, bumuga nang mahaba. "Wala akong pakialam kung ano'ng problema mo. Naghahanapbuhay lang ako. Nagkataon lang itong pabor na kailangan mo, pepeste-peste sa negosyo ko," paliwanag niya. Napuna ko ang pamumula ng mga mata ni Dyorni.

"Wala kang utang-na-loob sa 'kin, wala 'kong utang-na-loob sa 'yo," tumbok ko sa nais niyang tumbukin. Gumanti siya ng tango at lumakad paakyat kasunod si Nato.

Iniliko ko ang tingin sa mamang tinawag na Baldo ni Dyorni, na hanggang ngayo'y namimilipit sa tinamong tadyak sa mukha. Nagkatinginan kami ni Dodong.

"Pa'no 'to, boss?"

"Dalawang ngipin pa lang naman nalalagas, e. Marami pang natitira sa 'kin."

Umupo ako sa isang sulok at ipinaubaya muna kina Terno at Nato ang espasyo para linisin ang katawan ng pamangkin ni Dyorni. Di matahimik ang utak ko. Si Sarah, itong Baldo, ano'ng kinalaman ni Sarah sa mga ganitong klase ng tao habang nasa loob ako? Ni sarili kong grupo't mga kasama, hindi direktang nakilala ng pamilya ko, 'tapos may taong-labas na biglang ihahain sa harap ko't may nalalaman sa pagkawala ng anak ko? Umaapaw ang isip ko sa kung ano-anong bagay na hindi ko mabigyan ng kahulugan at saysay.

17
ILANG SINTOMAS

VACANT. WALANG IBANG inatupag si Marisol kundi magsulat ng leksiyon sa kaniyang notebook. Lahat ng mahahalagang detalye sa libro, hindi nakaliligtas sa kaniyang green na Stabilo. Basa, highlight, sulat sa notebook. Hindi niya alintana ang ingay ng mga kamag-aral na sinusunog ang oras sa paghaharutan, pagkanta-kanta, PDA, at kung ano-ano pang bagay na walang kinalaman sa paghahanda para sa paparating na finals.

Namataan niyang papasok ang grupo ng mga estudyante kasama ang kaibigan niyang si Shirley at isa pang lider estudyante na si Katherine. Malayo pa lamang, kumakaway na sa kaniya si Shirley. Kumaway at ngumiti siya pabalik. Palagi, bibitiwan ni Marisol ang ginagawa para makinig kay Shirley at sa mga kasama nito. Bitbit ang portable Raon mic and speaker, pupukawin ng mga miyembro ng League of Filipino Students ang atensiyon ng mga kapwa estudyante, buong sigasig na tatalakayin hindi lamang ang mga mahahalagang isyung pampaaralan kundi mga usaping panlipunan na kagyat na nakaaapekto sa sistema ng edukasyon—at kung paanong ang balighong kalagayan nito ay walang katapusang mag-aanak ng murang lakas-paggawa na silbing ganansiya sa naghaharing uri para isaksak sa lalamunan ng sambayanang nagdarahop ang kanilang pangangapital.

"Tuition fee increase!"

"Tutulan, labanan! Huwag pahintulutan!"

Parang tumitigil ang lahat tuwing nagsasalita na sina Shirley at Katherine. Kay Marisol, simbolo sila ng katapangan—bilang mga estudyante at bilang mga babaeng nakikiisa sa pagpapabatid ng mga kadaingan ng mga mag-aaral at maliliit na boses sa lipunan. May lungkot sa puso ni Marisol na unti-unti pagpasok ng kolehiyo ay nagkalayo sila ng matalik na kaibigan. Pero buo ang suporta niya rito; kaisa siyang nagtataas ng kamao, nakikisigaw sa mga pagkilos sa loob ng kampus. Ngunit malinaw ang limitasyon niya sa pakikiisa, at iyon ang isang bagay na lubos niyang hinahangaan sa kaibigan—ang walang kompromiso nitong pag-aalay ng sarili sa pagkilos.

"Sama na kayo bilang protesta sa tuition fee increase!"

"MARKET, AURA, STAFF House! Dito sakayan! Market, Aura, Staff House!

Bitbit ang mga bulaklak, disenyong kandila, at cake, dumalaw si Marisol sa puwesto ni Aling Chona sa Pembo, Rizal. Buhay na buhay pa rin ang meryendahan nito. Pinakamabenta ang maruya, kaya hindi na niya inaasahan pang may maaabutan.

"Nanay!" bati niya sa abalang si Aling Chona. Malabo na ang mga mata ng matanda. Nakailang sipat bago siya nito nakilala.

"Marisol, anak! Marisol!"

Panakbong sinalubong ni Aling Chona si Marisol, inakap nang mahigpit. Kahit pa maraming bitbit, sinikap ni Marisol na gumanti ng akap.

"Kumusta ka na? Ang ganda-ganda mo, anak." Panay ang haplos ni Aling Chona sa pisngi ni Marisol.

"Mabuti po, nanay. Pasensiya na, napadalang ang bisita ko sa 'yo."

"Ay, wala 'yon, wala 'yon! Alam kong marami kang ginagawa. Kumain ka na ba, ha?"

"May dala po 'ko," pakita ni Marisol sa mga bitbit niya. Bahagyang kumulimlim ang ngiti ni Aling Chona. Bumalik ito sa puwesto, may kung anong kinukuha.

"Alam kong hindi mo malilimutan kaya ipinagtabi kita, anak," abot ni Aling Chona ng maruya sa supot kay Marisol.

Malaki ang ngiti ni Marisol, kasabay ng pagtutubig ng kaniyang mga mata. Inakap niyang muli si Aling Chona.

"Miss na miss ko na 'tong maruya na 'to, nanay!"

Sa isang sulok ng puwesto ni Aling Chona nanginain si Marisol. Para itong batang lumuluha habang namamapak ng maruya. Giliw na giliw si Aling Chona sa kaniya. Pagkatapos magmeryenda, sandaling ibinaba ni Aling Chona ang tabing ng tindahan. Isinalansan nila ang bulaklak at kandila sa larawan ni Shirley sa lamesita at nagdasal para gunitain ang kaarawan nito.

Tulad ng nakagawian, pangungunahan ni Aling Chona ang pagdarasal. Buhat nang lumayas si Marisol sa kanila gawa ng pang-aabusong sinapit sa tiyuhing pastor, wala na itong amor sa pagdarasal o anumang espiritwal na seremonyas. Ngunit ibang usapin ang pagdarasal kasama si Aling Chona, naiisang tabi ang mga bagay na piniling paniwalaan at hindi ni Marisol. Para sa matalik na kaibigang si Shirley, para sa pamilyang itinuring niyang sarili.

"Katamis-tamisang Hesus ko, na sa pagsakop Mo sa sangkatauhan ay inibig mong Ikaw ay ipanganak sa lupa, tumulo ang Iyong sagradong dugo sa pagbibinyag ng mga Hudyo. Napasakamay ka ng mga tampalasan dahil sa halik ni Hudas. Ginapos ka nila ng lubid at pagkatapos ay nilapastangan sa harap ni Anas, Pilato, Herodes, at Caiphas. Linurhan at pinaratangan ng mga saksing bulaan. Tinampal, inalimura, natadtad ng sugat ang buo mong katawan sa hampas ng

suplina. Pinutungan ng koronang tinik at natakpan ang Iyong mukha ng isang purpura sa pagpapalibhasa sa Iyo. Nalagay sa pagkahubong kahiya-hiya, napako sa cruz sa gitna ng dalawang magnanakaw na parang isa sa kanila, pinainom ng apdong nilahukan ng suka at ang Iyong tagiliran ay sinila ng isang sibat…"

♫ *Water Falls by TLC playing...*

Ginambala ng eskandalosong ringtone ni Marisol ang kataimtiman ng pagdarasal.

*Incoming Call...***PANCH!**
Answer / Decline

Pasimpleng sinilip ni Marisol ang mga text habang sinisikap na matapos ang dasal para sa kaibigan.

3 text messages received **PANCH!**
Dito na ko sa Andoks Pembo
San ka na?
Sol wtf?

"Para kay Shirley, nawa ipagkaloob sa kaniya ng Panginoon ang walang-hanggang kapahingahan."

Diyan na. In a bit. „/,'
>>>>>>>>
Message Sent!

"Sa ngalan ng Ama, ng Anak, ng Espiritu Santo. Amen."

"Nanay, pa'no po? Kailangan ko na pong mag-report sa work," paalam ni Marisol kay Aling Chona.

"Mag-iingat ka palagi, 'nak. Masaya si Shirley, naalala natin siya." Nagpahid ng luha si Aling Chona. Muli, inakap siya nang mahigpit ni Marisol.

Nasa likod ni Aling Chona ang larawan ni Shirley sa lamesita. Pakiramdam ni Marisol, nangungusap ang mga tingin nito sa kaniya.

"TULAY! BLISS, TULAY!"

Bag!

"Dahan-dahan ka naman sa pinto, Sol," angal ni Pancho.

"Sorry."

"Okay. 'Yung letter sa BJMP, good na?"

"All good. You got our old files?"

Dinampot ni Pancho mula sa board ang isang lukot na folder at iniabot kay Marisol. Nagbaba si Pancho ng bintana at nagsindi ng sigarilyo. Nagsindi rin si Marisol, binuklat ang folder.

Sonny B. Raymundo, 27. Past charges—theft, illegal gambling. Suspect in the murder of Analyn Marie L. Ruaro, 19, grocery cashier.

Tumulak sila pa-Pasay City Jail. Tulad ng inaasahan, nagsunog sila ng oras sa daan dahil walang katotohanan ang mga shortcut sa Metro Manila—matagal nang napeste ng mabigat na daloy ng trapiko ang lahat ng posibleng lusutan. Walang sinisino, walang sinasanto.

Napansin ni Pancho na walang-imik si Marisol. Buong biyahe, pabalik-balik lang ito sa mga papel sa folder, walang salita.

"Ayos ka lang, Sol?"

"Yeah, yeah."

Hindi na pinuwersa ni Pancho ang pag-uusap, deretso ang tingin sa daang batbat ng sasakyan, tinitiis ang uri ng usad kung sa'n ilang magbibinatog na ang naunahan pa silang makaabante.

Higit isang oras nang marating nila ang Pasay City Jail, daig pa ang mga umuuwi ng Cavite.

| PASAY CITY JAIL |
| MALE DORM |

Mainit ang salubong sa kanila ng warden at mga jail guard. Iyon ay dahil sa mga linyang, *"Compelling narratives of inmates' journeys within correctional facilities and the pivotal role played by jail management in their rehabilitation,"* na laman ng letrang ipinadala nila.

Pronta nina Marisol at Pancho, dokumentaryo tungkol sa kaigihang naidulot ng maayos na palakad sa bilangguan bilang tulay tungong positibong pagbabago ng mga bilanggo. Para sa patas na mga pagtataya, kukuha ng limang inmate sina Marisol at Pancho para kapanayamin—na sa mismong araw ng panayam lamang malalaman ng admin ng Pasay City Jail. Maluwag iyong tinanggap ng warden. Batid nina Marisol at Pancho, pinaghanda ang lahat ng mga nakapiit para sa gagawing panayam nang sa gayon, sinumang mapili ay sasagot sang-ayon sa ikababango ng mga opisyal ng Pasay City Jail. Lingid sa kaalaman ng mga opisyal at inmate, ibinalatkayo nina Marisol at Pancho sa positibong dokumentaryo ang kanilang tunay na pakay.

Isinumite nina Marisol at Pancho ang listahan sa warden. Saglit iyong pinasadahan ng warden saka ipinasa sa isang jail officer.

Ryan D.T. Honrades
Jojo L. Sagutin
Alfred John Z. Robles

Sonny B. Raymundo
Elvin C. Doroteo

"Ah, ma'am, sir, maitanong ko lang. Ano po ang naging basehan n'yo sa pagpili ng inmate?" usisa ng warden.

"Warden, sir, purely random po so we can have a balanced narrative," deretsong tugon ni Marisol.

"Warden," pakli ng jail officer.

"Pakihugot mo na 'yang nasa list," mando ng warden.

"Warden, ito pong si Raymundo, wala na po ito."

Natigilan sina Marisol at Pancho. Parehong pagtataka ang ibinato ng palitan nila ng tingin.

"Wala?" paglilinaw ng warden.

"Casualty sa riot, warden."

"Ay pucha, oo nga pala." Iiling-iling ang warden. "E, bakit ba nasa listahan pa natin 'yan?" singhal ng warden.

"Sorry, warden. Hindi pa na-update ni Admin," dispensa ng jail officer.

"Nakakahiya kayo sa mga ano dito, oh," lahad ng warden sa direksiyon nina Marisol at Pancho. "Ma'am, sir, pasensiya na po. Mangyari po sana, mapalitan natin ang isang inmate sa listahan. Pasensiya na po talaga," baling-paumanhin ng warden kina Marisol at Pancho na kapwa hindi rin malaman kung ano'ng itutugon sa kanilang natutuhan.

Wala nang nagawa sina Marisol at Pancho kundi panindigan ang kanilang sinimulan—mga pagpapaguwapo sa warden at pangangasiwa nito sa city jail—mga panayam at footage na papailanlang sa daigdig ng mga deleted file pagkatapos. Niratsada nila ang trabaho, pagkatapos na pagkatapos ay dagli silang bumiyahe papuntang Caloocan City Jail para sadyain ang ikalawang suspect—*Johnrey Jude T. Baustista, 31. Past charge(s)—malicious mischief. Suspect in the murder of Susan B. Apacible, 21, saleslady.* Sa ibinigay na master list ng Caloocan City Jail admin, wala ang pangalan ni Johnrey. Madali itong makikita dahil nasa tuktok lamang ito ng listahan gawa ng letter 'B' ang apelyido. Hindi makahanap ng tamang tanong sina Marisol at Pancho para alamin kung bakit wala ang pangalan ni Johnrey. Paano nila 'yon itatanong nang hindi sila mukhang nagtatanong o nang-uusisa nang direkta tungkol dito?

"Admin, intact po ba itong master list n'yo?" biglang naitanong ni Pancho.

"What do you mean by intact, sir?" balik ng admin.

"Ahm, in Pasay City Jail, we encountered inmates on the list who had been transferred to another facility, or are in the infirmary," saklolo ni Marisol.

"Yes, admin. Para lang malinaw and smooth sa selection," segunda ni Pancho.

Patlang, sandaling parang may inaalala ang admin. Tumipa ito sa landline, gumawa ng tawag para magkumpirma. Habang abala ang admin sa telepono, hindi maiwasan nina Marisol at Pancho na magpalitan ng tingin ng pagkabalisa.

"Upon checking, may dalawang nalipat sa Manila City Jail. Isa naman, sad to say, deceased."

"Wala po sila sa list?" kumpirma ni Pancho.

"Wala po. Updated po ang list namin."

"The one who died," anas ni Marisol.

"Yes, ma'am?"

"Was that Bautista? Johnrey?"

Nagsalit ang tingin ng admin kina Marisol at Pancho saka tumugon ng tango bilang kumpirmasyon. Muli, wala nang nagawa pa ang dalawa kundi tapusin ang ipinrente nilang trabaho.

BAG!

"Panch, dahan-dahan ka sa pinto," saway ni Marisol kay Pancho.

Nagsindi ng sigarilyo si Pancho. "Ano? Pupuntahan pa ba natin 'tong isa?"

Walang-imik si Marisol, tutok sa mga papel. Hindi na inulit pa ni Pancho ang tanong.

"All three, nasa raffle pa rin ang mga kaso," anas ni Marisol. Parang walang interes si Pancho. "We already have confirmed two, dead. Dead, prior to any court hearings proceeding," pagtutuloy ni Marisol na para ding nabibigla sa pagtatagpi-tagpi niya ng mga sapantaha. Biglang napukaw ang atensiyon ni Pancho.

"Hinaharang?" tugon ni Pancho.

"Someone's allowing this to happen," palagay ni Marisol.

"Malamang 'yung nasa Valenzuela, wala na din kung gano'n."

"If I am right, our guy is still alive."

Sa kabila ng pagod at patang isipan, nangingibabaw pa rin kay Pancho ang layuning maging kaisa sa paghahalungkat ng mga kasagutan. Batid niya, anumang diskumpiyansang dala ng dismaya't pananawa, palaging kayang saulian ng maliliit na hakbang para igpawan ang santambak na mga katanungan. Saksi siya sa palalim nang palalim na pagtatampisaw ni Marisol sa maitim na sapa ng pagpupursige sa kalutasan.

| VALENZUELA CITY JAIL |

Dandreb N. Camacho, 37. Past charge(s)—robbery, 5/11. Suspect in the murder of Joyleen Angel T. Sarmiento, 20, grocery merchandiser. Nang makita nila sa master list si 'Camacho', wala na silang sinayang na sandali. Mabilis nilang binuo ang listahan ng mga bilanggong kakapanayamin, kabilang si Dandreb. Ipinasa nila ito sa warden at inendorso sa team lead jail officer. Inihanda na nina Marisol at

Pancho ang kanilang mga sarili sa kung anumang posibleng maging problema—kung buhay pa ba si Dandreb, hindi pa ba ito naililipat ng pasilidad, malusog ba ito at wala sa ospital.

Isa-isa ang panayam na ginawa sa visitation area. Niratsada nila ang trabaho. Lumipas sa mesa ang mga de-numerong statement ng mga bilanggo sa kung pa'nong ang maayos na pamamalakad sa piitan ay naging tulay para sa kanilang pagsisimula ng bagong buhay sa loob; bilang paghahanda sa buhay sa labas—kung ano-anong positibong pananalita na walang ibang layunin kundi pabanguhin ang imahen ng mga administrador ng bilangguan. At pagdating ng turno ni Dandreb, mistula itong Hesukristong bumaba sa lupa sa kanilang paningin. Eskort ng dalawang jail guard, buhay. Sinalubong sila ng dambuhalang ngiti, animo'y sumasalubong sa mga dati nang kakilala.

"Magandang araw, Mr. Camacho," bati ni Marisol. Napuna agad niya ang pahilom pa lang na sugat nito sa leeg.

"Itatanong n'yo po ba sa 'kin ang itinanong n'yo sa mga karantso ko?" tumbok ni Dandreb. Nagkatinginan sina Marisol at Pancho, saglit na humagilap ng itutugon. "Gano'n din po ang isasagot ko kung sakali," dagdag pa nito.

"If ever ba na may ibang set of questions kami, welcome pa rin ba sa 'yo?" pasakalye ni Marisol.

"Tulad po ng ano?"

"'Yung kaso mo," deretsa ni Pancho.

Patlang. Iginala ni Dandreb ang kaniyang tingin, tila tinatantiya ang paligid. Bigla'y parang kinilatis nito ang dalawa. Mabilis na nagbago ang ekspresyon ng mukha nito.

"Mabuti at naabutan n'yo 'ko," hayag ni Dandreb ng sugat sa leeg, biglang nag-iba ang tono. Wala nang naisagot sina Marisol at Pancho. "Wala akong inaasahang magkakainteres sa kaso ko. Pumatay ako ng babae, may anggulo pang gahasa. Araw-araw 'yan sa balita, sino'ng magkakainteres?" Tila nang-uusig ang tono nito.

"Kami," pakli ni Pancho.

"He-he! Ano'ng interesante?" tila nang-uuyam na balik ni Dandreb.

"'Yung kaso mo," listong sagot ni Pancho.

"Bakit ngayon lang kayo? He-he-he! Di ko kayo masisisi, madaling maniwala sa nanghuhuli kapag kamukha ko ang hinuhuli."

Palaisipan kina Marisol at Pancho ang inaasal ni Dandreb. Pero isa ang sigurado nila: Malay ito sa tunay nilang pakay.

"Sabi ko nga, hindi ko kayo inaasahan. Pero nandito kayo, ibig sabihin, alam n'yo na kung ano'ng nangyayare."

"Hindi malinaw, kaya kailangan namin ng tulong mo," tugon ni Marisol.

"Ano'ng makukuha ko?" buwelta ni Dandreb.

"Ano'ng kailangan mo?" usisa ni Pancho.

Sumasabay ang makapal na tensiyon sa malagkit na hanging umiikot sa paligid. Nanunulay sina Marisol at Pancho sa manipis na pisi ng pakikipag-areglo—sa estrangherong hindi nila tiyak kung kaya nilang suklian ng ganansiya ang pinupursigeng mga diyablo sa detalye.

♫ *Water Falls by TLC playing...*

Incoming Call...**BOSS SOX**

Answer | Decline

18
LEVI MARIANO

DINAMPOT KO ANG basag na cell phone na mantsado ng dugo ng pamangkin ni Dyorni. Naka-lock na uli 'yon. Lumapit ako kay Baldo para pabuksan ito. Kailangan naming malaman kung sino-sino ang mga kausap nito.

"Boss, bakit hindi na lang natin itanong kay Dyorni sino'ng mga kasama niyan?" mungkahi ni Dodong.

"Itong Baldo lang ang humaharap sa kaniya. Gano'n talaga. Hindi buong grupo kilala mo sa kalakal. Basta siya nababayaran nang maayos, wala nang maraming usisaan."

"Di ba sabi ni Dyorni, mga pulis daw amo nito?"

"Oo. Hanggang dun lang ang alam niya."

Bahagya akong lumuhod sa kinasasalampakan ni Baldo.

"Brad, daliri mo," suyo ko. Masunuring iniabot ni Baldo ang mga kamay na nakagapos ng kable.

"Kaliwa, di ba?" kumpirma ko. Tumango ito at idinikit ang hinlalaki sa cell phone.

Try again!

Hindi kumagat. Ipinaulit ko sa kaniya.

Try again!

Isa pa.

Try again!

Napansin kong ipinapaling niya ang tipa sa cell phone.

"Aayusin mo o isasagapak ko sa bunganga mo 'tong telepono?" Nauubos na ang pasensiya ko. Inulit niya, napuna kong inayos na niya sa pagkakataong ito. Bumukas ang cell phone.

Erasing all data...

"PUTANGINA MO!" Inihambalos ko sa mukha niya ang cell phone. Sa lakas niyon, nawala siya sa kap'rasong balanseng meron siya. Gumulong ang putangina.

"Bakit, boss?" urirat ni Dodong. Hindi na ako nakakibo sa sobrang galit. Ibinangon ni Dodong si Baldo. Inilabas ko ang litrato ni Sarah.

"Sa'n n'yo dinala 'to?" ngudngod ko ng litrato sa mukha ni Baldo. Hirap itong idilat ang kaliwang mata. Pagkatapos sulyapan ang litrato, mabilis nitong inialis ang tingin.

"H-Hindi ko 'yan, kil—kila—kilala," tanggi nito.

"Hindi mo kilala? Sige." Dumako ako sa mesa sa ilalim ng hagdan para kunin ang plais sa toolbox. "Dong, hubaran mo ng sapatos at medyas."

Dagling tinanggal ni Dodong ang sapatos-medyas nito sa magkabilang paa. Itinali namin siya sa silyang bakal, iginapos ang katawan, ang mga binti sa paa ng silya.

"Hindi mo kilala?" Ikinagat ko ang plais sa hinliliit ng kanan nitong paa. "Hindi mo kilala, di ba?"

Wala akong nakuhang sagot. Kaya buong puwersa kong piniga ang plais, mangisay-ngisay ito sa sakit.

"Ahghhhkkkk! Putaaaaa! Tanginaaaa!"

Kinalag ko ang piga. "Hindi mo pa rin kilala?" tanong ko ulit. Sumasabay ang panginginig ng katawan nito sa pag-iling-iling. "Putangina mo, heto."

Dinoble ko ang lakas ng piga sa plais. Narinig ko ang pagkapunit ng balat at laman ng hinliliit niya.

"Aaaaaaghhhkkkk! Ughkkk!"

Binusalan siya ni Dodong ng nakabalumbon na tuwalya. Wala siyang magagawa kundi mahirinan sa sarili niyang sigaw. Itinodo ko ang piga sa plais. Nag-uube na ang mukha ni Baldo, dilat na dilat ang mga matang nahihirapang idilat kanina. Sinenyasan ko si Dodong, tinanggal niya ang busal.

"Hahhgh! Hagghh! Haghhgh! B-Baril lang ang l-lakad ko, d-di ko 'yan kilala," hahabol-habol nito sa hininga. Wakwak na ang gilid ng hinliliit nito.

"Okay, no problem," tugon ko.

Ibinalik ni Dodong ang busal. Ikinagat kong muli ang plais sa wakwak niyang hinliliit. Sa pagkakataong ito, ubos-lakas ko itong hinila na parang baluktot na pako sa palutsina. Ramdam ko sa mga daliri ko't palad ang nadudurog niyang buto kasabay ng pumupusitsit na dugo. Halos lumuwa ang mga mata nito sa ibayong sakit. Galit na galit ang mga litid sa leeg, hindi ko tinigilan ang paghila.

Krrgk!

Tanggal ang hinliliit ni Baldo, may naiwan pang warat na laman at putol na buto. Nawalan ito ng malay. Sa siwang ng kaha ng exhaust fan, sumisilip na ang liwanag. Nag-umaga na't lahat, nabawasan na ng isang daliri sa paa si Baldo, wala pa rin kaming nahita.

Umupo ako sa isang sulok, nanginginig ang kanang kamay, umaandar ang sakit hanggang braso. Mas mahirap magtanggal ng darili ng tao kaysa pakong nakabaon sa kahoy. Inabutan ako ni Dodong ng sigarilyo't sinilbihan ng sindi. Naging pahinga namin ang isang stick at sandaling katahimikan.

"Boss, bonete?" aya ni Dodong.

♫ *DUGS! DUGS! In life after love!*
DUGS! DUGS!
DUG-DUG-DUGS!

PAGLABAS NAMIN NI Dodong sa likuran ng safe house ni Sakmal, sinalubong kami ng malakas na patugog, mga senior citizen na nag-e-aerobics sa kabilang kalsada, lahat nakakulay green. Naalala ko si Nanay. Siguradong maiinis 'yon kapag hinikayat ko siyang sumama sa aerobics ng matatanda.

Tumulak kami papuntang bonetehan sa Dianson, puntahan ng mga nagpapalitson ng tingi-tinging bahagi ng baboy, nag-iisa't pinakamatandang pugon sa aming lugar. Mabili ang bonete rito gawa nang sa mantika ng lechon niluluto. Ipinakilala sa akin ni Dodong si Marissa—bantay ng bonetehan.

"Boss, si Marissa. Ahh, gelpren ko. He-he!" Kakamot-kamot-ulo si Dodong. Pinalo pa siya ni Marissa sa braso.

"Magandang umaga po," bati ng dalaga sa akin.

"Magandang umaga din."

"Ah, boss, ilang bonete sa 'yo?" masigasig na tanong ni Dodong.

"Kinse piraso. Uuwian ko ng almusal si Nanay."

"Ah, mahal, gawin mo nang bente para kay Boss Boni, ha," pasiklab ni Dodong.

"Ang dami naman, Dong."

"Sagot ko na 'to, boss. Masarap ang luto ni Marissa, baka mabitin ka sa kinse."

Hindi na ako tumanggi. Ipinahinga ko ang utak at katawan sa pagtitig sa malaking pugon kung sa'n hinahawan ang mga bagong lutong bonete. Naghahalo ang amoy ng bagong lutong tinapay at lechon. Nakalilibang ang masinop na paghango't pagsalang ni Marissa sa mga bonete. Parang kaya kong umupo rito maghapon at tumunganga lang sa proseso. May dalang lugod ang tunog na nililikha ng mga bandehadong aluminum na isinasalansan sa makinis na batong mesa. Para sa isang babaeng may kaliitan, malakas ang mga bisig ni Marissa dahil minamani niya lang ang paggamit ng panghango na di hamak na mas malaki at mabigat kaysa sa kaniya.

Mabilis ang mga kamay ni Marissa, parang kumurap lamang ako at nakapagsilid na ito ng bente pirasong bonete sa supot.

"Heto na po," abot sa akin ni Marissa.

Inabot ko ang namamawis na supot. "Salamat, Marissa."

"Boss, kita na lang tayo mamaya," paalam ni Dodong.

Tumango ako, "Salamat dito, Dong. Uwian ko muna si Nanay," paalam ko't dagling larga pauwi.

NASA MESA SI Nanay pag-uwi ko, nakatitig lang sa ilaw ng speaker habang nagpapatugtog ng Celeste.

"'Nay, bonete." Inilapag ko ang supot sa mesa at nagmano. Iniabot naman niya ang kamay pero hindi na umimik uli. Hinayaan ko muna siyang gano'n.

Dumako ako sa lababo para maghilamos. Paglinga ko, nagkasalubong ang tingin namin ni Nanay. Napatingin ako sa laylayan ng T-shirt ko, hindi ko na napansing may mga tilamsik nga pala ng dugo. Dagli akong gumawi sa aparador, nagpalit ng damit.

"Kape, 'Nay?"

"Kailan ka ba magbabago, Boni?"

Natigilan ako. Ako naman ang hindi makaimik.

"Iyang mga ginagawa mo, alam mo bang sa apo ko ang balik? Kami ang pinarurusahan, diyos ko!" Garalgal ang boses ni Nanay, nagluluha na ang mga mata. "Si Sarah, walang kamalay-malay—"

"May lalakarin lang po ako saglit, 'Nay," paalam ko. Wala akong maisasagot na matino kay Nanay.

"Sige, huwag mong tigilan 'yang mga katarantaduhan mo!"

Tumuloy na ako ng labas bago pa magsikip ang dibdib ni Nanay. Paglabas, sumabit ako sa traysikel na papuntang Levi Mariano, sa Bagong Pag-asa kung sa'n nakita ang mga gamit ni Sarah. Sanay ako sa mga taong-labas at -loob, pero may kung ano'ng kakaiba pag-uwi ko't pagsibat. Habang biyahe, madalas kong iginagala ang tingin. Mabigat ang pakiramdam ko, dagdag pa ang salitang binitiwan ni Nanay. Nakapapraning.

Kulang-kulang sampung minuto ang layo sa amin ng Levi. Bumaba ako sa kabilang kalsada. Sinuyod ko ng tingin ang paligid mula sa kinatatayuan ko. Patag na ang daanang humahati sa dating isang malaking talahiban. Sa kanan, matataas at magaganda na ang mga kabahayan, naiwang nakatengga ang kaliwa. Bagaman marami ang nagdaraang sasakyan, kapuna-puna ang maluwag na daloy ng biyahe sa dami ng bukas na lusutang daan—papasok ng Pateros at deretsong Visitacion, Pasig.

Tinawid ko ang kaliwang bahagi kung saan mismong natagpuan ang mga gamit ni Sarah. Kapansin-pansin ang taas ng bahaging ito dahil sa patong-patong na panambak. Sa palibot, may malaki't malalim na hukay na naghihiwalay sa patag na kalsada't talahiban. Higit isang malaking hakbang, kakailanganing lumukso para makalapat sa kabilang dako, kaya mayroong mga retasong plywood na ginagawang tulay. Wala akong tiwala sa lundong plywood kaya nilukso ko ang pagtawid.

Paglapat ng mga paa ko sa tambak, sinuyod ko uli ng tingin ang paligid. Dahil bahagyang mataas sa bahaging ito, mas natanaw ko ang pulo-pulong bahay at lusutan sa kabilang kalsada, ang pinagmumulan ng mga paparating na sasakyan, mga papatawid na tao, at mga eskinitang maaari nilang likuan, pasukin.

Ilang saglit pa, napansin ko ang paparating na mga mangangalakal papatawid din dito sa tambak. May grupong naka-pedicab, isa ang aakyat sa kanila at iniwan ang sako-sakong kalakal sa mga kasama. Sa inakyatan ko, isang matandang lalaking mangangalakal naman ang naggagayak para tumawid. Itinali niya ang mga nakalakal sa kaniyang katawan, pasan-pasan ang isang sakong namumuwalan sa mga plastic na bote, yuping lata, goma, karton, at kung ano-ano pa. Nang mapansin kong medyo hirap itong tumawid at hahanap-hanap ng makakapitan, dagli akong rumesponde at nag-abot ng kamay. Tinanggap naman ng mama ang kamay ko at buong puwersa kong iniangat ang bigat niya at ng kaniyang dala para makatawid. Pagtawid niya, napaupo siya sa maalikabok na tambak, madali rin siyang bumangon at nagpagpag.

"Ayos lang ho kayo?" tanong ko. Gumanti lang ang mama ng ngiti at dalawang kamay na naka-okay.

May kung anong biglang lumaslas sa isip ko, sitwasyon kung bakit mga gamit lang ni Sarah ang natagpuan dito. Habang abala sa pagdampot at kalaykay ang mama, nagtanong ako.

"Kuya, ito bang malaking kanal, itong hukay sa palibot, matagal na 'to dito?"

Tango na naman ang isinagot sa akin. Sinundan ko na siya ng tanong na hindi basta masasagot ng tango at iling. "Kuya, kailan pa 'to nakatiwangwang?"

Sinubukan niyang ibuka ang bibig, pansin kong sinisikap niyang magsalita. Doon ko naunawaan na pipi si Kuya. Lumapit ako sa kaniya, tinapik sa balikat at nagpasalamat. Dalawang kamay rin akong nag-okay sa kaniya. Ipinagpatuloy niya ang ginagawa habang kung ano-ano na ang bumabagabag sa isip ko.

Bumaba na ako't lumakad sa malapit na tindahan.

"Pabile, Marlboro pula."

"Ilan po?"

"Dalawa."

"Dose isa."

Alam ko namang mahal na ang sigarilyo, pero may kung ano pa ring kati sa anit kapag binibigkas ng nagtitinda kung magkano ang isang stick. Iniabot ko ang bayad, nagsindi, tumambay saglit.

"Brad, 'yung hukay d'yan sa kanto, kelan pa 'yan?"

"Ay, kuya, noong nakaraang taon pa 'yan. Dami nadidisgrasya diyan, tagal nang nakatiwangwang, di inaayos ng munispyo."

Gumanti lang ako ng tango at itinuloy ang pagpapausok sa kung ano-anong tumatakbo sa isip ko. Kung sa tambak nakita ang gamit ni Sarah at matagal na ang hukay sa palibot nito, mangyaring mahihirapan silang—putangina! Ayokong nag-iisip ng ganito, puki ng ina talaga. Kaya ba gamit lang ni Sarah ang nando'n? Putangina, putangina!

Kundi ba naman isang malaking peste ang utak ng tao. Ganito na ang sitwasyon, naghahalo pa sa pandinig ko ang Celeste at tugtog sa aerobics kanina na para bang isang kanta lang. Parang binubulate ang tenga ko. Hukay sa palibot ng tambak, mga daanang lusutan, gamit ni Sarah, nasa'n si Sarah mismo, mabigat mag-angat ang tao sa—*do you believe in life after love? Habang ako'y*—hindot.

KAILANGAN KONG BUMALIK agad sa bodega ni Sakmal—kay Baldo. Lalong walang katahimikang mapapala ang isip ko kapag ganito. Nakisabit uli ako sa traysikel na umiikot ng ABC Road, doon ako mag-aabang ng jeep papunta sa lugar ni Sakmal. Pagbaba sa Baliwag, lumakad ako patawid sa 7-Eleven. Hindi ko maintindihan kung balisa lang ako sa dami ng iniisip, o kanina pa talaga parang may nakabuntot sa akin bago pa ako makarating ng Levi.

Lumakad uli ako, sa likuan pa-ABC Complex, bandang Rotonda para doon mag-abang ng jeep. Palinga-linga ako sa mga balikat ko. Nakadadalawang yosi pa lang ako, malakas na ang kalabog ng dibdib ko.

Hindi ako mapakali. Umikot ako, papuntang likod ng ABC Complex. Nang makakita ako ng bayad-banyo-limampiso, naisip kong doon magpalipas saglit. Hulog barya, pasok sa CR. Dumeretso ako sa isang cubicle, dyuminggel. Malakas ang ingay na ginagawa ng pagsalpok ng ihi ko sa tubig-inodoro. Nang marinig ko ang pagkabig ng pinto, iniliko ko ang tama ng ihi ko sa ngala-ngala ng inodoro, kinontrol ang buga ng ihi, pagpag, ligpit. Hindi ako nag-flush. Tinungkab ko ang pingas na tiles sa pader at buong puwersang sinipa ang pinto ng cubicle.

Baggg!

Naaninag ko ang mama sa lababo.

"Puki ng ina mo ka, ano'ng problema mo?" tutok ko ng basag na tiles sa direksiyon ng mama. Napeste na, walang ibang tumatakbo sa isip ko kundi, malamang, resbak na ito ni Baldo. "Putangina mo, ano?!" singhal ko rito. Nakatitig lang ito sa 'kin, parang inaasahan ang komprontasyon na 'to.

"May kailangan lang akong itanong, easy ka lang," anas nito habang nakalahad ang dalawang kamay sa hangin.

"Putangina mo, kasama ka ni Baldo?"

Hindi na ito nakasalita. Dalawang hakbang lang ang pagitan namin. Tinatantiya ko kung pa'no niya ako sinusukat. Dalawang hakbang ang magsasabi kung sino sa aming dalawa ang lalabas sa kubetang 'to nang buhay. Putangina, isa't isa na.

19
EMBUDO

"PA'NO MO NALAMANG buhay si Camacho?" usisa ni Pancho.

Nakahilig ang balakang ni Marisol sa likod ng sasakyan, nakahalukipkip ang kaliwang kamay sa kanang kilikili, malalim ang hitit-buga sa yosi. Kapuna-puna na ang dami ng upos ng sigarilyo sa paanan nito. Tumipa-tipa ito sa cell phone at saka iniabot kay Pancho.

> *WARDEN REPLACED OVER VALENZUELA JAIL RIOT – Manila Bulletin*
> *MANILA – The warden of the Valenzuela City Jail has been relieved from his post following a riot that resulted in the death of six persons deprived of liberty (PDLs) and injury to 33 others, the Bureau of Jail Management and Penology (BJMP) said on Tuesday.*

"Bago na 'yung warden na kausap natin?"

"Yes."

"So?" taka ni Pancho.

"Camacho is an unfinished business. 'Kita mo 'yung sugat niya sa leeg?"

Nagsindi si Pancho ng sigarilyo. "Okay. So 'yung mga tumatrabaho sa mga suspek, hawak ang mga opisyal sa kulungan?"

"Told you, someone's allowing all'a these to happen."

"So pagpalit ng mga opisyal at guwardiya sa Valenzuela, safe si Camacho?"

"I wouldn't say safe, just—lucky him."

Parang binuhusan ng mas malinaw na bersiyon ng katotohanan si Pancho, lalong mabigat ang hitit sa yosi, humahabol sa dami ng upos sa paanan ni Marisol.

"Tsk! Mas malaki pa 'tong kaso ni Divine kaysa iniisip natin."

"That's why am tellin—"

"Sol, huwag mo na 'kong isabit. Sobra na 'yan. Ga'no ka kasigurado sa dadatnan natin do'n?" pakli ni Pancho, mariing tanggi sa pakiusap ni Marisol.

"Sox is a motherfucker," galaiti ni Marisol.

"Ba't di mo sagutin ang tawag? Tini-text na din ako."

"We can go on with this shit if we do Camacho's."

"Sol, iniisip mo ba kung ga'no kaalanganin 'yan?"

"We're getting there, Panch. We hit this, we hit big."

Incoming Call... **BOSS SOX**
Answer | Decline

Gusot na naman ang mukha ni Marisol.

"Sagutin mo na," mungkahi ni Pancho.

Bumuntonghininga si Marisol bago kinuha ang tawag.

"Hello, boss."

"Fuck is wrong with you?"

"Sorry, boss. Was conducting—"

"Where's your draft?"

"Am on it."

"Bullshit! Marisol, kapag wala kang naibigay sa 'kin, 'yung hinihingi sa 'yong material for November, you done."

"We still got time."

"Can't save your sorry ass this time. Pasensiyahan, ha?"

End Call

Ibinulsa ni Marisol ang cell phone, nagsinding muli ng sigarilyo, sambakol ang pagmumukha, bagsak ang mga balikat. Ilang saglit ng katahimikan.

"Fuuuuuuckkkk!" sigaw nito. Napatingin ang manaka-nakang motorista sa parking lot. Tumalungko ito sa tabi ng gulong.

"Sol," awat ni Pancho.

Nangungusap ang tingin sa kaniya ni Marisol—pinagsamang pagod, desperasyon, at paghingi ng saklolo.

"Hay buhay. Namputa talaga," buntonghininga ni Pancho. Batid niyang siya lang ang inaasahan ni Marisol.

"Am not gonna force you, seriously," anas ni Marisol.

"Nasulat mo 'yung sketch ng lugar? Address?" tanong ni Pancho, at kitang-kita niya kung pa'no biglang nagliwanag ang mga mata ni Marisol.

"Of course. Let's go!" Mabilis na nag-iba ang tono ni Marisol, pinitik ang upos ng sigarilyo, balikwas ng tayo at dagling bumalik sa sasakyan.

Bag!

"Wow, hanep? Dahan-dahan sa pinto, 'oy!"

"Panch, chop-chop!"

"Bilib ako sa 'yo!"

Wala nang nagawa si Pancho kundi sumunod pabalik sa sasakyan.

"SA LIKOD NG lumang Joydan's, 'yung nasunog na school supplies sa likod ng simbahan sa Mandaluyong, may lote na ginagawang pay parking."

Dumaan sila sa Handyman para bumili ng gamit bago tumulak papuntang Mandaluyong. Nagtataka si Pancho kung bakit sa sikip ng sitwasyon, nakuha pang dumaan ni Marisol sa department store at bumili ng stuffed toy.

"Ano 'yan? Pang-pamper mo?" kantiyaw ni Pancho.

"Shut up, asshole."

"May muhon kayong makikita. Ang tanda, may nakasulat na C1091, pulang pylox."

Pagdating sa pay parking, madali nilang hinanap ang muhon na sinasabi ni Camacho. Doon sila mismo nag-park.

"Mula sa muhon, pagtingin n'yo sa kanan, tanaw ang building ng Regina 509. Lakad kayo sa direksiyon ng Regina."

Kalkulado ang mga hakbang nina Marisol at Pancho, sang-ayon sa direksiyon ni Camacho, dinadama ang bawat natatapakang lupa.

"Lupa 'yang pay parking na 'yan. Ramdam n'yo ang lupa sa panambak. Anim na hakbang sa tantiya ko, mararamdaman n'yo 'yung panambak. Ngayon siguro, napapaibabawan na ng mga gumagapang na halaman, lumot. Basta panambak, tandaan n'yo, mas matigas kesa lupa."

Para siguraduhin, inapak-apakan ni Pancho ang kalatagan, mas matigas kaysa mga naapakan nila kanina. Kumpirmado ang direksiyon ni Camacho.

"'Yung tusok ang gamitin n'yo pantibag at panghukay. May kalaliman 'yung pinagbaunan ko."

Sinimulang tibagin ni Pancho ang mga tambak na kinain na ng lupa gamit ang maliit na palang panghalaman. Sinikap niyang tungkabin ang mga gilid-gilid nito upang madaling maiangat.

Balisa si Marisol, patingin-tingin sa paligid, nag-aalala na baka may makakita.

"May palamang tambak sa gitna. Pagkatapos ng lupa, pagtapos n'on, naro'n ang bag."

Pag-angat ng palamang tambak, natigilan sila nang silaw-silawin sila ng flashlight galing sa di-kalayuan.

"Ma'am, ser?" Papalapit sa kanila ang isang rumorondang guwardiya.

Pasimpleng tinabunan muli ni Pancho ang sumisilip nang bag.

"Ma'am, ser, ano 'yan?" usisa ng papalapit na guwardiya.

Walang maisagot si Pancho. Paglingon niya, wala na si Marisol.

"Ma'am?" tawag ng guwardiya. "Ser, ano 'yan?" Sita na ang ginawa ng guwardiya.

Parang nanigas ang panga ni Pancho, walang maisagot sa guwardiya. Hindi alam ang gagawin, minura niya nang paulit-ulit sa isip ang kasamang biglang lumakad palayo.

"Ser, sumama po kayo sa 'kin."

"Ahh, chief. Teka—"

"Sirrrr, pasensiya na," biglang balik ni Marisol sa eksena. Inilipat ng guwardiya sa kaniya ang flashlight. Bitbit ni Marisol ang isang karton ng sapatos, may nakalitaw na tila buntot ng hayop. "Nag-park kami dito, looking for a place na mapaglilibingan nitong alaga namin." Kunwa'y ipinasok pa ni Marisol ang buntot sa loob ng karton ng sapatos.

"Ay, bawal ho 'yan dito, ma'am, ser. Pag 'yan naamoy ng ibang hayop, ikakalat pa 'yan dito, mapeperwisyo pa kami, mamser."

"Serrr, parang awa n'yo na. Wala kaming alam na lupang mapaglilibingan. Tagadiyan lang po kami sa katapat na condo," turo ni Marisol sa gusaling nasa likuran niya, tawid-kalsada.

Tiningnan ng guwardiya si Marisol mula ulo hanggang paa at saka nagbaling uli ng tingin kay Pancho, mangyari'y inuuri dahil sa sinabing tagatawid-kalsadang condo sila.

"Ako po ang malilintikan, ma'am." Kakamot-kamot ng ulo ang guwardiya.

Lumapit si Marisol kay Pancho, iniabot ang karton at saka dumeretso sa direksiyon ng guwardiya.

"Sir," abot ni Marisol ng nakatiklop na pera, "pagpasensiyahan n'yo na po ito, gusto lang naming mailibing itong si Bubbles."

Nagpakipot saglit ang guwardiya pero tinanganan din ang perang iniaabot.

"Sige, sige, ma'am. Pakilaliman n'yo na lang po ang hukay para hindi mangamoy; para di rin kalkalin ng ibang aso."

"Ahm, sir, pusa po si Bubbles," hirit pa ni Marisol.

"Salamat, salamat, chief!" anas ni Pancho.

Lumakad na papalayo ang guwardiya. Nang matantiya ni Pancho na sapat na ang distansiya, ipinagpatuloy niya ang paghuhukay.

"Di mo pa sinabi agad kung bakit ka bumili ng stuffed toy. Sagad mo na inis ko, e," mahinang sabi ni Pancho.

"Safety net, yeah?"

Hinila ni Pancho ang tenga ng asul na bag na nakasilip, dahan-dahan. Nang maiangat, inilawan ito ni Marisol ng cell phone. Binuksan ni Pancho ang bag. Sumilip sina Jose Abad Santos, Vicente Lim, at Josefa Llanes Escoda, bungkos-bungkos. Nagkatinginan sina Marisol at Pancho, kapwa tinatantiya ang bilis ng tibok ng puso ng isa't isa.

"Huwag n'yong pag-interesan, pekeng pera ang mga 'yon pero kalidad ang gawa. Dadalhin n'yo sa utol ko, ipupuhunan sa ano—alam n'yo na—para maging tunay na pera. Kuha n'yo?"

"Puhunan sa?" tanong ni Marisol.

"Basura," sagot ni Dandreb.

"Trash? Junkshop?" taka ni Marisol.

Iiling-iling si Pancho. Natawa lang si Dandreb.

Bumiyahe papuntang Pinagsama, Phase II sa Western Bicutan sina Marisol at Pancho. Sapalaran, walang nalalaman sa likaw ng looban, bibisita sa lugar ng isang beteranong source sa Taguig—Delfin Camacho, Dolphin kung tawagin sa Pinagsama—para maghatid ng pekeng perang ipupuhunan sa pagpapatakbo ng shabu sa kalakhan ng Western Bicutan.

"Pa'no namin malalaman na alam mo nang nakuha na ng utol mo?" paniniguro ni Pancho.

"Ano ba tingin n'yo dito sa oblo, di uso selpon? Naka-iPhone mga kosa dito."

"'Tapos pa'no namin—"

"Wala nang mawawala sa mga tulad ko. Ang meron ako, salita," putol ni Dandreb kay Marisol. "Kung may pinagkaiba siguro ako at ng mga nandito, 'yun e batak kaming tumupad sa salita. Sanay kaming buhay ang kapalit ng salitang di tinutupad."

"Magandang gabi po, nandiyan po ba si Dolphy?" tanong ni Pancho sa mga tambay na nagka-cara y cruz sa labas.

"Dolphin, Panch. What the fuck!" siko ni Marisol kay Pancho.

"Patay na 'yun, kuya," biro ng isang binata. Tawanan ang mga naglalaro. Tawang-pilit sina Pancho at Marisol.

"Ano'ng kailangan n'yo kay Dolphin?" sabat ng isa.

"May ipinadadala si Dandreb, kapatid niya," tugon ni Pancho.

Pumasok ang binata sa bahay. Napansin nina Marisol at Pancho na bumukas ang ilaw sa ikalawang palapag, aninag ang aninong pababa.

"Kuya, ate, pasok po kayo," anas ng binata.

Pumasok sina Marisol at Pancho. Dinatnan nilang nagkakanaw ng kape si Dolphin.

"Magandang gabi po," bati ni Pancho.

"'Buti nakarating kayo. Heto, magkape muna kayo," abot ni Dolphin ng dalawang tasa ng umuusok na itim na kape. Bumalik si Dolphin sa kusina, kinuha ang creamer at asukal, inilapag sa mesita.

“Di kasi ako nag-aasukal o Coffee-mate. ’Yung misis ko lang, mahilig ’yan kung sakali,” alok ni Dolphin.

“Salamat po,” koro nina Marisol at Pancho.

“Heto po ’yung pinaaabot ni Dandreb,” abot ni Pancho ng bag kay Dolphin. Agad iyong inabot ng huli.

“Iniisip n’yo siguro, bakit hindi na lang ako ang mismong kumuha nito.”

Walang-imik ang dalawa na abala sa paghigop ng kape, naghihintay sa mga sunod na sasabihin ni Dolphin.

“Naipit si Utol sa loob, naistiryo kami. Matagal kaming walang usap nang maayos, ni hindi ako nakakadalaw doon. Di kami sumasapalaran, mahirap na,” pagtutuloy ni Dolphin.

“Bago na po ang opisyal sa Valenzuela, ah?” tugon ni Pancho.

“Oo, mabuti nga. Iyan, nakakabuwelo si Utol. Pero mahirap pa rin sumugal, iisa kartada niyang mga ’yan.”

“Ah, matanong ko lang po: Pa’no n’yo po pala mako-confirm kay Dandreb na natanggap n’yo na po ’to?” paniniguro ni Marisol.

“May mga kosa doon, nakaka-text. Pero sabi ko nga, sobrang maingat kami sa palitan ng mensahe: isang salita lang dapat, magkaintindihan na kami. Marami na ’yung dalawa. Kaya malabong makuha ko ang direksiyon kung nasa’n ’yang bag na ’yan,” paliwanag ni Dolphin.

Matamang nakinig ang dalawa, kinikimkim ang itinatangging paghanga sa pasensiya at sistema ng mga taong dapat hindi nila nakakatulong sa linyang alam nilang maaaring maglagay sa kanila sa alanganin. Pero ito lamang sa ngayon ang uri ng kompromisong makapagpapaandar sa pagpupursige nila ng mahahalagang detalyeng magbibigay-saysay sa kanilang imbestigasyon.

“Salamat po sa kape, hindi na rin po kami magtatagal at naaabala na namin kayo,” paalam ni Pancho.

"Kami ng kapatid ko ang nang-abala sa inyo. Salamat dito. Sa dating n'yo, alam kong hindi n'yo lakad ang ganito. Ano't anuman, makakaasa kayong hindi ito babalik sa inyo," garantiya ni Dolphin.

"Salamat po nang marami, Sir Dolphin," tugon ni Marisol.

"He-he. Dolphin na lang, hija. O siya, ipahahatid ko kayo sa mga bata d'yan sa labas. Mag-iingat kayo. Basta dito sa Western, hindi kayo maaano."

Lumakad si Dolphin papunta sa lamesita ng TV, may kung anong kinuha.

"Ay, sandale," pahabol ni Dolphin.

Lumingon sina Marisol at Pancho bago lumabas ng pintuan. Ibinato ni Dolphin nang magkasunod ang dalawang kaha ng Marlboro pula. Sinalo iyon ni Pancho.

"Alam ko, malalakas kayo manigarilyo. Ang iitim ng labi n'yo. He-he!"

Gumanti ng ngiti ang dalawa.

"Pa'no ka namin babalikan. Baka manguwestiyon ang admin?" tanong ni Marisol.

"Naputol ang interview, nag-LBM ako."

Bag!

"Kelan tayo matututong magsara ng pinto ng sasakyan nang magaan?" sita ni Pancho kay Marisol.

"Sorry, sorry," dispensa ni Marisol. "Panch, could you believe it?"

"Alin?"

"Drug lords are calm like that, and warm, yeah?"

"Ano ba hanap mo? Aksiyon? Hindi naman 'to FPJ movie, Sol."

Iniabot ni Pancho ang isang kaha ng Marlboro pula kay Marisol at initsa sa back seat ang isa. Agad 'yong binuksan ni Marisol, nagtaktak ng dalawa, kinuha ang isa't iniabot kay Pancho ang isa pa.

H1Essential / record – 0 0 0 –
Camera Recording / 00:03

Dandreb Camacho:
Dandreb Nuestra Camacho, trenta y siyete. Kaso ko, murder. Kay Joyleen Sarmiento. Hindi pa siguro nakakarating sa inyo 'yung diskarteng 'embudo'. Nandito ako dahil sa ganyang kalakaran. Ibig sabihin, propesyonal na suspek. Ikaw ang magsususpek sa kasong walang suspek para sa halagang napagkasunduan. Kadalasan ng tumatanggap nito, 'yung mga labas-masok na rin sa oblo. Madali lang: Ididikit lahat ng ebidensiya sa 'yo, hindi ka papalag siyempre. Bayad ka nga, e. Ikaw ang ibabalandra sa balita, e di solb na. Pagdating mo sa loob, protektado ka rin ng mga guwardiya. Papalamigin 'yung kaso, hanggang sa makalimutan ng mga tao. Tatakbo 'yung rapol ng hearing, lalabas mahina 'yung mga ebidensiya, tatalunin ng alibay ko saka mga kontra-ebidensiya—nakaredi lang 'yun, backup. Kumbaga, papakulong ka lang nang dalawa-tatlong taon, tapos okay na.

Recording Pause

Pero iba't iba ang setap. Itong akin, medyo kakaiba. Pero embudo pa rin. Sumabit ako sa pamemeke ng pera, pati pangalan ni Utol, lumitaw—do'n kami mas maingat. 'Yung mga lespu, siyempre kukumpiskahin 'yung mga peke; hulidap. Sinadya kong mag-iwan ng ilang daang libo do'n sa tinutuluyan ko. 'Yung plato, hindi nila sa 'kin mapipiga; hindi ako ang humahawak. Di nila alam, 'yung milyon-milyong kopya, itinanim ko dun sa Manda. Pinambibili ng bultong item 'yan sa iba't ibang supplier. Pekeng perang puhunan, paglakad ng item, siyempre totoong pera na babalik. E di 'yon na nga, hulidap na. Ginamit pa sa 'kin pangalan ni Utol kaya no choice, inalok sa 'kin mag-embudo. Alam ko na sistema n'on, marami na 'kong nakasama sa loob na gano'n ang lakad. No choice nga, surrender ko 'yung ilang kopya, nagpaembudo ako. Wala silang puhunan kundi huli ko dun sa operasyon ng mga pekeng sanlibo, saka pangalan ni Utol.

Resume Recording

Dandreb Camacho:
No'ng may kumanta sa Bilibid, do'n nagsimulang maglinis. Kumakanta do'n sa abogado sa PAO, palibhasa hindi nababayaran. Estapador din 'tong mga putanginang pulis na 'to, e. Kaya lahat ng sangkot sa embudo, linis—ipinapatira sa loob. Madali magpatira ng kahit sino dito, ha. Basta may basbas ng warden, walang kahirap-hirap 'yan. Ang mga riot, lalo pag maraming dedbol, masama 'yan sa warden. Kaya no'ng matunugan kong wawalisin na rin ako, kinargahan ko 'yung dalawang pangkat—sulsol-demonyo ba. Putok ang riot, nalaslasan pa 'ko sa leeg nung nakatimbreng titira sa 'kin; pero nadale ng ka-pangkat, nalusutan ko. Sibak ang putanginang warden kasama ng mga ulul niyang guwardiya.

Marisol:
Mas okay kung may mga names kang mabibigay sa 'min.

Dandreb Camacho:
Ganito 'yan. Batang Western ako. Di kayo nagtataka nandito ako sa Valenzuela? Do'n ako nabulilyaso sa Taguig pero dito ako ginawang suspek sa Valenzuela. Di ko alam ano'ng kalakaran ng

mga siraulong pulis na 'to, pero kung pangalan ng umembudo sa 'kin, tanda ko may tinatawag silang Sarge O.; pulis Taguig 'yan. 'Yung iba di ko matandaan; puro Bok at Jorge tawagan niyang mga 'yan, e.

Pancho:
Sarge O? Sol, parang pamilyar.

Marisol:
That's Tuktukan police. Sargeant Rizaldy Ortiz, the one in charge of the Amadeo case. Fuck!

Stop Recording

20
MGA TANING AT PAGWAWARI-WARI

LITAW ANG KARTADANG dayo ni Dondi pagpasok niya ng Dreamland. Bagaman naka-T-shirt at pantalon lamang, madaling matukoy na hindi siya tagaroon. Umaangat ang kaniyang kutis tagalabas. Hindi madaling maghanap ng bahay sa Dreamland. Ang isang address, pinagsasaluhan ng isang linyada ng kabahayan. Sa kauna-unahang pagkakataon, nakaranas siyang sumuot sa mga eskinitang walang-katapusan—mga likong hindi niya inaasahang umiiral. Ramdam niya ang madikit na mga tinging nakatuon sa kaniya sa bawat madaanang pulutong ng tambay at hilera ng mga naglalaba sa gilid at gitna ng makikipot na daan.

Laking gulat niya pa nang paglabas ng isang eskinita, may lundong tulay na kailangan niyang tawirin. Sa isip niya, posible kayang umabot siya sa kabilang dulo nang hindi sumasawsaw ang sapatos sa maitim na burak na nilulubugan na ng makalas-kalas nang tulay? Walang ibang sagot kundi, hindi na 'yon mahalaga.

Buong ingat niyang binaybay ang tulay. Ilang tagaroon na ang umabot sa kabila, wala pa rin siya sa kalahati. Pakiramdam niya, buong araw ang kailangan niya para maitawid ang sarili. Dahil ayaw maging abala sa ibang tumatawid, lakas-loob niyang binilisan ang pagbaybay habang pilit na pinagagaan ang sarili. Nang marating niya ang tipak ng batong tungtungan sa dulo, naglalawa na sa pawis ang kaniyang T-shirt. Kulay kanal na ang kaniyang sapatos. Dinukot niya ang kaha ng pula sa likurang bulsa ng pantalon, nagsubo ng yosi at nagsindi. Nagtuloy siya ng lakad.

Napansin niya ang mahabang pila ng mga taong may dala-dalang mangkok at baso. Papalapit nang papalapit, kumakapit sa pandinig niya ang *Bato sa Buhangin*. Mula sa siwang ng mga dikit-dikit na tao, nasipat niya ang isang maliit na mesang napapatungan ng malaking kaldero't nalalatagan ng iba pang putaheng pang-almusal. Dahil hindi na niya maunawaan ang mga paghihiwalay ng mga eskinita, minabuti niyang magtanong sa isang aleng nakapila.

"Ate?"

"Pumila ka do'n sa likod, 'noy!" singhal nito.

"Magtatanong lang po kung tagasaan si Boni Bonifacio?" magalang na tanong ni Dondi.

"Ahh. Deretso ka diyan, kanang eskinita, dulong bahay."

"Maraming salamat po."

Hindi na siya nilingon ng ale. Nagtuloy siya ng lakad ayon sa direksiyon nito. Pagdating sa dulo ng eskinita, sinalubong siya ng gasgas na tunog ng speaker sa awiting *Gaano Ko Ikaw Kamahal* ni Celeste Legaspi.

Tok! Tok!

"Tao po?" Kinakain ng tunog ng speaker ang hina ng boses niya. Inulit niya't mas malakas at mahaba sa ikalawang pagkakataon. "Tao pooo?"

Nagbukas ng pinto ang isang matandang babae.

"Ano ho ang kailangan nila?" tanong ng matanda.

"Magandang umaga po. Pasensiya na po sa abala. Dito po ba nakatira si Boni Bonifacio?"

"Oho, dito ho. Anak ko po si Boni. Sino po sila?" Pilit na kinikilala ng matanda ang binata sa harap niya.

"May itatanong lang po sana—"

"Hijo, namumukhaan kita, ah?" putol sa kaniya ng matanda.

"Po?" taka ni Dondi.

"'Yung sa Tuktukan, nandoon din ako at si Boni."

Natigilan si Dondi, pilit iniisip kung bakit naro'n ang matanda sa presscon.

"Halika, hijo. Tuloy ka."

"Salamat po."

Pumasok si Dondi nang bahagya ang pagyuko dahil sa baba ng kisame ng bahay.

"Upo ka."

Nagtimpla ng kape ang matanda at hindi na tinanong pa si Dondi kung nais nitong magkape.

"Ito, hijo," abot ng matanda ng kape kay Dondi.

"Salamat po."

"Hijo, magkakilala kayo ng anak ko? Si Boni?" usisa ng matanda.

"Ay hindi po. May nakapagsabi po kasi sa 'kin, gumagawa siya ng bracelet noong nasa Abadiano pa siya. May disenyo lang po akong kailangan," paliwanag ni Dondi.

"Ano nga ang pangalan mo, hijo?"

"Dondi po. Kayo po?"

"Helen, hijo. Nanay Helen na lang, hijo."

"Nanay Helen, bakit po kayo naroon sa presscon?" tumbok ni Dondi.

Natahimik si Nanay Helen, tiklop ang mga labi, pinipigil ang napipintong hikbi. Napansin iyon ni Dondi.

"Ang apo ko, si Sarah. Kapareha ng sa kapatid mo. Kapatid mo, tama?"

"Opo, kapatid ko po. Ano po'ng kapareha sa apo n'yo?"

"Ang apo ko, si Sarah, nakita ang mga gamit niya diyan sa Levi, may mga dugo. Pero hindi kami inaasikaso ng pulis. Hinihintay ko ngang banggitin nila ang apo ko do'n sa interbyu mo sa Tuktukan—hmmmghp!"

Hindi na napigilan ni Nanay Helen na maiyak. Hinagod-hagod ni Dondi ang likod nito habang kalat-kalat ang pagtataka sa kaniyang bungo.

"Nananahimik kami ng apo ko. Pakiwari ko, kami ang nagbabayad sa mga kagagawan ng ama niya. Kami ang binabalikan ng sama."

Lalong lumalaki ang agam-agam ni Dondi. Pinipigilan niyang mag-usisa sa matanda para hindi ito mag-isip ng kung ano sa kaniya.

"Nanay, ahh, baka po makasama sa inyo, tahan na po," alo ni Dondi.

Pinipilit tumahan ng matanda, nagpapahid ng luha.

"Nagme-maintenance po ba kayo?" biglang naitanong ni Dondi. Tumango ang matanda. "Tahan na ho. Ganyang mabibigat na emosyon, e baka mapa'no kayo."

"Pasensiya ka na, hijo."

"Ano ho ang maintenance n'yo, 'nay?"

"Sa puso at dugo, hijo."

Tumango-tango lang si Dondi. Nang matantiya niyang kumalma na ang matanda, siya rin niyang paalam.

"Mauuna na po 'ko, 'nay. Babalik po 'ko sa ibang araw. Maraming salamat po sa kape."

"O siya, mag-iingat ka, hijo."

"Nanay."

"Hijo?"

"Sabi n'yo po, nakita ang gamit ng apo n'yo sa Levi. Nasa'n po ang katawan niya?" hindi na napigilang magtanong ni Dondi. Tumugon lamang ng iling at malungkot na mukha si Nanay Helen.

Walang ibang daan palabas. Kailangan muling daanan ni Dondi ang lundong tulay. Bago muling makarating sa tulay, ang kaninang mahabang pila sa almusalan ay isa nang malaking bilog ng mga usisero't usisera. Tanaw niya ang mga nagtaubang kaldero't pagkain. Sa mapulang semento, nakasalampak ang isang nag-uumiyak na mamang akap-akap ang isang aleng tinatagasan ng sariwa't malapot na dugo sa butas na ulo. Pakiramdam ni Dondi, humiwalay ang malay niya sa kaniyang katawan. Hindi niya lubos maisip na nasa harapan niya ngayon ang hitsura ng kamatayan sa isang looban, habang naghahalo sa pandinig niya ang ugong ng huntahan at *Bato sa Buhangin*.

Habang abala sa tsismis at usyoso ang mga tagalooban, napansin ni Dondi ang isang mamang tumawid sa eksena na parang dumaan lang sa isang palengkeng kabi-kabila ang mga panindang nakabalandra halos sa gitna ng daan. Sinundan niya ng tingin ang mama hanggang makalampas ito sa kaniya. Pasimple niyang nilingon kung saan ito papunta. Nang pumasok ito sa kanang eskinita, maingat niya itong sinundan. Dumeretso ito sa dulong bahay, kay Nanay Helen.

BAGGG!

"May kailangan lang akong itanong, easy ka lang," depensa niya sa agresibong si Boni.

"Putangina mo, kasama ka ni Baldo?" singhal ni Boni sa kaniya habang nakatutok sa direksiyon niya ang tangan nitong basag na tiles.

Hindi maunawaan ni Dondi ang sinasabi ni Boni. Hindi na siya nakasalita. Walang ano-ano'y panakbo siyang sinunggaban nito. Pag-unday ng palo, nakapitan niya ang braso nito, tumalsik ang tiles sa salamin, nagkalat ang bubog sa lababo.

"Puki ng ina ka!" garalgal na sigaw ni Boni.

Tsuggg! Bagggk!

Marahas ang pagbukas ng pinto ng CR, dalawang guwardiyang may katangkaran ang rumesponde para awatin sila.

"Hoy, tigil n'yo 'yan!" saway ng isang guwardiya.

Kapwa sila dinaklot ng dalawang guwardiya at inilabas sa CR. Rumadyo ang isang guwardiya. Naulinigan ni Dondi na tumatawag ito ng respondeng tanod at pulis. Ipinoste sila sa security outpost, bantay-sarado. Nang matanaw ni Dondi ang paparating na mobil ng barangay lulan ang mga tanod at pulis, tyumempo siya't mabilis na umiskyerda sa outpost.

"Hoy! Hoy! Puta!" sigaw ng guwardiya. Humabol ang dalawang guwardiya kay Dondi, siya ring sibat ni Boni. Pumreno ang isang guwardiya at bumaling ng habol dito.

Inikot ni Dondi ang complex, sinubukang iligaw ang mga guwardiya. Dumahan-dahan siya ng takbo't prenteng umupo sa outdoor seat ng isang coffee shop na may katapat na bazaar ng mga oversized na sapatos, umaktong customer, itinatago ang hangos, pinapahid ng laylayan ng T-shirt ang pawis. Iginala ni Dondi ang tingin, naghahanap ng server. Ilang saglit pa, hitsurang naliligaw na napadaan sa direksiyon niya si Boni, dinakma niya ito sa braso.

"Dito."

Nilingon ni Boni ang kaniyang dinaanan, tanaw na niya ang mga guwardiya kasunod ang mga pulis at tanod. Wala na siyang nagawa kundi umupo at kumubli. Madaling tumawag ng server si Dondi, iyon ang ginamit niyang harang. Kapwa nila tanaw ang mga humahabol sa kanila na pumasok sa bazaar, hinahanap sila sa laksa-laksang mamimili.

"Good morning, sir. May I take your order?" bati ng server.

"Coffee, black. Hot. Two," tugon ni Dondi na nakapako pa rin ang tingin sa mga guwardiya, tanod, at pulis na pumasok sa bazaar.

"Anything else, sir?"

"'Yun lang."

"Okay, sir. 10-15 minutes."

Ibinaba ni Boni ang ulo at bahagyang inilapit kay Dondi. "Putangina ka, sino ka ba?" mahina ngunit mariing singhal ni Boni.

"Tigil mo muna 'yang bibig mo. 'Wag ka muna umeksena, andiyan pa mga sekyu," sawata ni Dondi. Inilapag niya ang kaha ng sigarilyo sa mesa, kumuha ng isa at nagsubo. Itinulak niya ang kaha kay Boni, kumuha ito ng isa. "Sana nakinig ka muna kase. Pareho tayong di puwedeng mamarkahan ng pulis, alam mo 'yan," anas ni Dondi.

"Sinusundan mo 'ko nang palihim, putangina, hanggang banyo. 'Tapos gusto mo makinig lang muna ako sa 'yo?"

"Boni, ano? Dondi nga pala."

"Pa'no mo 'ko nakilala?" tanong ni Boni, isiningkit ang mga mata habang hinahalukay sa alaala kung saan nakita si Dondi, pilit itong kinikilala. "Putangina, ikaw 'yung dun sa ano, di ba?" biglang linaw sa alaala ni Boni.

"Oo, ako nga. Kaya hindi ko kilala 'yung sinasabi mong Baldo. Galing na 'ko sa inyo, nakausap ko na si Aling Helen, naro'n nga raw kayo nung presscon."

"Hindi ka nabanggit ni Nanay kanina." Nagsindi si Boni ng sigarilyo. "Bakit mo 'ko sinusundan?" Mas kalmado na ang tanong ni Boni sa pagkakataong ito.

"Nag-medical mission kami sa Abadiano, hinahanap ko 'yung gumagawa ng mga bracelet sa Likha-Saya. Sabi nung jail guard na Jolas, 'yung Obed daw. Pero wala doon, nasa ibang facility dahil may kaso. Ikaw ang itinuro sa 'kin, hinanap kita doon pero laya ka na daw," paliwanag ni Dondi.

"Ano'ng meron sa bracelet?"

"Pagkakuha ko ng address mo, may inmate na bumagsak galing tuktok ng isang dorm." Nagsindi na rin ng sigarilyo si Dondi. "Sigaw nung mga inmate, Obed. Nagtataka ako. Ang sabi nung Jolas, wala daw pero biglang—" Hindi na natapos ni Dondi ang sinasabi nang mapansin nito ang reaksiyon ni Boni.

Natulala si Boni, tikom ang bibig, hindi makapaniwala sa narinig, nangangatal ang mga labing pinapalis ng sunod-sunod na hitit-buga.

"Ano'ng kailangan mo sa 'kin?" pag-iiba ni Boni.

"Excuse me, sir. Here's your coffee," silbi ng server ng dalawang umuusok na itim na kape sa magarbong mug na kulay maroon.

Dinukot ni Dondi sa bulsa ang isang nakatiklop na papel, binuksan at inilahad kay Boni. Isiniwalat ng papel ang paanan ng isang kalansay na may nakasabit na anklet.

"Ano 'yan?" walang atensiyon si Boni sa papel.

"'Yung anklet, gawang Likha-Saya. Photo evidence 'yan ng labi ng kapatid ko. Walang ganyang anklet ang kapatid ko."

May kung anong malamig na hanging dumampi sa batok ni Boni. Mabilis na rumagasa sa kaniyang alaala ang lakad niya sa Levi Mariano, ang mga gamit ni Sarah, si Baldo, ang regalo niyang bracelet sa anak noong kaarawan nito na ipinaabot niya kay Dodong, ang mga posibilidad na pasikip nang pasikip at palaging nauuwi sa isang bagay na pilit niyang iniaalis sa kaniyang kukote. Dinampot niya ang papel, matamang tiningnan ang bracelet sa kalansay.

"Isinara nila 'yung kaso, dumampot ng kung sino. Alam kong hindi sa kapatid ko 'yang kalansay na 'yan," pagpapatuloy ni Dondi sa pagitan ng paghigop ng kape at hitit-buga.

"Gawa namin ni Obed 'yang bracelet na 'yan," kumpirma ni Boni.

"Sabi ni Aling Helen, parehong—"

"Oo," mabilis na sagot ni Boni, hindi na pinatapos si Dondi, sabay lagok ng kape, hindi alintana ang init nito. Umaapaw sa bigat ang kaniyang dibdib, nabibilaukan sa suklam. "Huwag natin dito pag-usapan," mungkahi niya kay Dondi. Walang pagdadalawang-isip na sumang-ayon ang huli.

PUGGHK!

"Agghikkkkkkk!"

Parang ang gaan ng braso ko nang sagapakin ko si Baldo ng liyabe sa nguso. Sargo ang buo-buong dugo mula sa ilong nito. Gusto niyang mamilipit pero dahil nakagapos siya, ngiwi lang ang nagawa niya para ipagpag ang sakit. Panay ang tingin ko kay Dondi, halatang tinitiis nito ang natutunghayan.

"Sa'n n'yo nilagak ang katawan ng anak ko?" deretsong tanong ko kay Baldo. Walang kasintibay ang putanginan' 'to. Wala pa ring ibinibigay sa kabila ng tinamo.

"May cell phone 'to?" tanong ni Dondi. Itinuro ko ang cell phone sa mesa sa ilalim ng hagdan. Dumako siya sa mesa, dinampot ang cell phone, tinipa. "Burado lahat?" taka niya.

"Nautakan kami ng puki ng inan' 'to," duro ko ng liyabe kay Baldo.

"'Yung SIM, andito pa rin naman. Wala bang nagte-text o tumatawag?" busisi pa niya.

"Walang kokontak d'yan. Alam ko istayl ng mga 'yan; istayl din namin 'yan."

Hindi ko malaman kung pa'no ipoproseso ang lahat ng 'to. Lahat ng pahiwatig, iisa ang tinutukoy. Wala na sigurong saysay kung pati pagharap dito, ipagpapaliban ko pa. Hahaba lang nang hahaba, mamamatay lang ako nang paulit-ulit.

Kumuha ako ng buwelo. Buo na sa isip ko kung ano'ng nangyari. Iisa mag-isip ang mga demonyo. Usapin na lang kung hanggang saan umaabot ang kademonyohan ng isa kumpara sa mga kauri niya.

"Sa C-6 n'yo ibinaon si Sarah?" lakas-loob kong tanong kay Baldo.

Sa unang pagkakataon, kahit walang pangungusap, nakakuha ako ng tugon sa pagbabago ng timpla ni Baldo. Kitang-kita ko sa pagporma ng mga guhit niya sa noo, alam niyang alam ko na may natumbok ako sa narinig niya sa akin ngayon. Sakop ng paligid ng paningin ko ang pagtutok ni Dondi sa reaksiyon ni Baldo. Alam ko ang iniisip ni Dondi, alam niya ang iniisip ko. Pero parehong walang nagsasalita tungkol dito. Ito marahil ang hindi nasusulat na batas ng mga naagrabyadong kapwa naghahanap ng paraan kung paano makapaningil lampas sa anumang halagang inutang.

Hindi ko na napansin ang pagtutubig ng mga mata ko. Madali ko iyong pinahid. Dinampot ko ang plais.

"Ano'ng panghugas mo ng puwet?" tanong ko kay Baldo. Nandilat ang mga mata nito. Ikinagat ko ang plais sa gitnang daliri ng kanan niyang kamay. Ibinuhos ko ang lahat ng lakas na hinihingi para makadurog ng buto sa daliri.

Krghghkhk!

"Kailangan natin nang buhay 'yan," anas ni Dondi.

"Ano'ng gagawin ko? Ayaw magpakita ng silbi?" balik ko. Lalo kong itinodo ang pagdurog sa buto niya. Tulad ng ginawa ko sa hinliliit niya sa paa, hinila ko ang gitnang daliri niya na parang humihila ng makunat na turnilyo sa kalawanging bakal.

"Agghhkkkkkk!"

"Busalan mo," atas ko kay Dondi.

Dinampot niya ang tuwalya sa sahig, ibinalumbon at ipinasak sa bunganga ni Baldo. Inikot ko ang plais, hanggang sa maramdaman ko ang pagkabali ng buto niya sa daliri, ang pagsusugat ng paligid nito. Hindi ko siya tinantanan. Hanggang unti-unting pumutok ang mga laman, maglaglagan ang maliliit na piraso, wakwak ang makapal na balat, pusitsit ang dugo. Nakikita ko na ang bali niyang buto, ibinaluktot ko iyon na parang nagbaluktot ng concrete-pako. Pigtas ang mga ugat, laylay ang mga laman, kumalas ang gitnang daliri niya sa kaniyang kamay.

Walang tunog ang mga sigaw ni Baldo. Maduwal-duwal si Dondi.

"Boni!" tawag ni Sakmal mula sa hagdan.

Binitiwan ko ang duguang plais. Nanginginig ang katawan ni Baldo. Lumakad ako papunta kay Sakmal.

"Sino 'tong bisita mo?" nguso niya kay Dondi.

"Inatraso din nito," turo ko kay Baldo. Tumango-tango lang si Sakmal.

"Lalakad tropa pa-Western," abiso niya.

"Sa susunod na 'ko sasama pagtapos nito."

"Ano'ng balita d'yan?"

"Dalawang daliri na natanggal ko, wala pa rin."

"Tsk! Tsk! Mag-iiwan ako ng tatao sa taas."

Tumango ako. Umakyat na si Sakmal, bumalik ako kay Baldo. Dinampot ko ang plais katabi ng putol na daliri. Para akong nasa loob ng isang bangungot. Biglang dumagan sa balikat ko nang sabay-sabay ang lahat ng bigat ng mga bagay na hindi ko lubos maunawaan. Ano'ng ginagawa ng bracelet ni Sarah sa kalansay na 'yon? Kilalang-kilala ko ang bracelet dahil walang katulad ang habi n'on at pares ng kulay. Sa mga ipinakita sa 'kin ni Dondi—ang imposibleng pagkabulok at pagiging kalansay ng kapatid niya sa maiksing panahon ng pagkawala—lahat ng detalyeng hindi nakalampas sa taong 'to, iisa ang sinasabi sa akin. Gamit lang ni Sarah ang nasa Levi hindi dahil sa di nila kinayang itawid ang katawan ng anak ko gawa ng malaking hukay sa palibot. Naro'n ang mga gamit niya para ululin kaming lahat. Sa lahat ng 'to, iisa ang tanong sa utak ko: Bakit?

Pagbalik ng malay ko mula sa gising na bangungot, napansin kong may tinatawagan si Dondi.

"Sino 'yan?" sita ko.

"Sandale," sagot niya sabay lakad palayo. Sumunod ako dahil putangina, may kagaspangan talaga ang isang 'to.

"Hindi ka basta-basta gagawa ng tawag sa lugar na 'to nang walang pasintabi."

Pinatay niya ang tawag, mabilis na nag-text sa tantiya ko, ibinulsa ang cell phone.

"O, pa'no? Panoorin muna kita pa'no mo ubusin ang mga daliri niyan?" hirit niya.

"Ano'ng gusto mong gawin ko? Makiusap sa hayup na 'to?!" singhal ko.

Ibinaling niya ang tingin kay Baldo, bumuntonghininga. Dinukot niya ang kaha ng sigarilyo sa likurang bulsa ng pantalon, nagsubo at nagsindi, at saka iniabot sa akin ang kaha. Kinuha ko 'yon at nagsindi rin ng akin. May ilang saglit kaming nagpausok lang, nagpalitan ng buntonghininga.

"Sige, basta itira mo 'yung mga hinlalaki," bigla niyang sabi.

21
KLIYENTE

MAJOR GENERAL RODENSUETO Gamad Macaraeg, tinaguriang 'Manong Bitay' ng 8th Infantry Division, may pinakamataas na bilang ng katay sa mga engkuwentro laban sa mga lokal na komunistang puwersa sa Eastern Visayas, kapita-pitagang pangalan sa Sandatahang Lakas ng Pilipinas; retirado, may bukal ng pera sa bangko, at mansiyon sa New Manila. Wala na sanang mahihiling pa—kung hindi lang sana pinanawan ng tindig ang kaniyang kargada pagkatapos ng bakbakan sa bayan ng Giporlos. Lahat ng yaman, kapangyarihan, at impluwensiya ay nawalan ng saysay nang iwan siya ng kaniyang maybahay. Ni hindi niya maipagmalaking kayang-kaya niya itong palitan—dahil ang mayroon lang siya, salapi, armas, koneksiyon.

Noong binata pa siya at nagsisimulang pumorma-porma, gel lamang sa buhok ang hanap niya. Ngayong narating na niya ang rurok ng tagumpay at walang katigasang mataglay, lahat na ng gel na pampatigas, ipinahid na niya sa embalido niyang burat. Ngunit may isang bagay na nakapagpapabalik ng kaniyang pananabik, na pakiwari niya ay naglalagos ang mga likido sa kalamnan ng kaniyang pagkalalaki, at tanging ang negosyanteng si Mr. Liu lamang ang makatutustos n'on nang walang sabit. Ilang produkto rin ang naibigay sa kaniya ng kaibigang negosyante—na naihatid, nagamit, at naidispatsa nang malinis.

Habang pa-swipe-swipe sa Facebook gamit ang isang burner account pang-intel sa mga gumagamit ng social media para magpahayag ng disgusto sa palakad ng gobyerno, nadaanan niya ang photo update ng kaibigang konsehal na si Councilor Arnel Cabahug na mayroong caption na, "Pateros LGU and Genericare collab for the health and welfair of the constituents," kung saan mali ang spelling ng welfare. Ngunit hindi iyon ang nakapukaw ng kaniyang atensiyon. Isang dalaga—isang kolehiyala sa tantiya niya—kasama ng konsehal at iba pang opisyal sa larawan, nagpapaalala sa kaniya ng kaniyang kalakasan noong araw. Agad niyang tinawagan ang konsehal at nagpabatid ng interes sa dalaga.

Ongoing call...
"Major! He-he! Maganda sa personal."
"Baka puwede, pasuyo kay Intsek."
"Nako, Major. Alam mo naman ang linya ng mga puwede lang kunin ni Intsek."
"Ako na bahala. Basta alalayan mo grupo ni Intsek d'yan sa lugar mo."
"Okey, Major."
End Call

Tulad ng inaasahan sa mga tulad ni Major Macaraeg, wala itong ginusto na hindi makukuha bukod siyempre sa milagrong pagtigas ng kaniyang uten. Sukdulang buhay ang kapalit, mapabigyan lamang ang nasa, masunod lang ang hilig.

PAGKATAPOS NG EVENT sa pharmacy, bumiyahe papuntang Poblacion, Makati si Divine para manood ng gig ng foreign act na TEKE::TEKE. Kasama ang mga kaibigan sa eksena, nag-trip sila sa pinaghalo-halong Japanese folk, Brazilian surf rock, at psychedelia. Ang nakaliliyong mga ilaw, pinalalakas ang tama ng shrooms, pinagagaan ang lahat ng mabigat, isinisiwalat ang lahat ng hiwaga ng mundo.

Natapos ang gig nang lulutang-lutang si Divine. Isinakay siya ng taxi ng mga kaibigan pauwi ng Pateros. Malamig ang madaling-araw. Para magpahulas, humingi pa ng pabor si Divine sa drayber.

"Kuya, puwede ako mag-smoke?"

"Sige, ma'am. Pabukas na lang bintana."

Paglampas ng taxi sa arkong "Makati: Mahalin Natin, Atin Ito" na naghihiwalay sa Comembo at Pateros, pumara ang dalawang mamang iniluwa ng dilim, o mas tamang sabihin na humarang. Walang nagawa ang drayber kundi pumreno. Dahil bukas ang bintana sa back seat, naipasok ng isang mama ang braso niya para buksan ang pinto ng sasakyan, hinila palabas si Divine.

"Kuya, tuloooong! Tulooooong!" sigaw ni Divine sa kalsadang walang laman.

Sa bandang unahan, ikalawang kanto, aninag ng drayber ang karatula ng checkpoint. Sa palagay niya, nakikita naman ng mga pulis mula roon ang komosyon; ipinagtaka niyang walang ginawa ang mga ito. Kaya naman hindi na rin niya nagawang humingi ng saklolo at pinanood na lamang ang pag-alis ng dalawang mama, bitbit ang kaniyang pasahero. Napatingin siyang bigla sa metro na nagsasabing, 154.00.

KINALAG NI MAJOR ang kaniyang piring. Nanlalabo man ang paningin, malinaw niya pa ring namalas ang isang kuwartong napalilibutan ng malalaking pintang larawan at naggagandahang muwebles. Takot na takot siya, litong-lito kung bakit siya dinala sa isang kuwartong palagay niya ay bahagi ng isang palasyo. Lumakad papunta sa harap niya si Major.

"Kumain ka na ba?" tanong ni Major sa dalagang dinukot sa gitna ng madaling-araw.

Walang maisagot si Divine kundi mga ipit na sigaw ng paghingi ng saklolo.

"N-Nasa'n p-po a-ako?"

Ngumiti lang si Major. Gamit ang remote control, pinalitan niya ng dilaw ang mga puting ilaw.

"Iyan, mas okay ba 'yan sa 'yo?"

Hindi malaman ni Divine kung ano ang isasagot kay Major.

"Kung ayaw mong kumain muna o uminom man lang, sige, magtanggal ka na ng damit," kaswal na kaswal na atas ni Major na para bang nag-utos lang magsalansan ng mga sinampay sa labas. "Huwag ka nang mahiya."

Nanginginig sa takot si Divine. Batid niya, wala siyang saklolong makukuha sa kaniyang sitwasyon. Alam na alam niyang makukuha ni Major ang ninanais nito, sinusubukan niya lamang ipagpaliban para humingi ng awa sa taong alam niya rin namang wala n'on.

"O siya, siya. Mauuna na 'ko." Naghubad ng pang-itaas si Major, walang diyahe sa mabuhok na susong lawlaw, isinunod ang pantalon. Naiwan ang puti nitong lolo brip at combat boots. Nakangiti pa rin siya kay Divine. Dumako ito sa dresser at dinampot ang pistola sa holster. "Sige na, anong oras na rin," mando niya kay Divine habang tangan ang baril.

Tuloy-tuloy ang agos ng luha ni Divine. Pikit-mata nitong sinunod ang ipinag-uutos sa kaniya. Hinubad niya ang kaniyang pang-itaas, sapo-sapo niya ang kaniyang dibdib. Itinuro ni Major ang kaniyang pantalon gamit ang baril. Alam ni Divine na walang lugar ang di pagsang-ayon sa kinatatayuan niya. Labag sa loob niyang hinubo ang kaniyang pang-ibaba. Namalas ni Major ang makinis nitong mga hita.

"Iyaaaan," giliw ni Major.

Lumapit siya kay Divine, napaatras ang huli. Hinaplos-haplos ni Major ang mga balikat nito, pinagapang kung saan-saan ang makapal na palad. Pagkadaka'y tinanggal ni Major ang bra, ulol na ulol sa pagluwa ng mapipintog na mga suso ni Divine—hayok na hayok itong nilamutak, dinila-dilaan habang nakadakma ang isang kamay sa matambok nitong puwet. Walang magawa si Divine kundi umiyak. Maya-maya pa'y napansin niyang may kakaibang ginagawa ang animal habang sinasalaula siya.

Pinapalo-palo ni Major ang kaniyang titing tutulog-tulog habang nakapikit pang sinusupsop ang magkabilang suso ni Divine. Pagdilat niya, napansin niyang nakatingin si Divine sa kaniyang ginagawa.

"Lekatttt!" singhal ni Major sabay bigwas sa sikmura ni Divine. Bago ito mapataob sa sahig, sinalo na niya ito ng sakal sa leeg.

"Ughk! T-Tama n-na p-pooo!" pagmamakaawa ni Divine habang iigkas-igkas sa sakit.

Sakal-sakal ng kaliwang kamay, pinagsasampal ni Major ang pobreng dalaga gamit ang kanan. Ang mabibigat na sampal ay nagdulot agad ng pamamaga sa mukha ni Divine. Isinalya siya ni Major sa sahig, una ang mukha. Nakahalik si Divine sa tabla, unti-unti niyang naramdaman ang pagbigat ng kaniyang ulo. Sa makintab na tablang sahig, naaninag niya ang suwelas ng combat boots ni Major, nakadiin sa kaniyang bungo. Inilabas ni Major ang malambot niyang titi, sinakal ng kanang kamay at saka sinalsal nang todo-todo, kasabay ang pabigat nang pabigat na apak niya sa ulo ni

Divine na halos lumubog ang mukha sa sahig na pinagsasaluhan na ng sipon-luha-dugo.

"Aghhk! Tamaaa naaaaaaa!" palahaw ni Divine na kulay ube na ang mukha.

"Ugh! Ugh! Ugh!" atungal ni Major.

Sa bawat sigaw ng paghihirap ni Divine, lalong napaiindayog ang puwet ni Major, sinasalubong ang higpit ng kaniyang palad. Hanggang sa labasan siya nang hindi tinitigasan. Ibayong sakit ang naramdaman niya sa ilalim ng kaniyang itlog, sa ibabaw ng butas ng kaniyang puwet, karaniwang tugon ng katawan sa mga nag-oorgasmong lalaki na hindi tinitigasan. Gumapang na parang uod-kanal ang tamod ni Major sa batok ni Divine.

HINDI INAASAHAN NI Major ang pagdating ng kaniyang anak na si Gilbert. Ang timbre sa kaniya, sa makalawa pa ito luluwas mula Baguio. Pero dahil nais siyang sorpresahin nito, nakipagsabwatan ito sa mga ninong niya sa academy.

"Pop! Welcome home sa 'kin. He-he-he!" bagsak nito ng dalawang bagahe sa sahig.

"Lekat! Gilbert?" gulat ni Major.

"Pop?"

"Ano'ng ginagawa mo dito?"

"Break, pop?"

"Lekat kang bata ka, sabi ng Ninong Gerry mo."

"Pop, surprise? Alam 'to ni 'Nong Ger. Parang di ka natuwa, ah?"

Bantulot si Major, hindi mapakali.

"Kumain ka na?"

"Gutom na, pop!" himas nito sa kaniyang tiyan.

Lumakad si Major papunta sa kusina. "Tena," aya niya sa anak. Sumunod ito sa kaniya. Nagbukas si Major ng two-door ref na mas mataas pa sa kaniya. "Sausage, ham, bacon, ano? Off ng ate mo Menggay, tayo ang kumilos dito. Eggs?" Parang nagsasalita sa hangin si Major. "Gilbert," tawag niya uli sa anak habang sinusuyod ang laman ng ref.

Nayamot si Major sa hindi pagsagot ng anak. Bahagya niyang isinara ang ref para silipin ito. Wala si Gilbert. Naibalibag niya ang pinto ng ref nang makita niyang paakyat na ito sa kuwarto.

"Lekat! Gilbert!"

Dagling humabol paakyat si Major. Pag-akyat niya, inabutan niyang bukas ang pinto ng guest room, nakatulala si Gilbert sa naalimpungatang si Divine.

"Ay, sorry, sorry po!" biglang kabig ni Gilbert ng pinto pasara. Tumuon siya sa kaniyang ama. "Pop, sino 'yun?" taka nito. Naghahagilap ng isasagot ang kaniyang ama.

"Ahhh, daughter ni Carunungan, kasamahan dati sa kampo. Ah, nagbabakasyon. Ibinilin muna sa 'kin."

Tinatantiya ni Major ang reaksiyon ng anak.

"Okay, okay. Isabay natin siya sa breakfast, pop!" mungkahi ni Gilbert.

"Mauna ka dun sa baba, ilabas mo 'yung mga frozen para lumambot. Gigisingin ko lang."

"Okay, pop."

Pagbaba ni Gilbert, agad na gumawa ng tawag si Major.

Ongoing call... **INTSEK**

"Yes?"

"Extend."

"Oke!"

End Call

"Maggayak ka," atas ni Major kay Divine. "Wala kang sasabihin sa anak ko," mariing bilin nito sa tono ng isang pagbabanta.

PANIWALANG-PANIWALA SI GILBERT sa maniobra ng kaniyang ama. Buhat no'ng araw na makasabay niyang mag-almusal si Divine, wala pa siyang naririnig na buong pangungusap dito. Tango at iling ang kalakhan sa mga tugon nito. Kung hindi pa ito tumugon ng salamat noong minsang abutan siya ng mga bagong tuwalya ni Gilbert, iisipin ng huli'y marahil pipi ito.

Napansin ni Major na interesado si Gilbert kay Divine gawa nang paulit-ulit nitong pagtatanong tungkol sa dalaga. Naging maayos ang pakitungo ni Gilbert kay Divine, halos panunuyo. Dulot ng takot, sibilisado ang tugon ni Divine sa mga ipinakikita ni Gilbert, habang matamang nakabantay si Major sa mga susunod na mangyayari.

Isang gabi, pinasok ni Gilbert ang kuwarto ni Divine habang naiidlip ito. Dahil walang igagawad na malalim na pagpalaot sa himbing ang pananatili sa palasyo ng isang diyablo, madaling naalimpungatan si Divine sa magaganit na hakbang ni Gilbert, umaapaw sa takot ang dibdib. Gustuhin mang sumigaw, humingi ng saklolo ni Divine, wala iyong kahahantungang mabuti para sa kaniya. Ngunit ang kawalan niya ng tugon ng paghindi ay inakap ni Gilbert bilang malugod na pagtanggap, kaya walang kahirap-hirap niyang naisakatuparan ang kaniyang pantasya.

Sa kabilang kuwarto, dinig ni Major ang mahihinang ungol, na sa mga sumunod na gabi'y naging imahe niya ng kaluguran. Minsan, palihim niya pang ipinuwesto ang kaniyang cell phone, tutok sa kama, at iniwang tumatakbo ang video recording. At natagpuan na lamang niya ang sariling pinagsasalsalan ang impit na tangis dulot ng kinahuhumalingang karahasan.

22
MEDLEY

BUNGI-BUNGI PA RIN ang mga linyang mag-uugnay sa mga sangkot sa serye ng pagpatay sa mga kababaihan sa Metro Manila. Inumaga na sina Marisol at Pancho sa harap ng white board na nadidik'tan ng mga larawan, newspaper clippings, sticky notes, tadtad ng ligaw na mga guhit, marka't tandang pananong.

"Why the hell they're hiring suspects for? It doesn't make sense. If they wanna pin something on someone, they can easily do that. Cops have been specializing in evidence-planting since fuck knows when."

"Sol, 'yang tanim-ebidensiya, masyado nang hubad 'yan sa mga tao, lalo nitong drug war," tugon ni Pancho sabay higop ng kape, hitit ng yosi, tinitiis ang hapdi ng napasong ngalangala. "'Yung mga na-cover natin in the past, mga patse-patseng kaso ng mga pagpatay na puro babae ang biktima, di ba napapanis lang? Punta kang Twitter, nako-call out 'yan. Pati sa diyaryo. Bumabalik sa kanila 'yan kahit papa'no, nagmumukha silang tanga pag nagpapa-presscon sila ng PNP accomplishments."

"Huh, they fukken care?"

"Siyempre hindi. Pero 'yung mga nasa likod nito, oo. Siguro, o malamang sa malamang, 'yang embudo na 'yan ang pinakamalinis na lusot. Biruin mo, mang-iipit ka lang ng taong may sabit, digahan mo ba namang babayaran mo pa, e wala na, laban na. 'Tapos papapatay nila pag nasa loob na. Walang hearing, patay na suspect, e. O, e di solb!"

"Lusot for what? And what's digahan, Panch?"

Napaisip din si Pancho. Halinhinan sa higop ng kape't hitit ng yosi ang ginawa niyang puwang para wariin ang kaniyang nasabi at ibinalik na tanong sa kaniya ni Marisol.

"Kanina pa tayo naghahanap ng mga sagot," anas ni Pancho. "Tamang tanong pala muna ang kailangang unahin. Ano ba'ng kailangang lusutan bakit kailangang gano'n ang gawin nilang paraan?" biglang tanto nito.

Tatango-tango si Marisol, pinipiga ang lahat ng posibleng mapiga sa kaniyang isip.

"Could it be they're the ones setting up the crime too?" palagay ni Marisol. "And just to keep everything sorted and in order, they'd take fall guys and—"

"Pero bakit mga babaeng manggagawa? Of course, bukod kay Divine. Ano'ng putanginang na-miss out natin dito?" galaiti ni Pancho sa walang-katapusang mga tanong.

"Fuck this."

"Huwag tayong magulat sa magiging kapalaran ni Rebo."

"Dondi was right all along."

"Sa tingin ko, patas lang na malaman niya 'to."

NAGLULUSAK SA DUGO ang paanan at palibot ni Baldo. Di niya lubos akalaing tototohanin ni Boni ang sinabi ni Dondi. Tanging mga hinlalaki niya na lamang ang natira sa kaliwa't kanan niyang kamay. Nanginginig pa rin ang katawan niya sa sakit. Pero napangingiti siya kapag naiisip niyang kahit ano'ng pitpit sa kaniya, wala siyang kahit anong ibinigay.

Ilang oras na ang lumipas at hindi pa rin bumabalik sina Boni at Dondi buhat no'ng umalis ang mga ito matapos putulin ang walo niyang daliri; siyam kasama ang hinliliit sa paa. Bigla niyang naisip, wala nang kahirap-hirap niyang maikakalag ang kable sa kaniyang mga kamay dahil halos ubos na ang kaniyang mga daliri. Sinikap niyang kalagin ang kable. Kada magsisikip ito'y napipiga ang mga sugat niya't inaagasan ng dugo. Di na niya iyon alintana. Sansaglit na hirap kapalit ng kalayaan niya. Hahangos-hangos pa siya nang sa wakas natanggal niya ang gapos. Gamit ang mga hinlalaki, isinunod niyang kalagin ang kable sa kaniyang mga paa. Putol na ang mga daliri'y natatawa pa. Sa isip niya, mas wais pa rin siya. Isa-isa niyang dinampot ang mga putol niyang daliri at ibinulsa.

Hirap na hirap siyang damputin ang cell phone, kaya ginamit niyang mala-walis ang kanang palad at pandakot ang kaliwa. Matiyaga niya iyong isinuksok sa kaniyang bulsa. Tinantiya niya ang blangkong kaha ng air-con na nakatutok sa likuran ng bodega. Tinanggal niya ang takip na tabla, hinila ang mesa mula sa ilalim ng hagdan at ginawang tungtungan. Pilit niyang pagkasyahin ang sarili at pasubsob na sinisid ang mga halaman. Sa isip niya, abala ang mga tao sa harapan. Nakatiwangwang ang maliit na gate sa likod. Pagkakataon na niya para umeskapo.

Paglabas niya, iika-ika siyang nanakbo papalayo. Nang madaan ang isang traysikel, hinarang niya ito.

"Para, para!"

"Pucha, sa'n ho kayo napatrobol?" usisa pa ng drayber. "Sakay ho."

Dagling sumakay si Baldo, ni hindi sinabi sa mama kung sa'n magpapahatid.

"Sa Potenciano General, boss?"

"'Wag, 'wag! Ughk! Sa clinic; malapit na clinic lang!" mariing tutol ni Baldo na madala sa ospital habang iigkas-igkas sa sakit.

PAGDATING NI DONDI sa pharmacy, inabutan niyang naghihintay sina Marisol at Pancho. Tulad ng inaasahan, naninigarilyo sa gilid, sa kap'rasong parkingan ng motor. Umupo si Dondi sa gutter, sa gilid ng halamanan at nagsindi rin ng sigarilyo.

"'Yung suspect sa Valenzuela, walang alam kung ano 'yung kasong sinasalo niya?" bungad ni Dondi kina Marisol at Pancho.

"Sa lagay ni Camacho, wala siya sa posisyong mang-usisa. Ang alam niya lang, kailangan niyang sumalo," tugon ni Pancho.

"You remember Sarge Ortiz?" singit ni Marisol.

Ilang segundong nag-isip si Dondi. "Siya 'yung lead sa kaso ni Divine."

"Tama ka, brad. Nakakasuka 'yung presscon," anas ni Pancho.

"Camacho straight up tagged him for being in the mix, hiring and framing suspects," pagtutuloy ni Marisol.

Pinitik ni Dondi ang punggok na sigarilyo at dumukot pa ng isa sa lukot na kaha, nagsubo at nagsindi. Malabo na ang linya sa pagitan ng hitit-buga at buntonghininga.

"Putangina, di ko na alam," iiling-iling na sabi ni Dondi. "Pero bakit ba parang inaasahan ko na 'to?"

"Apparently, you were spot on about Rebo. The 'X deal' to retrieve their talyer and wipe his family's debt clean makes a lotta sense."

"Brad, may bago kang ano? Sakali, makadagdag tulong dito sa development," usisa ni Pancho.

Naisip ni Dondi sina Boni at Baldo. "Wala," tipid niyang tugon. Batid niya, anumang nakuha niya kina Marisol at Pancho ngayon, siya pa ngang nakadagdag sa pag-usad ng sarili niyang imbestigasyon.

♫ *[Ringtone: Les Fleur by 4hero]*

Sinilip ni Dondi ang tawag. "Babalitaan ko kayo pag meron. 'Kita tayo ulit, may aasikasuhin lang ako," paalam niya sa dalawa.

PAGBALIK NI DODONG sa bodega, laking gulat niya sa inabutan. Nagkalat ang dugo, kalag ang mga kable, wala si Baldo, tanggal ang tapal sa suksukan ng air-con, naro'n sa pader nakahilig ang mesa. Sinundan ni Dodong ang bakas ng mga dugo.

---

1 text message received **DOBALDS**
Lan ap>ostol cClinic s a,, escofe nbulilyaspo baka;l . . . /

Ongoing call... **DOBALDS**
"Pare Dobalds, ano'ng nangyare?"
"Nadale, pare. Responde. Malolobat na 'ko."

APOSTOL MEDICAL CLINIC
Leonard Michael C. Apostol, M.D., D.P.C.P
Internal Medicine
Almeda Ledesma-Apostol, M.D., CFP, MHA
Family Medicine

GULANTANG SI FROILAN sa lagay ni Baldo. Una niyang napansin ang magkabila nitong kamay na nakabenda. Nang makita siya ni Baldo na pupungas-pungas, sumalubong ito ng senyas na 'okay' gamit ang natitirang dalawang hinlalaki, na para bang wala lang nangyari.

"Doc, ano'ng nangyare?" usisa ni Froilan sa doktor sabay pakita ng tsapa.

"Kailangan siyang madala sa ospital, sir, para masalinan ng dugo. And 'yung mga daliri niya, no way I can work on that here. Clinic facility lang ito," paliwanag ng doktor.

Tumango-tango lang si Froilan. "Doc, kausapin ko lang 'tong asset ko," pasintabi niya. Lumabas ng kuwarto ang doktor, ikinandado ni Froilan ang pinto.

"Baldo, putangina, palagi kitang pinagsasabihan tungkol sa bakal. Sabi mo, malinis. Ano'ng nangyare?" usig ni Froilan sa kasama.

"'Yung kaltas natin, kalalagay sa mga—"

"Putangina, sinasabi ko na, e. Tibalyok, e. Konting katsog, ipapalit mo sa ganyan? Tignan mo nangyare," sermon ni Froilan.

"Pero hindi ako nagsalita, Lan, oh?" pagmamalaki ni Baldo habang ibinabalandra sa paningin ni Froilan ang nakabenda niyang mga kamay.

"Salita? Mag-isa kang tumitibalyok, Baldo," taka ni Froilan.

"'Yung sa bata mo."

Natigilan si Froilan, pilit inuunawa ang sinasabi ng kasama na pakiwari niya'y naghahalo na marahil gawa ng epekto ng gamot.

"Baldo, putangina, ano'ng kinalaman ng bakal d'yan?"

"Dinikdik nila 'ko dun sa bata mo, pare."

"Ni Dyorni?"

"Hindi, pare. 'Yung kasama niya."

"Sino?"

"Pare, di ko kilala. Pare, putangina, inisa-isa daliri ko. Pare, di ako kumanta. Putangina, pare," hihikbi-hikbing kuwento-sumbong ni Baldo.

"Cell phone mo?" tanong ni Froilan.

"Nasa bulsa, pare. Dito sa kanan," turo ni Baldo.

Dinukot iyon ni Froilan, naglaglagan pa ang ilang putol na daliring nakasiksik sa bulsa.

"Pare, pakiingatan, ipadudugtong ko pa 'yan."

Kumuha ng tissue si Froilan sa lamesa at iiling-iling na dinampot ang mga nalaglag na daliri sa sahig, ibinalot sa tissue at maingat na inilagay sa mesa.

"Putangina ginawa sa 'kin, pare." Di matanggal ni Baldo ang pagtutubig ng mga mata.

"Kuha kitang tubig. Saglit," paalam ni Froilan.

"S-Salamat, pare. Olan, s-salamat."

Lumabas si Froilan ng kuwarto para kausapin ang doktor.

"Doc, operation. Papunta mga kasama ko, lumiko 'tong asset," paliwanag ni Froilan.

"Ahhh, sir, anong operation? Teka."

"Cooperate ka lang, Doc," mando ni Froilan.

Wala nang nagawa ang doktor kundi sumang-ayon.

"Pa-off ng CCTV sa kuwarto," atas ni Froilan.

"Ha?" taka ng doktor.

"Cooperate ka lang, Doc. Di ka maaano."

Lumakad ang doktor bandang salas, sa maliit na mesita kung sa'n nakapatong ang hardware, hinugot ang lahat ng kable. Tumango-tango si Froilan sa kaniya.

"Pahingi ng isang basong tubig, Doc."

Kumuha ng isang basong tubig sa water dispenser ang doktor at iniabot kay Froilan na pasipat-sipat sa salas.

"Malaki 'yung speaker mo, Doc?"

"Ah, oo," tugon ng doktor, nagtataka.

"Patugtog kang kahit ano, Doc. Malakas," utos ni Froilan.

Tumango-tango lang ang doktor at dagli ring nag-Bluetooth sa speaker. Ilang swipe sa cell phone, tumugtog ang *I know It's Over* na version ni Jeff Buckley. Pumailanlang ang malungkot na guitar line. Walang malay si Froilan, na madalas ay Siakol at Parokya ni Edgar ang sounds, sa musikang tumutugtog.

Bumalik sa kuwarto si Froilan dala ang isang basong tubig. Dahil hindi makatatangan sa baso, isinilbi ni Froilan kay Baldo ang pag-inom.

"Ugh! Ahhhh. Salamat, pare."

"Magpahinga ka na muna para makabawi-bawi ka. Di tayo puwedeng magtagal dito."

"Salamat, pare."

Tumagilid si Baldo, hinanap ang ginhawa, at tuluyang ipinaubaya ang lahat sa tama ng gamot na isinaksak sa kaniya. Nang matantiya ni Froilan na nahihimbing na ito, maingat niyang hinugot sa holster ang kaniyang pistola, dumampot ng tuwalya sa mesita, tiniklop sa apat, at saka inilagay sa uluhan ni Baldo. Pilit niyang sinawata ang ingay ng pagkasa.

Ch-ch!

Naalimpungtan si Baldo. Bago pa makapihit, *Chag! Chagag!*

Tuluyan nang nahimbing si Baldo, kalat ang malapot na dugo at utak sa unan. Hinihigop ng kumot at kubrekama ang lusak ng dugo, ngunit malakas pa rin ang nililikhang tunog ng mga patak sa sahig na tiles.

♫ *[Tricycle Raon speakers: Playing S2pid Luv by Salbakuta]*
Tak! Tak! Tak-tak!
Tak-tak-tak-tak-tak!

♫ *[Bluetooth Car Aux: Playing No Scrub by TLC]*

HABANG BIYAHE PABALIK ng opisina, hindi maiwasan ni Marisol ang maidlip. Bago iyon kay Pancho, na laging inaasahan ang hindi napapahingang bibig ng katrabaho. Hininaan niya ang pinapatugtog nito. Sa kahabaan ng J.P. Rizal, bago makalampas ng Lawton, sa pagbagal ng daloy ng trapiko, dalawang lalaking nakaitim, sombrero't facemask ang sumalubong ng tawid. Nagtaka si Pancho at mabilis na kinutuban. Bigla'y naglabas ng pistola ang dalawa, alertong rumatrat si Pancho, palo-palo ang busina. Karambola ang mga papasok ng Lawton, nilaslas niya ang kahabaan ng Bliss. Naalimpungatan si Marisol.

"Sol, yuko! Yuko!" sigaw ni Pancho, siyang yuko ng pupungas-pungas pang si Marisol.

Bang! Bang!

Nagpahabol ng tig-isang putok ang dalawang mama. Nanginginig ang kapit ni Pancho sa manibela. Sige ang palo niya sa busina at madalas ang silip sa side mirror. Papaliit nang papaliit ang imahe ng dalawang mamang hindi natinag sa karambola ng mga sasakyan. Napansin niyang huminto ang daloy ng mga kotse at jeep sa buntot niya. Pagsilip niyang muli sa side mirror, may taong nakatimbuwang sa kalsada.

"Fuck! What the fuck! Sino 'yung mga 'yon?!"

"Putangina, Sol! Malay ko!

PAGLABAS NI FROILAN ng kuwarto, tanaw niya ang doktor na nakaupo lang sa salas, tuloy-tuloy lamang na nagpapatugtog. Sinalubong siya ng lirikong *Hallelujah* ni Jeff Buckley.

Humimpil siya sa labas ng pintuan ng kuwarto, tumipa sa cell phone.

To: Sarge O.
Sarge c baldo istiryo .. linis q n. hram aq tao.. _
Sending...

♫ *Hallelujah*

Lumakad si Froilan pa-salas, nakangisi, iiling-iling. Sa distansiya, humihirit na ito sa doktor.

"Doc, sabi ko patugtog ka kahit ano, bakit pangmisa naman 'to? He-he. Born Again pa naman ak—"

Pagnkk!

Binati ng pilak na kislap si Froilan, nilamon ng dilim ang paningin, timbuwang sa sahig, hilo, tabingi at basag ang buto sa ilong, inagasan ng malapot na dugo.

"Dondi," hudyat ni Boni.

Umibabaw si Dondi sa hihilo-hilong si Froilan, tangan ang matabang hiringgilya, ibinigwas ng tarak sa leeg.

Tumayo si Dondi. Nang umigkas si Froilan, alertong nakaporma si Boni para paluin itong muli ng tubo. Ngunit isang igkas, nawalan na ng malay si Froilan. Nagsapin ng tuwalya sa kamay si Dondi at hinugot ang pistola ni Froilan sa holster. Sunod niyang kinuha ang cell phone nito sa bulsa ng pantalon. Lumakad ang doktor sa eksena, hinakbangan ang nakahambalang na si Froilan, binuksan ang pinto ng kuwarto at namalas nila ang nagkalat na utak ni Baldo.

"Doc Leo, salamat," anas ni Dondi.

"Sanay ako sa dugo, pare. Pero hindi sa paraang ganyan kumakalat."

"Pasensiya na po. May mga paparating na dito para magligpit nito," singit ni Boni.

"Okay, okay. Kase hindi ko alam pa'no ipapaliwanag sa misis ko 'to."

"Makakabawi ako, Doc."

"I don't mind, pare. Mas malaki pa rin utang ko kina Ermats-Erpats mo. Bakit pala natagalan kayo? Nakailang Jeff Buckley na 'ko."

"Nagtraysikel lang kasi kami; 'yung naghatid din mismo d'yan kay Baldo, kasamahan nito ni Boni."

"Arayt, sige, sige. Get that marfucker outta here, pare. Yosi lang ako likod."

SIWANG LAMANG ANG bukas ng bintana ng sasakyan, sapat para lumabas ang usok ng sigarilyo. Kapwa balisa sina Marisol at Pancho habang biyahe, pilit hinahanap sa kanilang alaala kung sino'ng nakabangga nila para sila tambangan gayong wala pang kahit ano'ng lumalabas sa kanilang imbestigasyon.

"Check this, fuck," pakita ni Marisol kay Pancho ng text message.

From: 09956865524
Ano tkot n tkot n kyo no? mtgal n
dlwang araw n mbubuhay kyo ...

“Putangina, pa’nong—may na-cover ba tayo dati na ano? Imposibleng ito, wala pa tayong nilalabas.” Hiwagang-hiwaga si Pancho.

“Fuck!” Tila may biglang naalala si Marisol.

“Ano, Sol?” paghingi ni Pancho ng agarang sagot.

“Shit, shit! My fault! So stupid! Stupid!”

23
TARUB IS ON FIRE

PAGBALIK NG MALAY ni Froilan, nasa estrangherong bodega na siya, hubo't hubad, nakagapos sa silyang natuyuan ng mga nalahirang dugo ni Baldo, may latag na malapad na trapal ang sahig. Sa paanan niya, nakaplasta ang isang kalawanging gunting panghalaman. Ikinurap-kurap niya ang mga mata para labanan ang panlalabo. Naaninag niya ang dalawang baga ng sigarilyo mula sa dilim. Nang makuha niya ang paglinaw ng paningin, namalas niya ang dalawang mamang nakatingin pababa sa kaniya.

"A—ano'ng 'traso ko sa i-inyo?" inosenteng tanong ni Froilan.

Umabante si Dondi sa liwanag. "Di mo 'ko nakikilala?" tanong ni Dondi.

Hindi agad nakasagot si Froilan. Tinanggap iyon ni Dondi bilang malinaw na pagkilala nito sa kaniya.

"Brad, ano'ng ginagawa mo? Kame umayos sa kaso nung utol mo, ah?" panunumbat ni Froilan.

"Oo! Inayos n'yo talaga, putangina mo ka!" bulyaw ni Dondi sabay ubod-lakas na tadyak sa dibdib ni Froilan.

"Ughk!"

Balentong ito kasama ng silya.

Lumakad si Boni sa uluhan ng nakaplakdang si Froilan, iniayos ito para lamang tumanggap ng isa pang sipa; sa mukha naman sa pagkakataong ito. Semplang ulit.

"Dondi, medyo mabigat 'tong tarantadong 'to. Ibabangon ko ulit, ha?" paalala ni Boni kay Dondi.

"Nasa'n ang kapatid ko?" tumbok ni Dondi.

"Brad, di n'yo pa ba ipinalibing?" uyam ni Froilan, na para bang hindi tumanggap ng mahapding tadyak sa mukha't dibdib.

"Putang!" Bumwelo na naman ng tadyak si Dondi, inawat na siya ni Boni.

"Brad, huwag kang matapang. Pagpasok mo dito, hindi ka na pulis. Kami magdedesisyon kung mabubuhay ka pa mamaya. Hinto mo 'yang angas-pulis mo. Nakabuyangyang 'yang itlog at maliit mong tite sa 'min, nakukuha mo pa'ng mag-angas," bitiw ni Boni.

Tumawa-tawa lang si Froilan, tila sinusubok ang pasensiya ng dalawa.

"Ano'ng ginagawa ng bracelet ng anak ko sa kalansay?" tanong ni Boni.

Nahinto sa pagtawa si Froilan, napuna iyon ni Boni.

"Praning kayo pareho. Anong bracelet?" balik ni Froilan.

Inginudngod ni Boni ang papel sa mukha ni Froilan, aalog-alog ito sa silya.

"'Yan, puki ng ina ka!" bulyaw ni Boni.

Nalaglag sa harapan ni Froilan ang evidence photo, sa loob-loob iniisip ang bracelet na tila may dalos na tinatanto. Iniwas niya ang tingin sa papel.

"Sumagot ka, Tolits."

"Olan," pagtatama ni Froilan kay Boni.

"Lito," giit ni Boni.

Gumanti ng ngisi si Froilan sa tikas ng isang pulis Maynila.

"Bobo," ganti ni Froilan.

"GasuLito, tanga," tudyo ni Boni.

"Boni?" saway ni Dondi.

Dinampot ni Boni ang gunting panghalaman, ibinuka. Maganit na iyon gawa ng makapal na kalawang. Nanlaki ang mga mata ni Froilan.

"Nakita mo nangyare dun sa kasama mo?" paalala ni Boni. "'Wag kang mag-alala, hindi namin uubusin 'yang mga daliri mo. Pero pagtapos nito, wala nang sasalsaling maliit na titi 'yang kamay mo," mala-litanyang pagtutuloy ni Boni.

Ipinosisyon ni Boni ang nakabukang gunting sa pagitan ng mga maitim na hita ni Froilan na nakasalang ang kuluntoy na titi sa maliit na espasyo ng silya, nanganganib sa pagtatagpo ng kaliwa't kanang kalawanging talim.

Nagpawis nang butil-butil si Froilan, pilit ikinukubli ang takot.

"Matapang ang parak, di ba?" usig ni Boni. "Di ba putangina ka?"

Klak! Chk!

"Ahhhhhhhh!"

"O, magugulatin ka pala, e. Praktis lang," kantiyaw ni Boni.

Nanginginig at dahan-dahang yumuko si Froilan. Buo pa ang titi niya.

"Susunod, pati itlog mo, laslas," banta ni Boni.

Hihingal-hingal sa nerbiyos si Froilan, namumutla—di lang masyadong halata—nanginginig ang buong katawan, naglulusak sa pawis, kita ang kalabog ng dibdib.

"Dalawa kaming naghihintay ng sagot mo, hindi na mauulit ang tanong. Alam kong mahalaga sa 'yo 'yang titi mong kap'raso. Para sa'n pa'ng naging poging pulis ka, di ba?" tuloy-tuloy na buska ni Boni.

Bubuka-buka ang bibig ni Froilan nang walang lumalabas na tunog, parang batang nagsisimula pa lang magsalita. Biglang nagring ang cell phone nito na nakapatong sa itim na dram.

♫ *[Ringtone: ''Wag mo na Sana' by Tunog Kalye]*
Naiinis na ak—
*Incoming Call...***SARGE O.**

Maagap na inilagay ni Dondi ang cell phone sa silent mode at hindi na pinatapos ang unang linya ng kanta.

"Hinahanap ka na ng amo mo," anas ni Dondi.

"P-Papatayin n-n'yo rin ako, pwe!" singhal ni Froilan.

"Handa ka na?" balik ni Dondi sabay sindi ng sigarilyo at bato ng kaha kay Boni.

BUONG AKALA NI Dodong nakatakas na si Baldo, hanggang sa hatakin siya ni Nato para maglinis sa clinic ni Doc Leo. Masinsin ang pagliligpit na ginawa nina Dodong at Nato, puksa ang lansa sa kuwarto sa timplada ng suka't kalamansi sa mainit na tubig na panlampaso. Kada linya ng tiles, kuskos; walang iniwang mantsa. Ang mga gamit, salansang bago. Bitbit ang isang malaking dram ng basura na may saping kulang-kulang anim na yardang plastic, isinilid nila ang hiwa-hiwalay na parte ng katawan ni Baldo.

NO. 645 PUROK 9 PNR Site, FTI Compound, kasado ang usapan ng grupo nina Dolphin at Sakmal. Sitenta y dos na gramo, kulang-kulang limandaang libong pisong halaga ng item. Kasahan sa Bahay Estrella, plantsado ang lahat, nang biglang binulabog ng mga operatiba ng Southern Police District ang matiwasay na kalakalan ng dalawang grupo. Walang nakabunot, pero may mga tumimbuwang. At inagusan na naman ng malapot na dugo ang mga kanal sa purok.

PAGSARA NG BONETEHAN, habang hinihintay makabalik si Marissa sa pagbili ng meryendang footlong, halinhinang isinalang nina Dodong at Nato ang mga panggatong at parte ng katawan ni Baldo sa nagbabagang pugon. Mataman nilang pinagmasdan ang natutupok na mga laman, ang lutong ng tunog ng nagpuputukang balat, mga tabang natutunaw na nagdudulot ng pulo-pulong pagliyab ng mga uling. Ang ulo ni Baldo, nababatak, kumukuluntoy, nilalamutak ng init, salitan ang ngisi at tangis habang nadedeporma ang kaniyang mukhang hinihimod ng galit na galit na apoy.

---

2 text messages received **SARGE O.**
Dale dolphin...
asikaso u report ng monay.

PARANG NAKABILI NG oras si Froilan habang nakatutok sina Boni at Dondi sa mga papasok na kontak ng sarhento sa cell phone, kapwa naghihintay ng madadampot na impormasyon. Ngunit lalo lang naging palaisipan ang text na natanggap mula kay Sarge Ortiz.

"Putangina, anong monay sinasabi nito?" taka ni Dondi.

"Pera," tipid na tugon ni Boni.

Lumakad si Boni patungo kay Froilan, dinampot ang gunting sa harapan nito. Walang ano-ano'y isinaksak ito sa hita, tilamsikan ang dugo.

"Putangina mo, handa kang mamatay, di ba?!" bulyaw ni Boni, tatalsik-talsik ang laway.

"Nasa'n si Sarah? Nasa'n si Sarah?! Putangina mo!"

Tumalbog ang mga sigaw ni Boni sa bodega. Dinaklot niya ng kaliwang kamay ang kap'rasong buhok ni Froilan at sinagapak ang pagmumukha nito nang paulit-ulit hanggang sa labasan ng malapot na dugo ang magkabilang butas ng ilong.

Panakbong umawat si Dondi, na hindi na rin nakapagpigil at sumalit na rin sapak sa mukha't ulo ni Froilan.

"Bwakanangina mo ka!"

"Pukingina mo!"

Parang inasawa ng isang batalyong bubuyog si Froilan matapos magsalitan ang mga nagngangalit na kamao sa kaniyang mukha. Kikisay-kisay ito sa ibayong sakit at hapdi na tinanggap.

"Pahangin tayo," aya ni Dondi habang pinapagpag ang duguang kamao sabay dukot ng kaha ng sigarilyo sa bulsa.

Hindi maidilat ni Froilan ang kaniyang mga mata, nagsikip na rin ang butas ng kaniyang ilong, parang tocinong hilaw ang mga labi.

MADULAS NA NAKAPULAS si Dolphin. Ang dalawang bata nito, magkapatong na nakatimbuwang sa basurahan. Ang natirang isa, nakadapa lamang at walang kagalaw-galaw. Napagigitnaan si Sakmal ng dalawa niyang taong kapwa nakatihaya malapit sa poso—ang isa, butas ang lalamunan; ang isa, butas ang pagitan ng mga kilay. Taas ang dalawang kamay ni Sakmal.

"Talagang umaabot dito tigas mo, ah. Naharang ka na sa Tipas, di ka pa rin tumitigil," hirit sa kaniya ni Sarge Ortiz.

"Sarge—b-baka puwede—ano," pakiusap ni Sakmal.

"Ballesteros, ano mo na 'to," mando ni Sarge Ortiz sa batang pulis mula sa tropang nagsasalansan ng mga ebidensiya.

"Sarge!" listo nitong responde sa sarhento. Inginuso ni Sarge Ortiz si Sakmal.

"Huwag! Huwag! Sarge, boss!" pagmamakaawa ni Sakmal. "Nasa 'kin tao mo, Sarge," biglang dilim ng tono nito. Tila sa isang kurap, nakahugot ng diyamanteng alas.

Natigilan ang sarhento. Bantulot nitong tinapik-tapik ang batang pulis, pinabalik sa salansan kasama ng iba pang operatiba.

"Di nagpaparamdam sa 'yo si Baldo?"

NANG TANGKAING MANAKBO ni Nato, walang pagdadalawang-isip siyang pinaputukan ng mga tao ni Sarge Ortiz. Inabot ito sa tagiliran at nadapa. Nilapitan siya ng isa at pinaputukan sa ulo. Tapos si Nato. Hindi makagalaw si Dodong.

"Sige, bubuwelta ka? Gusto mong kumalat utak mo dito?"

PAG-AKYAT NINA BONI at Dondi, inabutan nilang nakaposte si Terno sa garahe, naninigarilyo—siya ang pinagkatiwalaang tumao sa safehouse. Nakiyosi na rin ang dalawa.

"Balita do'n?" kumusta ni Terno.

"Walang mapiga kahit pa 'ata putulan ng lawit," tugon ni Boni.

"Matindi amo niyan malamang," balik ni Terno.

"Bakit? Si Sakmal ba, hinde? He-he!" biro ni Boni. Ngumiti lang si Terno.

"Gamitan n'yo ng pamilya," mungkahi ni Terno.

"Alam mo namang kahit ganito—"

"Bluff lang, Boni. Para kang bago," pakli ni Terno. Tumango-tango si Boni.

"Sino pala kausap ni Sakmal sa Western?" tanong ni Boni.

"Ahh, si Dolphin ng Pinagsama," sagot ni Terno.

Napalingon si Dondi. Natigilan si Boni, naalala ang text ni Sarge kay Froilan. Biglang nangilabot ang buo niyang katawan. Balikwas sila ng takbo pabalik sa bodega nang biglang paulit-ulit na kumalampag ang gate. Pumreno ang dalawa, listong kapit ni Terno sa bakal. Kapwa sila nakatuon sa direksiyon ng gate at mataas na pader.

Bagg!

Bag! Bag!

24
SALUNGLIHIS

WALANG SANDALING HINDI niya naisip na tumakas. Sa tuwing sasalaulain siya ng mag-ama, palagi niyang naiisip kung anong klaseng buhay ang nasa kabila ng matayog na pader ng impiyernong kinaroroonan niya. Gusto niyang tumakbo. Tumatakbo siya, sa kaniyang isip, malaya—habang ginagahasa siya ni Gilbert, binababoy ni Major.

Isang araw, umalis is Major para maghugas ng pera sa AFPSLAI. Ibinilin nito si Divine kay Gilbert. Ito ang araw na wala nang ibang paraan sa utak ni Divine kundi ibigay ang lahat, maging patuka sa walang-hangganang pagnanasa ni Gilbert. Sa unang pagkakataon, siya ang kumatok sa kuwarto nito, inihain ang sarili at walang pagtanggi ang hayok na hayok na lalaki. Sinagad-sagad niya ang lakas nito. Batid niya, wala nang mas nakapagpapahina sa mga katulad ni Gilbert kundi libog—mula pangangatawan hanggang pag-iisip. Matapos niyang ibigay ang lahat ng hilig nito, oras na para siya naman ang humingi.

"Wala na 'kong underwear, Gilbert. Baka puwed—"

"Gamitin mo muna 'yung brip ko," putol ni Gilbert sa kaniya.

"Gusto mo ba, papasok ako dito nang nakabrip?" biro ni Divine.

Ngumisi lang si Gilbert, iiling-iling. "Nadinig mo naman ang sabi ni Pop, siya ang malilintikan ng papa mo kapag lumabas ka dito. Ako naman, yari kay Pop," tutol nito.

"I'll let you fuck my ass," mahanging bulong ni Divine kay Gilbert. Parang asong ulol ang huli sa narinig.

"Yoga pants?" hirit ni Gilbert, ngiting-asong kanal.

Tumugon ng huwad na ngiti si Divine.

"Suck it before we go," hiling ni Gilbert.

Muli, pikit-matang ibinigay ni Divine ang nasa ni Gilbert.

NAGKALAT ANG MGA upos ng sigarilyo sa fire exit. Hindi matigil kayoyosi si Marisol. Pakiramdam niya, ang bagal-bagal ng oras. Uubo-ubo na si Pancho sa dami ng sigarilyong nahithit.

"Sigurado ka, Sol?" pang-ilang tanong na ni Pancho.

"I peeped his vibe switch up when I nailed that they were talkin' 'bout Johnrey Bautista," paliwanag ni Marisol, nanginginig ang mga daliring ipinang-iipit sa yosi, hitit-buga. "I just decided to brush it off 'cause we were caught up with other stuff at that moment."

"Tanginang admin 'yun, pinatapos pa sa 'tin 'yung mga interview, walang-'ya."

Sschk! Bagg! Schk!

"D'yan na si Boss," abiso ni Pancho.

Sinipa-sipa nilang dalawa ang mga upos padausdos sa hagdan at saka madaling tumakbo pabalik ng opisina. Dumeretso sila sa kanilang amo.

"Boss," bati ni Marisol.

"Where's your proof?" malamig na bungad ni Sox.

"Boss, I am very sure it was—"

"Stop," putol ni Sox kay Marisol. "Dadagdagan mo lang ng libel case ng estasyong 'to, god damn it!" bulyaw niya.

"Boss, inabangan kami, pinaputukan—"pakli ni Pancho.

"Isa ka pa! Ganyan sasabihin n'yo sa korte? Ano'ng ibabalik sa inyo? Na normal lang 'yan sa trabaho natin? Mag-isip kayo, ha."

"We have proof," singit ni Marisol.

"Then where the fuck is it?" hataw ni Sox sa kaniyang mesa. Patlang. "'Yung draft mo?" singil nito kay Marisol. Hindi na nakasagot ang huli.

PAG-APAK NG MGA paa niya sa mall, para siyang nakalaya mula sa ilang daang taong pagkakabihag. Ang ingay ng mga tao, ang tunog ng paligid, ang tibok ng kaniyang puso—sabay-sabay na tila nagpapaikot ng kaniyang paningin, nagpapabaligtad ng kaniyang sikmura.

"Bilisan lang natin, ako mayayari ni Pop," bilin ni Gilbert.

Tumugon lang ng tango si Divine. Lumakad sila papuntang women's, papasok sa AMISALES.

"I'll be quick," paalam ni Divine.

Ngumuso si Gilbert, humihingi ng halik. Ibinigay iyon ni Divine.

Pumoste sa entrada ng boutique si Gilbert. Pumasok na si Divine, nagsimulang mag-ikot, pasipat-sipat kay Gilbert. Dumampot siya nang dumampot ng mga bilihin, ga-bundok, at doon sinubukang ikubli ang sarili. Nang mapansing nakababad sa phone si Gilbert, dagli siyang pumunta sa kahera't nakiusap.

"Miss, puwedeng makigamit ng landline?" pakiusap ni Divine sabay patong ng mga bilihin sa counter. "Will just check my CC," paliwanag niya.

"Okay, miss." Sabay abot sa kaniya ng telepono.

Nanginginig pa ang mga daliri ni Divine habang tumitipa ng numero sa telepono. Maya't maya ang sipat niya kay Gilbert.

Krrrrrnng!

"Shit, shit. Kuya, please answer, please," bulong ni Divine sa sarili. Paulit-ulit lamang na nagri-ring ang kabilang linya.

Inulit niya ang tawag. Puro ring, busy pa rin ang linya. Sinubukan niya ang landline sa botika, gano'n din. Bantulot na si Divine, tinatantiya ang kahera, tinatantiya si Gilbert. Hindi niya hawak ang oras.

"Ma'am?" kumusta ng kahera.

"Ah, sorry. Okay, will just try these," tapik ni Divine sa mga item na nakapatong sa counter.

Dagling dumako si Divine sa fitting room. Hihingal-hingal siyang pumasok sa cubicle, parang dagang naghahanap ng malulusutan. Sumasabog na ang dibdib niya, nagtutubig ang mga mata.

"Fuck, fuck!"

Lumabas siya ulit, umikot. Nakita niyang tila pahanap-hanap na si Gilbert, papasok na rin ng boutique. Di siya magkandamayaw kahahanap ng lusot. Hanggang sa makita niya ang huling posibleng takbuhan.

Kaswal siyang pumasok sa backroom ng boutique, nag-uunahan ang mga paa, walang pakialam sa mga nakasalubong na empleyadong sa pagkabigla, hindi na rin siya nakuhang sitahin. At sa wakas, nakita niya ang backdoor palabas ng mall. Nagmamadali niya iyong tinagos. Umakap sa kaniya ang singaw ng mga air-con panel, ang ingay at usok ng abalang kalsada. Nanakbo siya papunta sa sakayan. Pumara ng taxi, at sa normal na galaw ng mundo sa

Maynila, walang madali sa pagsakay ng jeep, taxi, o kahit na anong pampasaherong sasakyan, lalo't oras na alipin ng trapik ang lahat ng daan.

"Hoy!"

Mula ang sigaw sa di-kalayuan. Paglinga niya, si Gilbert. Tumakbo siya halos sa gitna na ng kalye, hinaharang ang bawat nagdaraang sasakyan. Hanggang hintuan siya ng isang libaging taxi. Nananakbo papunta sa direksiyon niya si Gilbert. Dagli siyang sumakay ng taxi.

"Sa'n tayo, ma'am?" tanong ng drayber.

"Pateros, kuya. Quick!"

"Ay, ma'am, lipat na lang kayo. Hindi do'n ang biyahe ko. Saka trapik," tanggi ng drayber, sa tono kung pa'no tumanggi ang kalakhan ng mga taxi driver sa Metro Manila dahil sa lugar na walang trapik lamang sila bumibiyahe—na karaniwan ay sa panaginip lang matatagpuan o di kaya ay sa garahe.

Kitang-kita ni Divine ang papalapit nang si Gilbert. Hindi pa rin tumatakbo ang taxi. Bumubusina na ang mga nasa likuran.

"Baba kayo, ma'am. Hindi do'n ang ruta ko," mariing tanggi ng drayber.

"Will add, kuya. Please go," pagmamakaawa ni Divine.

"Kahit na, ma'am. Mahihirapan ako pabalik, ma'am. Talo."

Bag! Bag!

Alog ng puwitan ng taxi, kala-kalampag ni Gilbert. Kakadyot-kadyot ang andar ng drayber, nagugulumihanan sa eksena.

"Baba!" sigaw ni Gilbert.

"Hoy, putangina ka!" bulyaw ng drayber.

"Kuya, andar mo na, please! Please! Sa nearest precinct na lang, please! Please!"

IBINALIBAG NI PANCHO ang bag sa labis na pagkayamot. Kumalat ang mga gamit niya sa sahig. Agad niya rin iyong dinampot at isinuksok muli sa loob ng bag, isinara at ipinatong nang maayos sa mesa.

"Putanginang demonyong tao amputa!" singhal ni Pancho. "Kung tayo natinggaan sa bungo, RIP flyers lang sa Facebook iaabuloy sa 'tin n'yan!"

"With 'Defend Press Freedom' hashtag, of course," gatong pa ni Marisol.

"Mag-file tayo ng report sa pulis," mungkahi ni Pancho.

"Sana nagbibiro ka lang. You know they might even find it amusing and just claim we deserve it, thinking it's normal to have bullets chasing after us."

"E di unahan na natin. Ilabas na natin 'tong meron tayo."

"We are still short. We gotta dig up the links that'll steer our investigation straight to Sarge O. and whoever else might be in bed with the pigs."

"Naalala mo 'yung report ng DILG?"

"Yeah. The Taguig miracle."

"Nagkalkal ako sa archives, mano-mano, pati 'yung mga raw natin sa field. Kung pagtatamain natin 'yung breakdown dun sa regional assessment, butas 'tong data ng Taguig. Daming kaso ng drugs, e."

"Which means?"

"Si Sarge O. nakabandera diyan, di ba? O, e baka 'yung raket nilang ginagamitan ng embudo ang ginagamit pang-mislead; pantapal ba."

"Ang problema, why do they need to do that? It doesn't make sense kung kaya naman nila i-manipulate ang data, toy with the assessment."

"Putangina."

Nagsindi si Pancho ng sigarilyo, iniabot kay Marisol ang kaha pagkatapos.

"Besides, if we try to link it, our victims have no ties to illegal drugs."

"Kung gano'n, bakit nga sila? Ang random."

"It ain't just happening randomly. Even the victims are clueless as to why it's them. But trust me, it's far from random. These pigs know exactly who they're going after."

"Sa madaling sabi, kung tukoy na tukoy ang mga biktima, ibig sabihin may source. Tama?"

"Exactly. And the source is crucial because, in the basic equation, there exists a demand."

"Pucha, oo. Pero tangina, demand ng ano?" Kakamot-kamot ng ulo si Pancho.

"Easy. They runnin' it like the drug trade. And that's what we gotta figure out next: What the heck is the demand here? Why take out working-class women?"

"Ang isang malabo, ano'ng konek ng mga pulis sa mga babaeng 'to?"

"Nothing. That's why we figure out who, what's the source."

Nagtaktak na ng yosi si Marisol mula sa kaha, nagsubo at nagsindi. Malalim na hitit, mahabang buga.

"Sol, 'yung hinihinging draft ni Ogag, pa'no ba diskarte natin dun?"

"We can do that goofy shit, freestyle. Let's focus on the real thing first. Panch, we get this shit done, we're not launching it here. We're getting out of this fucking hole. Putangina niyan ni Sox."

♫ *Waterfalls by TLC playing...*

*Incoming Call...***DONDI AMADEO**

Accept | Decline

25
BANAL NA DAAN NG KRUS

NAKATUTOK NA ANG bakal ni Terno sa direksiyon ng gate. Nakakubli sina Boni at Dondi sa pundasyon, naghihintay sa mga susunod na mangyayari.

Baggg! Baggg!

"Kuya Boniiiiiiii! Tuloooong!"

Pilit kinikilala ni Boni ang boses. Sa sapat na distansiya, dumapa siya para silipin ang ilalim ng gate. Sa kaniyang puwesto, sinikap niyang aninagin ang mga paa. Papalapit na si Terno sa gate, dahan-dahan ang lakad.

"Terno!" tawag ni Boni. Sumenyas lang ito, ibinitin ang palad sa hangin, hudyat na manatili si Boni sa puwesto.

"Tao poooo! Kuya!"

Nakadikit sa pader si Terno, maingat na binabaybay ang linya ng gate. Pagdating sa siwang, pinatagos niya ang kaniyang tanaw sa nasa kabila. Dumapa si Terno para silipin ang ilalim ng gate, suriin ang paligid. Isang pares ng paa ang malinaw niyang nakita; may mga kukong kulay violet na kupas. Iginala niya ang tingin kaliwa't kanan. Blangko, pero hindi siya kumbinsido. Dahan-dahan niyang itinulak ang mabigat na kandado, pagkadaka'y mabilis na tinabig pabukas ang maliit na pinto ng gate sabay listong tutok ng baril.

"'Wag po, kuya! Kuya!"

Isiniwalat ng bumukas na pinto ang isang babaeng takot na takot, may dalang isang plastic bag na hati-hating footlong sandwich.

"Marissa! Naknamput—" gulat ni Terno sabay baba ng baril.

"Kuya, sila Dodong!"

Nanakbo papalapit sa gate sina Boni at Dondi.

"Marissa, ano'ng nangyare?" tanong ni Boni.

"May mga lalake po dun sa bonetehan pagbalik ko, bumili lang po ako ng footlong. Si Nato, binaril po nila, kuya!" takot na takot, hahangos-hangos na kuwento ni Marissa.

"Kailangan nating ialis si Froilan dito," singit ni Dondi.

"Gamitin n'yo 'yung L3," abot ni Terno ng susi kay Boni. "Momotorin ko na papunta do'n, rondahan ko na," presinta nito.

"Marissa, huwag ka munang pumunta do'n. Rerespondehan namin si Dodong, ha," alo ni Boni. Tumango-tango lang ang hihikbi-hikbing si Marissa.

"Umangkas ka na sa 'kin, Marissa. Ibababa kita sa Palingon, 'wag kang tatawag ng pulis," bilin ni Terno.

Dagli silang bumaklas. Humarurot si Terno angkas-angkas si Marissa. Humagibis pababa ng bodega sina Boni at Dondi.

"Ikaw magmaneho, kaya mo?" abot ni Boni ng susi kay Dondi.

"Sa'n natin dadalhin?" tanong ni Dondi. Binalikan lang siya ng tingin ni Boni at naunawaan niya agad ang nais nitong ipahiwatig. "Teka, hindi puwede—"

"Saan puwede? Lalong hindi sa lugar ko, nakita mo naman sa 'min. Saka saka-sakali, ako ang tukoy, ikaw ang malinis. Walang maghahanap sa 'yo," paliwanag ni Boni.

"Hindi puwede sa bahay ko," tanggi ni Dondi.

"Sino ba'ng nagsabing sa bahay mo?"

"Putangina, Boni."

SA LIKOD NG botika namin pinadaan ang sasakyan, sa maliit na likurang lote na tambak-tambak ang kahon ng mga supply na gamot. Ipinasok namin sa stock room si Froilan. Lamig na lamig ito gawa ng lakas ng di ko malaman kung air-con o buga ng isang malaking refrigerator. Nanginginig na ang tarantado dahil sa aming tatlo, siya lang ang walang saplot. Tinawagan ni Dondi ang mga tao ng botika para abisuhan na hindi muna magbubukas.

"P-Puta—t-tangina n-n'yo. Agh—ang l-lamiggg!" daing ni Froilan. Hindi siya pinansin nina Boni at Dondi.

Nang marinig ni Dondi ang kulob na ringtone ng cell phone ni Froilan, agad niya iyong hinugot sa kaniyang bulsa at saka pinatay ang tunog.

*Incoming Call...***SARGE O.**
Accept | Decline
1 missed call
1 text message received
Nsan u? Dale si baldo bt d k nsagot pste ka!

"Ano daw?" usisa ni Dondi. Inilahad ko ang cell phone sa kaniya para ipabasa ang text. "Sa tingin ko, setap," hinala niya.

Hindi muna ako nagsalita. Hindi ko rin ganap pang maunawaan kung ano'ng nangyari; ano'ng diskarte ni Sakmal.

"No choice amo mo, binenta tayo malamang. Peram ng phone saglit."

Iniabot ko sa kaniya ang cell phone. Makailang tipa, 'kita ko na ang pagkunot ng noo niya, parang may bagay na gustong unawain pero ayaw ipaunawa ng mismong bagay. Ibinalik niya sa 'kin ang cell phone.

To: **SARGE O.**
Sarge c baldo istiryo .. linis q n. hram aq tao..
Failed to send a message (!)

Natigilan ako. Sandali kong kinolekta sa isip ko ang mga posibleng senaryo.

"Si Baldo lang ibinigay niya, kaya inabot sina Dodong at Nato."

"Pa'nong—"

"Hindi 'yan setap. Hindi ibibigay ni Sakmal ang safehouse."

"Hindi pa," pagtatama niya.

"Mag-text back tayo," mungkahi ko.

"Ha?" mala-tutol niya.

"Kelangang malaman ng amo niyan na okay siya."

"E, kung i-track tayo niyan?"

"Bakit ita-track kung alam niyang si Froilan ang kausap niya? Bibili lang tayo ng oras para makabuwelo."

To: **SARGE O.**
Censya n.. Sarge may inayos lang
Sending Message...
Message Sent!

"Kelangan kong pumunta sa bonetehan, masilip ko ano lagay," abiso ko kay Dondi.

"Balikan mo 'ko agad, hindi puwedeng magtagal 'to dito," bilin ni Dondi.

Tumango lang ako. Ang hirap hatiin ng isip, ng pag-aalala. Sabay-sabay ang putangina. *Sana malampasan 'to ni Dodong.* Madulas si Dodong, di hamak na mas mabibigat ang mga nalusutan niya. *Putangina, putangina. Sana ayos lang siya.*

"Mauna na 'ko," paalam ko kay Dondi.

"Sandale."

Lumakad si Dondi sa unahan ng botika, bandang kaha. Naghintay ako. Pagdapo ko ng tingin sa mababang mesita, nakita ko ang magkakatabing picture frame—larawan ng pamilya, naro'n din ang larawan ni Dondi kasama ang isang dalaga. Si Divine, palagay ko. Ang dami ko nang pinagdaanang kung ano-anong hirap—iba't ibang porma sa iba't ibang panahon ng buhay ko. Pero hindi ko pa rin maiwasang mangilabot sa isang larawan kapag naiisip kong sa isang banda ng buhay ng tao, sama-sama silang nakangiti at gumagawa ng masasayang alaala para lang isang araw, gumising dala-dala ang bangungot galing sa paghimbing. Puki ng inang buhay 'to.

Tumuon ako kay Froilan na di mahinto sa panginginig.

"Hoy, ikaw putangina mo ka. Kahit di ka sumalita, 'wag mong isiping nakakaisa ka sa 'min. Hintayin mo lang, putangina mo," singhal ko sa hindot.

"Oh," abot ni Dondi sa akin ng paper bag.

"Ano 'to?" tanong ko.

"Gamot ng ermat mo."

Saglit na hindi ko alam ang itutugon. Kanina lang, ambigat-bigat ng loob ko. Mabigat pa rin naman, pero nang iabot ni Dondi itong paper bag at sabihing gamot ni Nanay, medyo natabunan ng kaunting gaan.

"Ah, magkano 'to?" tanong ko, kahit wala akong pambayad.

"Sige na, sibat na. Para makabalik ka agad," bugaw niya sa 'kin.

"Salamat dito. Sige."

"Ingat."

"Huwag kang malingat, baka matakasan tayo n'yan," pabiro kong sabi.

"Hindi naman 'to pelikula ni FPJ, ikaw ang huwag mag-alala," balik niya sa 'kin.

Iiling-iling ako. Sa haba ng mga araw na walang-katiyakan, heto ako, nakangiti kahit saglit. Sabi ko nga, nakakikilabot ang buhay na 'to.

NAKAKORDON NA ANG entrada ng bonetehan pagdating ni Boni. Humalo siya sa pulutong ng mga usisero't usisera, mga kuto at kuyumad sa anit ng bayan. Dalawang bloke abante sa bonetehan, may isa pang linya ng dilaw na kordon. Malakas ang kalabog ng dibdib ni Boni, parang nagsakumunoy ang kapatagan at hindi niya mailakad ang kaniyang mga paa nang maayos. Para itong hinihigop ng nilalakaran niyang aspalto.

"Dodong, putangina, Dodong," anas ni Boni sa sarili.

Humimpil siya sa katapat na hanguan ng itlog na maalat. Mataman niyang pinagmasdan ang nakalitaw na mga kamay sa pagkakatabon ng trapal, pinagpipiyestahan ng mga bangaw. Nagsindi ng yosi si Boni, nakaposte lamang sa itlugan. Nang buklatin ng isang operatiba ang trapal, inialis ni Boni ang tingin at ibinaling sa mga nagdaraang traysikel at mga nanay na kani-kaniyang bitbit ng bayong, kagagaling lang ng palengke. Sinagad ni Boni ang yosi hanggang filter, di alintana ang pagkapaso ng kaniyang mga labi. Butil-butil ang pawis, ibinalik niya ang tingin sa bangkay at namalas niya, mula sa distansiya, ang dilat na si Terno, butas ang panga, lawit ang matigas nang dila. Kitang-kita ni Boni ang halos santumpok na langaw na lumabas mula sa magkabilang butas ng ilong nito.

NAIPON NA ANG mga tao sa labas ng botika, walang pagkatinag kahit pa nakababa ang rolyo. Naro'ng may mga sumubok na kumatok, gumalaw-sari-sari store at sumigaw ng pabile po. Lumabas si Dondi para paliwanagan ang mga ito.

"Magandang araw po sa inyo. Pasensiya na, ngayon lamang po ito. May aberya lamang po sa electrical ng botika, pasensiya na po talaga," paumanhin ni Dondi.

"Ser, pa'no 'tong rasyon namin ng gamot? Usapan sa munisipyo, kada isang buwan meron kami. Pa'no ba 'to?" daing ng isang matandang lalaki na sinegundahan ng mga kapwa nito nakatanghod sa harap ng botika.

"Oo nga naman. 'Yung asawa ko may jabetis, hindi naman puwedeng sumala sa maintenance. Buhay naman 'tong inaano n'yo, 'wag namang gano'n."

"Isang araw kayong di magbukas, maraming apektado. Buhay ang usapan dito, ser. Pare-pareho kaming nandito dahil ang mamahal ng gamot na 'to sa Mercury."

Tuloy-tuloy ang ugong ng hinaing ng mga tao, hindi na maiproseso ni Dondi.

"Isasagad po namin nang pandalawang buwan 'yung isang buwan n'yo para lang ano, pasensiya namin sa inyo. Pasensiya na talaga, may inaayos lang po. Pasensiya na po sa lahat. Isasagad namin ang bigay ng gamot," kompromiso ni Dondi.

Kumalma ang mga tao, nahimasmasan sa ganansiyang ibinigay ni Dondi. Unti-unti, numipis ang makapal na tao sa labas ng botika. Dagli siyang bumalik sa loob.

Krrrrrrrng!

Nagmamadali niyang dinampot ang landline para apulahin ang eskandalosong ring nito.

"Hello, thank you for calling Genericare," bati niya.

"Mr. Amadeo, this is Cecil from Pateros Health Office. May mga tumatawag po dito sa office at nagpunta rin po, complaining tungkol sa supply po nila. Today po ang schedule ng replenish."

"Opo, opo! Nagpaliwanag na po ako sa mga tao, ako na po ang bahala mag-arrange. May electrical issue lang po dito sa pharmarcy, pasensiya na po sa aberya."

"Okay po, sir. Please paki-adjust po ang date sa mga receipts para po hindi magka-issue ng delayed distribution from our end. Thank you, sir."

"Yes, ma'am. Got it. Got it po. Pasensiya na po talaga."

Bangk! bagsak ni Dondi ng telepono, binubura ang taranta, pinapagpag ang pagkabalisa. Binalikan niya ang cell phone ni Froilan. May reply si Sarge O.

From: **SARGE O.**
Namputa olan .. di k p tpos dyn sa bata m?

Hindi maunawaan ni Dondi ang isinagot ng sarhento. Torta na ang utak niya sa kabi-kabilang problema na walang idinudulot kundi mag-anak ng mga tiyanak na komplikasyon. Para pakalmahin ang sarili, dinukot niya ang cell phone para magpatugtog ng 4hero, pero bago pa makatawid sa music app, binati siya ng tatlong missed call mula sa isang di-kilalang landline number. 8592-4261. Tinawagan niya ito pabalik.

Calling 8592 – 4261.../
On-going call...
"Good day! AMISALES Fashion District, how may I help you?"
"Ah, tumawag kayo sa number ko? Bakit?
"Ay, sir, sorry. Hindi po."
"Okay, okay."
"Ahh, sir, wait."
"Yes?"
"May nakigamit po ng landline kanina,
'yun po ang tumawag sa inyo."
"Huh? Sino?"
"Hindi po namin alam ang name. Customer po. Girl."

"Ah, wait, wait. Batang babae, dalaga,
maiksi ang buhok, maputi?"
"Ganyan po, sir. Yes po."
"NASA'N SIYA?"
*"Sir, umalis po. Iniwan lahat ng damit
sa fitting room, nagmamadali."*
"Ah, sige, sige. Sort ko 'yan. Saan ang store n'yo?"
"Dito po sa MetroScape Mall, ground floor."
Bangkkkk!

NAKASALUBONG KO SI Nanay na papalabas ng Dreamland. Sa labo ng mga mata nito, hindi niya ako agad napansin kahit pa balikat sa balikat ang sikip ng eskinita.

"'Nay, sa'n po kayo?" bati ko.

"'Kita mo kang damuho ka. Kamatayan ng tatay mo ngayon, magsisimba," sermon niya agad sa 'kin.

"Bigay po ni Dondi," abot ko ng paper bag.

"Ahhh, ano 'to?" taka ni Nanay Helen, sinilip-silip ang laman.

"Gamot n'yo raw po."

Napangiti si Nanay Helen. "Mabait na bata 'yon, ano?" magiliw nitong sabi.

"Mas mabait ako, 'Nay," biro ko.

"Letse ka."

"Nanay, magsisimba ka pero nagsasalita ka ng di maganda," kantiyaw ko.

"Sumama ka sa 'kin, mahugasan naman 'yang budhi mo," singhal niya.

"'Nay, may ano—" tanggi ko sana.

"Piste ka, 'wag kang umano," tutol niya.

NAKIUSAP SI DONDI sa security office ng mall na masilip ang recording ng CCTV. Walang ipinag-iba ang burukrasya ng gobyerno sa mga polisiyang nakapaloob sa kapitalistang imprastraktura. Bago masilip ni Dondi ang recording, halos amagin siya kahihintay. Sa dami ng kuskos-balungos, minabuti na lamang niyang maglagay ng pikit-matang halaga para lamang paikliin ang mga kathang-isip na prosesong palaging mahiwaga para sa karamihan.

01 – Sector 1 – 1800 | 02 – Sector 1801 | 03 – Sector 1803 | 04 – Sector 1804 | 05 – Sector 1805 | 06 – Sector 1806

At kahit pa ga-hinliliit ang laki ni Divine sa video, hinding-hindi magkakamali si Dondi sa pagtukoy rito. Maduwal-duwal siya sa nararamdamang kaba, umiikot ang hangin sa kaniyang sikmura, paikot sa tagiliran, humihiwa sa kaniyang likuran, umaakyat ang asim mula tiyan papuntang lalamunan. Mula pa noong una, tama na ang kaniyang mga hinala't pagtataya. Hindi kay Divine ang kalansay sa tambak ng C-6. Buhay si Divine. At walang-humpay ang kaniyang pagluha.

"Sir, sabi sa employee's, parang takot na takot and nagmamadali daw po. Sa backdoor ng employee's dumaan," saad ng kahera.

"Thank you. Thank you dito." Nagmamadali na ang tono ni Dondi.

"Sir, 'yung mga pinickup niya pong items, pa'no po?" pahabol ng kahera.

"Ano-ano 'yon?" usisa ni Dondi.

"Lingerie po karamihan."

Nahiwagaan si Dondi. Hindi makatagos sa kaniyang pang-unawa kung bakit ang nagmamadali't takot na takot niyang kapatid ay dadampot ng mga ganoong klaseng kasuotan.

"Ah, bakit mo pala gustong pabayaran? Di pa naman gamit 'yan, di pa rin naman na-punch."

"Ah, sir, kasi po—"

"Gets ko naman, kailangan n'yo ng sales. Pero 'wag naman sa ganyang style."

Hindi na nakasalita ang kahera. Nagmamadaling nilisan ni Dondi ang shop.

Hanggang makalabas ng mall, iniisip-isip niya kung saan maaaring napadpad ang kapatid. Sa mga indikasyong natutuhan niya—takot na takot, nagmamadali, mga bilihing iniwan. Nag-iisip siya bilang nasa sitwasyon ng kapatid, at walang ibang dahilan ng pagmamadali't takot kundi ang pagtakas sa kung sino. Ayaw man niyang isipin at tutol man siya sa magiging likas na aksiyon ng kapatid, batid niyang sa pinakamalapit na presinto magbakasakali.

Dumeretso siya sa Presinto Siyete sa Cubao. Tulad ng isang pangkaraniwang tanawin sa mga presinto, hindi nababakante ang de-mesa. May hilera ng mga kabataang nakaposas, may mga pulis sa gilid na hindi matinag sa pagmo-Mobile Legends. Rekta sa assistance desk si Dondi.

"Magandang hapon po, mga ser," magalang na bati ni Dondi.

"Magandang hapon. Ano'ng atin po?" tugon ng nasa mesa.

"Magbabakasakali lang po kung napadpad po itong babaeng 'to dito?" lahad ni Dondi ng larawan ni Divine sa kaniyang phone, sinipat ng nasa mesa.

"Ballesteros! Saglet," tawag nito sa isa pang pulis na mas bata.

"Ser," listong tahak ng batang pulis sa mesa.

"Pa-ID nito. May napadpad bang complainant with this identity?" atas ng nasa mesa.

"Okay, sir. Saglit lang."

Lahat ng nerbiyos, lumukob na sa kaluluwa ni Dondi. Umuusal ang isip niya ng dasal sa lahat ng diyos ng awa. Ilang saglit pa, bumalik ang batang pulis.

"Ser, negative," anas ng batang pulis.

"Salamat, Ballesteros."

Umaapaw ang desperasyon ni Dondi sa narinig. Sa mga sandaling ito, iniisip na niya kung ano'ng susunod na galaw, saan posibleng napadpad ang kapatid.

"Sir, wala kaming complainant with that identiy," tuon ng nasa mesa kay Dondi. "Ano po ang case kung sakali?" pahabol na tanong nito.

Hindi na nakatugon si Dondi. Nakabitin lamang ang pulis sa mesa.

"Subukan n'yo sa ibang presinto, sir. Mas mabilis kung magsadya kayong direkta sa mga WCPD."

"WCPD?" paglilinaw ni Dondi.

"Women and Children Protection Desk. Kada estasyon, meron niyan bukod, sir."

"Salamat po."

PAROKYA NG SAN ROQUE
Dambana ni Santa Marta
1815

MAKALAMPAS SA ARKONG bato, pumreno ng lakad si Boni para balikan ang mga salitang nakaukit dito. Parokya ng San Roque,

Dambana ni Santa Maria–1815. May kung anong pumihit sa alaala niya.

"Boni, magsisimula na ang misa, ano'ng tinatanga mo riyan?" anas ni Nanay Helen.

Dagling lumakad si Boni dala-dala ang kung anong pilit na hinahalukay sa alaala. Pagpasok nila sa simbahan, naggagayak na ang pari. Nakalinya na sila sa mga kapwa sasamba. Iginala-gala ni Boni ang kaniyang tingin. Sa kaliwang bahagi malapit sa pundasyon, kumapit sa kaniyang paningin ang mga salitang nakaukit sa lilok ng Hesukristong may pasan-pasan na krus. BANAL NA DAAN NG KRUS. Tila sumona ang kamalayan niya sa biglang kislap ng gunita—ang kulay kahoy na tatsulok na papel, ang bilin ni Obed sa kaniya.

Mabilis ang tibok ng puso ni Boni. Nasa pulpito na ang pari. Nakiraan si Boni sa hilera ng mga sasamba at lumabas sa linya.

"Boni, ano ka ba? Magsisimula ang sermon, 'ayan na si Father David," saway ni Nanay Helen.

"Sandali lang, 'Nay. Sandali lang."

Tumungo si Boni sa kaliwang pundasyon, sa estasyon ng krus. Kakatwa kay Nanay Helen ang ikinikilos ng anak. Nakatitig si Boni sa lilok, hanggang mapuna niya ang pamilyar na disenyo sa palibot nito: Mga hugis-tatsulok na uka. Sa kaliwang bahagi ng lilok, kakatwa ang isang tila nakaangat na ukit, kahima't wangis ng mga kasamang dibuho. May kung ano sa katangian nito na kamukha ng papel na ibinilin ni Obed sa kaniya. Baling sa kaliwa't kanan, animo'y tatawid sa kabilang kalsada. Nang makakuha ng tiyempo, sinubukan niyang hugutin ang tatsulok na dibuho. Kumalas ito sa lilok. Nagmamadali siyang lumabas ng simbahan. Sa entrada, sa tabi ng benditera, binuklat niya ang tatsulok na dibuho katulad ng pagbuklat niya sa papel na ibinilin ni Obed. Isang micro SD card sa loob ng klarong sachet at kap'rasong papel na may sulat-kamay: *Marisol Gatdula*

ILANG PRESINTO NA ang naikutan ni Dondi, wala pa ring Divine na natutukoy ang mga otoridad na napadpad sa kanilang estasyon. Wala sa panig niya ang oras, kailangan niya ng alalay sa paghahanap at walang ibang may rekurso sa kaniyang sitwasyon ngayon kundi sina Marisol at Pancho.

*Ongoing Call...***MARISOL**
"Yo, what you got?"
"Nakita ko na si Divine."
"Fuck! You're not kidding, right? Where is she?"
"May missed call ako, tinawagan ko 'yung landline number. Galing siya sa MetroScape Mall, sa tindahan ng women's, nagmamadali daw sabi nung staff, sa employee's backdoor dumaan."
"How were you able to confirm?"
"CCTV. Siya mismo."
"Nasa'n ka ngayon?"
"Presinto Nuwebe. Nakailang ikot na 'ko, wala. Baka puwede akong makisuyo sa mga source n'yo sa presinto?"
"Okay! Okay! Wait us there, we'll Viber all women's desk d'yan sa QC!"

26
ALINGASAW NG KALAWANG

HINDI NAGTAPOS SA unibersidad ang pagkilos nina Shirley at Katherine. Paglabas nila ng akademya, tumawid sila sa pakikilahok sa mas malalawak na protestang bayan, sa mariing pagtutol sa mga polisiyang anti-mahirap ng pasistang estado. Palaging nasa panig ng uring api, ubos-lakas na nag-aabante ng karapatang pantao, nakipamuhay sa mga maralita, nakibaka kasama ang mga manggagawa, di alintana ang intimidasyon ng mga ahente ng pasismo.

Ngunit palaging takot ang pasistang estadong patakbo ng mga buwitreng hayok sa mga kababaihang hindi kilala ang hilakbot sa ngalan ng pagkilos. Kaya naman sukdulang gamitin ang pera ng taumbayan para maghasik ng takot at intimidasyon—gawing pambansang pagtatanghal ang karahasan.

Isang hapon, habang binabaybay nina Shirley at Katherine ang daan pababa ng komunidad sa Sitio Gitna, Caloocan, limang lalaking nakasibilyan ang puwersahang dumukot sa kanila.

Nang tanggalan sila ng piring, inaasahan na nilang mga unipormadong militar ang mamamalas nila. Hindi sila nagkamali. Natagpuan na lamang nina Shirley at Katherine ang kanilang mga sarili sa isang kuwartong limahid ng dugo ang sahig, puno ng mga tambak na gamit. Sa isang sulok, nakahandusay ang isang mamang nakagapos ng alambre ang mga kamay at paa, bugbog-sarado at kapansin-pansin ang mga sariwang paso nito sa iba't ibang bahagi ng katawan.

Maya-maya pa, pumasok ang isang sundalong sinaluduhan ng mga nakapalibot kina Shirley at Katherine. Malinaw sa pandinig nila na tinawag itong M41 ng mga sumaludong sundalo.

"O, ngayon kayo magsingawngaw. Di ba matatapang kayo 'ka mo? Palaban?" bungad ni M41 sa dalawang dalaga. Walang itinugon ang dalawa.

"Sumagot kayo, mga hindot!" singhal ng isang sundalo sabay bigay kina Shirley at Katherine ng tig-isang bigwas sa tadyang.

"Agkkk!"

"Ughhkkkk!"

Kumuyumpit sa sahig ang dalawa. Ibinangon sila ng mga sundalo, daklot-daklot sa buhok, muling iniharap kay M41.

"Harapan na tayo ngayon, di ba kayo natatakot sa 'kin?" tanong ni M41 na walang ibang hinihinging sagot kundi ang pagsang-ayon sa takot.

"Ano'ng tingin mo sa sarili mo?" pakli ni Shirley.

Ngumisi si M41, biglang dinaklot sa buhok si Shirley gamit ang kaliwang kamay, pinagsasapak ito sa mukha gamit ang kanang kamao. Nanlaki ang mga mata ni Katherine. Matigas na tinanggap ni Shirley ang bawat sagapak hanggang sa agasan ng dugo ang ilong at bibig nito.

"TAMA NA! MGA HAYUP KAYO!" awat ni Katherine.

Isinunod ng mga militar si Katherine, pinagsasampal ito, pinunit ang damit. Lumuwa ang mga suso nito sa harap ng mga ulol na sundalo. Sumalo na ang iba sa paggulpi't paghubo sa dalawang dalaga. Nakahalik sa malagkit na sahig sina Shirley at Katherine, bugbog-sarado.

"Ano'ng gusto n'yo? Tuloy natin o aamin kayong NPA kayo?" tanong ni M41, umaasa ng mabilisang sagot sa dalawang dalagang nagsisikip ang mga labi sa pamamaga, di maikasa ang mga panga sa tinamong mga sapak.

Mula sa pagkakasubsob sa sahig, naaninag ng nanlalabong paningin ni Shirley ang mamang nakagapos sa sulok, pilit niya itong kinikilala. Sa pagpihit nito, kahit pa halos hindi na ito makilala dahil halos madeporma ang mukha sa inabot sa mga militar, nagawa niya pa rin itong mamukhaan—ang lider manggagawang si Obediah Celestial o mas kilala bilang Tatay Obed na higit isang linggo nang nawawala't kasama sa ipinananawagang ilitaw sa mga kilos-protesta. Napansin ni Shirley ang pagbabalik-malay nito. Nagtama ang kanilang mga paningin, nagpalitan ng pagtawag sa tatag at pagkapit alang-alang sa mga kapwa nila lumalaban at naniniwala sa mga pagbabagong makamamamayan.

Pikit ang isang mata ni Tatay Obed ngunit malinaw na rumaragasa sa kaniyang paningin ang karahasang lumalampas sa lahat ng karahasang kayang isipin ng taong may matinong pag-iisip. Kitang-kita niya kung pa'no ibinitin patiwarik ang dalawang dalaga. Naro'ng hampasin ang mga ito ng kahoy, lamutakin ang suso, laro-laruin ang puki gamit ang ipinanghahampas na kahoy. Halinhinan sa pagbigwas ang mga sundalo pero hindi mariringgan ng pagmamakaawa sina Shirley at Katherine. Maninigarilyo ang mga sundalo bilang pahinga sa kahayupang ginagawa at saka ipapaso ang mga upos sa iba't ibang bahagi ng katawan ng dalawa.

Walang puwang ang antok at pag-idlip sa impiyerno, inabutan na ng pagkakalas ng araw, pumutok na ang liwanag. Kinalagan si Tatay Obed ng mga militar at inatasan na labhan ang mga baro nina Shirley at Katherine.

"Obed, itapon mo 'to do'n sa likod," mando ng isang sundalo.

Dalawang container ng ice cream, umaapaw sa buo-buong dugo't ihi, kamukha ng pinaglinisang laman ng isda. Ang mga bra't panty nina Shirley at Katherine, walang iniwan sa orihinal nitong kulay—wala nang hindi kulay pula. Ang lansa't panghi'y namamayani sa kuwarto; ang sangsang ng paghihirap, ang amoy ng buhay na bangungot, umaalingasaw na kalawang.

Ilang gabing paulit-ulit na gano'n ang sinapit ng dalawa. Walang magawa si Obed kundi tunghayan ang ayaw niyang matunghayan. Minsa'y pinag-ipon siya ng mga basurang lata ng mga sundalo. Pagbalik niya sa kuwarto, nakabitin na naman patiwarik ang dalawang dalaga. Nang ibigay niya ang mga lata sa mga sundalo, tatawa-tawa pa ang mga ito at tinawag siyang tanga.

"Painitan mo do'n sa kusina," atas sa kaniya sabay abot ng plais.

Hindi na maganda ang kutob ni Obed sa gagawin ng mga ito. Labag man sa loob, wala siyang magawa kundi ang sumunod.

Pagbalik niya sa kuwarto, gamit ang plais, bitbit niya ang dalawang nagbabagang magkadikit na lata. Kinuha iyon sa kaniya ng isang sundalo. Walang ano-ano'y pinagulong ang nagbabagang lata sa katawan nina Shirley at Katherine, abot-abot ang pamimilipit ng dalawa, halos wala nang boses na maisigaw. Kitang-kita ni Tatay Obed kung pa'ano gumawa ng mapa ng mga paso sa katawan nina Shirley at Katherine ang mga pinainitan niyang lata. Paulit-ulit na napunit ang puso ni Tatay Obed. Paulit-ulit siyang namatay habang walang ibang magawa kundi ang tumunghay sa kahayupan ng militar. 'Putangina n'yo, maniningil ang panahon,' paulit-ulit niyang sabi sa sarili.

Isang gabing nagkakasiyahan ang mga sundalo, inutusan siyang maggayak ng pulutan. Kaugalian, bago siya lumabas at tuwing papasok ng kuwarto, kailangan niyang maghubo't tumuwad lalo't sa kusina siya uutusan. Walang pinalalampas ang mga berdugo. Walang kahit anong tsansa para sa mga dinadakip, inaalipin sa kampo. Masahol sa pinakamababang hayop kung itrato ang mga aktibistang dinudukot.

Nagluto siya ng pritong tokwa at sisig. Paghatid niya sa kuwarto, inabutan niyang nakahubo ang mga sundalo, kani-kaniyang suot ng condom, pila-pila sa paggahasa sa dalawang dalaga. Gusto niyang ihambalos ang dala-dalang pulutan sa mga ito ngunit walang maidudulot na igi 'yon sa kanilang sitwasyon. Inilapag niya sa mesang namumuwalan sa basyo-basyong alak ang umuusok pang pulutan.

"Aba, ambango, ha? Magaling 'to si Obed," bati ng isang sundalong nagbibihis ng kaniyang pantalon. Hindi umimik si Obed.

"Obed, gusto mong makauwi, madali lang. Ihahatid ka namin sa inyo, wala kang sasabihin. Wala kang nakita, sabihin mo nagtrabaho ka lang sa malayo, okay na," nakangising pampalubag ng sundalo habang nanginginain sa pulutan.

"Opo," tipid na tugon ni Obed.

Sa pananatili niya sa kampo ng sundalo, natutuhan niyang tumugon sa bawat usal ng mga ito, lalo't ang kapalit ng katahimikan ay walang-katapusang pagpapahirap.

"Pag nagsalita ka, alam mo mangyayari sa 'yo; sa pamilya mo. Ubos kayo."

"Pare, pare! Tignan mo 'to, eksibisyon, pare!" tawag ng isang sundalo.

Ayaw mang makita ni Tatay Obed ang kababuyang ibinabalandra ng mga sundalo, hindi niya maiwasang magbaling ng tingin. Nakita niya kung pa'nong habang ginagahasa ang dalawa sa iba't ibang posisyon ay nakuha pa ng isang sundalo na kumuha ng video gamit ang cell phone. Nabibilaukan-naduduwal si Tatay Obed sa nasaksihan. Natagpuan na lamang niya ang sariling hindi matigil sa pagluha. Panay-panay ang pahid niya sa kaniyang mga mata.

Walang iniwan ang init ng kuwarto sa isang kural na walang bintana—impiyernong literal. At kahit mga demonyo, nakararamdam ng alinsangan.

Pagkatapos pilahan ang dalawang dalaga, nagpahangin sa labas ang mga pahapay-hapay nang mga sundalo para manigarilyo; ang iba para magbanyo at hugasan ang lansa ng ipinangkantot nila sa dalawang dalaga.

"Linisan mo dito, Obed," utos ng sundalo.

Nang makalabas ang mga sundalo, naghintay si Tatay Obed ng ilang sandali, pinakiramdaman ang ingay ng mga ito, ang pahina nang pahinang ugong ng tawanan, halakhakang-demonyo, at saka siya lumapit sa dalawang dalagang kaisa na ng limahid na sahig. Wala nang malay si Katherine.

"'T-'Tay, ka—ka—ughkk! K-Kailangan mong m-m—'kalabas, m-malaman ng m-mga ka—kasama nan—nandito k-kami, b-buhay, o—aguhk—p-patay," pagpupumilit ni Shirley na makasalita.

"Oo, kasama. Anak—ahughhh—ang hirap magpakatatag." Di mapigil ni Tatay Obed ang maiyak. "Sa ginawa ng mga hayup na 'to, di ko alam paano palalakasin ang loob n'yo."

Napansin ni Tatay Obed na may kung ano'ng itinuturo ang nanginginig na mga daliri ni Shirley. Sinuyod niya ng tingin ang direksiyon hanggang sa marating ng paningin niya ang nakaligtaang cell phone—ang ginamit pam-video sa kahalayan ng mga sundalo, nakapatong sa tambak ng kahon.

Natigilan si Tatay Obed. Alam niya ang nais na mangyari ni Shirley. Kung ito na lamang ang magagawa niya para sa mga kabataang ito, na walang kasintibay ang mga dibdib, sa loob niya'y walang dahilan para hindi ito sugalan kahit pa buhay ang kapalit. Tutal, sa mga saglit na umapak ang mga paa niya sa kampo, wala nang katiyakan ang bawat sandali ng pag-iral niya.

Dumako siya sa tambak ng kahon at dinampot ang cell phone. Ibinalik niya ang tingin kay Shirley, tumango-tango ito. Nang isisiksik niya ang cell phone sa garter ng kaniyang salawal, kitang-kita niya kung pa'no pinagsikapan ni Shirley na umiling bilang pagtutol. Hindi iyon maunawaan ni Tatay Obed.

"'Nak, pa'no?" Walang kamuwang-muwang si Tatay Obed. Iniangat ni Shirley ang patang braso, iniabot ni Tatay Obed ang cell phone.

Sinikap ni Shirley na kalasin ang cell phone para kunin ang memory card. Saka lamang iyon naunawaan ni Tatay Obed. Biglang naglinya ang kaisipan nila.

"M-Marisol, Sol... Kay Sol, Ma—ari—sol Gatdula," nanghihinang sabi ni Shirley. Inilapit ni Tatay Obed ang kaniyang

tainga sa dalaga. "Kay M-Marisol… Gatdula, 'tay," ulit nito, kahit pa gasgas na lang ang kayang ilabas ng lalamunan.

Unti-unti, narinig na nila ang palakas nang palakas na mga yabag pabalik sa kuwarto. Napatingin si Tatay Obed sa pinto. Pagbalik niya ng tingin kay Shirley, wala na itong malay. Dinampot ni Tatay Obed ang cell phone at ibinalik sa pinagkunan. Anumang sandali'y papasok na ang mga sundalo. Hindi niya malaman kung saan itatago ang memory card. Alam niyang paghuhubuin na naman siya ng mga ito, kakapkapan hanggang tumbong—kung maaari'y hanggang bituka. Nahagip ng mga mata niya ang mga nagkalat na condom. Nagmamadali siyang dumampot ng isa, pinigaan, maduwal-duwal sa pag-agas ng manilaw-nilaw na tamod. Ikinaskas niyang maigi sa kaniyang kamiseta ang napigaang condom, siniguradong tuyo kahit papa'no. Ibinaligtad niya ito, nginatngat ang singsingan hanggang matanggal, isinilid ang memory card sa loob, ibinuhol nang mahigpit, at pikit-matang nilunok. Ramdam niya sa lalamunan ang dulas ng pinaghayupang goma ng sundalong halang.

Pagpasok ng mga susuray-suray na sundalo, inabutan siyang nagliligpit na ang mga ito. Ang iba'y humilata na sa labis na kalasingan, habang ang ilan ay tumodo pa ng inom.

Kalaliman ng madaling-araw, siyang lalim ng tulog ng mga sundalong lango sa alak. Nakakita ng pagkakataon si Tatay Obed. Dahan-dahan siyang lumabas ng kuwarto, sinuyod ng tingin ang ibang kubol at barracks. Walang sundalo sa paligid. Tinahak niya ang masukal na likurang lote. Nang maabot niya ang hangganan, kalahating pader, kalahating chicken wire ang lapat na kaniyang aakyatin. Hindi na niya alintana ang sakit ng kalamnan, isinuksok niya sa braso ang mga tsinelas, inakyat ang pader, ikinapit sa mga chicken wire ang mga daliri sa paa. Pagdating sa tuktok, wala na siyang pakialam, nagpatihulog siya sa matigas na lupa, binaybay ang sukal hanggang sa makarating sa main road. Kung makatatalon lamang palabas ang kaniyang puso mula sa kaniyang dibdib, kanina pa ito kumalas sa kaniya.

NAGPAUMAGA SI TATAY Obed sa patio ng San Roque Church, humalo sa mga taong-lansangan na doon nagpapalipas ng gabi. Pagputok ng maputlang liwanag at magbukas ang simbahan, dali-dali siyang sumadya para kay Father David Baduria, kasamang nagbibigay-suporta sa mga manggagawa mula sa religious sector. Pero wala pa ito. Nakiusap siya sa mga matatandang volunteer ng simbahan na makigamit ng banyo. Pagpasok sa banyo, nagkandado siya ng pinto, uminom ng maraming tubig-gripo, umupo sa trono, pilit na iniiri ang nilunok na condom. Pagsilip niya sa bunganga ng inodoro, pulang-pula na ito gawa ng pagdurugo ng kaniyang tumbong. Nang maramdaman niya ang dulas ng bagay na umuumang mula sa kaniyang puwet, hinugot niya ito, at sumunod ang bulwak ng pinaghalong matubig na tae at buo-buong dugo. Walang tissue kaya naman humukay siya sa basurahan ng mga gamit nang tissue, pinunasan ang duguan at taehang condom. Matapos niyang linisin ang pinagdumihan, humimpil siya sa mahahabang silya ng simbahan, pinagnilayan ang bilin ni Shirley. Wala sa panig niya ang oras. Sa sitwasyon niya, hindi na niya matutunton ang sinasabing Marisol Gatdula.

Iginala niya ang tingin, sa kaliwang pundasyon ng simbahan, napansin niya ang lilok ng Hesukristong may pasan-pasan na krus. Matagal siyang nakatitig lamang dito, sumubok na umusal ng dasal ngunit batid niya, labag sa batas ng Panginoon ang mga hinihiling niya—dahil walang puwang sa kaniyang kamalayan ang pagpapatawad.

Lumakad siya papalapit sa lilok, hinimas-himas ito. 'Putangina n'yo, maniningil ang panahon,' sabi niya sa sarili.

"Kaawan ka ng Diyos, hijo," anas ng isang matandang babaeng napuna siyang tila taimtim na nagdarasal, marahang tumapik sa kaniyang balikat.

Lumingon si Tatay Obed. "'Nay, may kap'rasong papel kayo? Bolpen na rin kung sakali."

27
WASAK NA GUNIGUNI

IPINANTULAK NI MARISOL sa ice panel ng Gulp machine ang baon niyang tumbler. Hugot, hinto, deretso sa fridge, kumuha ng dalawang Kopiko Lucky Day, isang small ready-to-drink Nestlé fresh milk. Dumako siya sa ice cream freezer, ipinatong ang mga item doon, binuksan ang dalawang Kopiko Lucky Day, isinalin sa tumbler at saka isinunod ang fresh milk, isinara ang tumbler at saka inalog. Pumila sa kaha, ipinatong niya sa counter ang basyo ng mga nabiling item. Punch. Click. Click.

"P107 po ma'am," anas ng kahera.

"Marlboro red, wala akong Cliqq," tugon ni Marisol.

Paglabas ni Marisol, pinaikot niya ang kaha ng sigarilyo kina Dondi at Pancho. Kumuha sila ng tig-isa, nagsindi kahit malinaw ang karatulang No Smoking sa tapat o gilid pa ng 7-Eleven.

"Negative pa sa women's ng ibang station," anas ni Marisol, lagok ng malamig na kape, hitit sa yosi. "Let's wait."

"Posibleng nakatakas ang kapatid mo. Logically ang unang takbo niya, presinto. Gawa nang di naman siya makakauwi agad sa inyo, lalo coast to coast ang layo nito sa inyo," palagay ni Pancho.

"'Yun din ang naisip ko agad. Pero, puta, walang presintong—"

"Hey, message in! Holy Spirit PS 14! Let's fucking go!" pakli ni Marisol.

Balikwas ang tatlo, rumekta si Dondi sa kaniyang oto, sina Marisol at Pancho sa kanilang sasakyan, nagmamadaling tumulak papuntang Holy Spirit.

PAGKATAPOS NG MISA, nagpaalam ako na kikitain si Dondi. Sa unang pagkakataon, walang pagtutol si Nanay. Maluwag sa loob niya akong pinahayo. Sa loob-loob ko, libreng gamot lang pala ang katapat ni Nanay. Biro lang. Siguro nga, ang mga ina, gano'n talaga kalakas ang pakiramdam. Alam nila ang kartada ng maayos sa magulo, masama sa mabuti. Ibig sabihin ba n'on, mabuti si Dondi? Maaari, hindi ko rin alam. Sa dami ng taong tumarantado sa akin, ang hirap magtiwala nang basta-basta. Ano't anuman, libre ang gamot, ayos na 'yon.

"Pakiabot ng pasasalamat ko, ha? 'Wag mong kalilimutan," bilin ni Nanay. Tumango lamang ako. "O siya, sige na. Kaaw—"

"Kaawaan po kayo ng Diyos, 'Nay!" putol ko sa kaniya sabay lakad nang mabilis papalayo. Wala akong mga mata sa likod pero nakikita ko ang sambakol na mukha ni Nanay.

Bago dumeretso sa botika, dumaan muna ako sa lugar ni Sakmal para silipin ang sitwasyon. Dumistansiya ako, sapat para masilip ko ang paligid ng bahay. Tahimik. Wala nang Terno at Nato na babalik.

"Boni!"

Nanlamig ang batok ko nang may kumapit sa balikat ko. Hindi ako nakagalaw. Tinantiya ko ang paligid. Pumihit ako, handang makipagbuno. Natigilan ako.

"Asa'n mga tao kina Sakmal? Nakailang balik na 'ko," si Dyorni.

"May aberya sa Bicutan," tipid kong tugon.

"Kina Dolphin," balik niya. Bicutan lang ang sinabi ko, may balik agad siyang mahalagang detalye.

"Ba't ka nagawi dito?" pag-iiba ko.

"Ikaw sadya ko. Wala ka bang cell phone?"

"Ano'ng aasahan mo sa 'kin? Kakala—"

"Utas sa loob si Dani Boy," biglang dilim ng tono ni Dyorni.

Ang buong akala ko, nakalabas na si Dani Boy. Kaya ikinagulat ko ang ibinalita ni Dyorni, kahit pa sa isang banda ng isip ko, hindi ko iniaalis ang posibilidad na mangyayari ang ganito.

"Akala 'ata nung guwardiya, di ko alam istayl nila. Haharangan 'yung mga bakal namin. E, order 'yun ng anak ng warden nila. 'Ayun, nalaman ng warden, pinag-initan sila pare-pareho," kuwento ni Dyorni.

"Sinong jail guard 'to?" tanong ko.

"Vergara."

"Jolas Vergara," tukoy ko.

"'Yan mismo," kumpirma niya.

Alam ko na ang pakay ni Dyorni. At ito ang mahirap kapag nauna kang humingi ng pabor. Kahit pa kumwits ka, may mga batas na hindi man nasusulat, kailangan mong respetuhin. Tulad ng pakay ngayon ni Dyorni. Hinintay ko iyong manggaling sa kaniya.

"Ako ang lalapit sa 'yo ngayon," anas niya, tulad ng inaasahan.

"Oni, alam mong nakatanim ang ulo ko ngayon sa—" tanggi ko sana.

"Boni, hindi ka aabot d'yan kung hindi dahil sa 'kin; sa tip ni Dani Boy," mala-sumbat niya.

"Kwits tayo, di ba?" balik ko.

"Kaya ako naman ang lalapit. At di ko rin hinihingi nang libre."

"Bigay mo sa 'kin detalye." Wala na akong nagawa. Alam kong hindi rin ako makahihindi.

"Sagot ko bakal, badyet, 'wag kang mag-alala," garantiya niya.

"Bigay mo sa 'kin detalye; para malaman ko kung kailangan ng bakal."

"Tuwing Sabado ng alas-tres, naglalagi sa Garden of Memories si Jolas. Nakaiskor 'yang putanginang 'yan ng mga lote-lote do'n. Alam mo naman siguro halaga ng lote sa sementeryo?"

"Sino kasama ni Jolas pag gumagawi ng Garden?" usisa ko.

"Wala, solo. Pero may kinikita siya do'n; 'yung bumalato sa kaniya ng lote."

"Bumalato?" pagtataka ko.

"Anak ng preso sa Abadiano. Baka kilala mo. Ipinatira 'yung tatay sa loob para hamigin 'yung mga lote sa Garden, si Vergara trumabaho. 'Kita mo na, may mas demonyo sa 'tin?"

Parang inalog ang buo kong katawan. Pakiramdam ko, walang laman ang bao ng ulo ko ngayon. Nakatitig ako sa wala. Panandaliang winalis ng sinabi ni Dyorni ang marami kong isipin ngayon—para kargahan ng nag-iisang pangalan na katangi-tanging bumabalik sa alaala ko sa mga oras na 'to.

"Kilala mo?" ulit ni Dyorni, saka lang ako uli nakabalik sa usapan.

"Hindi, hindi," tanggi ko. "Undas," sambit ko.

"Undas?" taka ni Dyorni.

"Makakahintay ka hanggang undas?" paglilinaw ko.

"Ano'ng petsa na ba ngayon?" dukot niya ng cell phone para sumilip sa kalendaryo. "Undas, no problem," kumpirma niya.

PRESINTO KATORSE SABI ng puti-asul na sign board. Pagplasta sa parking, dali-daling pumasok sa presinto ang tatlo, sinuyod ng tingin ang abalang estasyon hanggang sa mahagip ang mesa ng women's kung saan naro'n ang isang dalagang nakatalukbong ng kumot, nilalamig sa kabila ng labis na alinsangan sa Metro Manila.

"BAYN!" alingawngaw ng walang prenong sigaw ni Dondi, agaw-atensiyon sa buong presinto. Para bang saglit na nahinto ang takbo ng mga bagay sa paligid at natuon lamang sa kaniya. Lumingon ang nakakumot, panakbo niya itong tinungo. Halos di huminga sina Marisol at Pancho. Natigilan si Dondi, biglang preno.

"Sir, kalma po," abiso ng babaeng pulis sa women's desk. "Kaano-ano n'yo po si Ms. Janice? Janice Hidalgo?" tanong ng babaeng pulis.

Biglang bagsak ang mga balikat ni Dondi, tumakbo papalabas ng presinto. Iiling-iling lamang sina Marisol at Pancho.

"Sorry, ma'am. We got the wrong—damn it. Sorry, sorry!" bantulot na paumanhin ni Marisol sa mga pulis.

"Tara na, Sol," hatak sa kaniya ni Pancho.

"What's up with this tip? Fuck!" singhal ni Marisol.

"Ano ka bago? Nag-source tayo ng complainant sa identity ni Divine, ano'ng iniisip mo? Masasapul natin 'yan accurately? Unless magpadala ka ng litrato ni Divine sa Viber."

"Who in the right mind would do that?"

"Mismo. Kaya 'wag kang magtaka, di ba?"

"Sa labas po ng supermarket."

Natigilan si Marisol sa naulinigan. Napatingin siya kay Pancho, nagkaisa sila ng iniisip sa narinig. Sumalo sila sa panayam sa women's desk.

LUMAKAD SI DYORNI papunta sa sasakyan niya, may kung anong dinukot sa likuran at saka dagling bumalik sa akin, may iniaabot.

"Boni, mahirap 'tong lagi kitang sasadyain. Daming namamatay sa bakasakali, 'wag na tayo dumagdag," abot nito sa akin ng maliit na cell phone na parang laruan ng bata. Kinuha ko iyon.

"Number mo?" tanong ko.

"Nag-iisa number d'yan, di ka magkakamali," balik niya. "May load na 'yan," dagdag pa niya.

Sinundan niya iyon ng abot ng supot. Inabot ko't sinilip ang laman niyon. Pera. Isinilid ko iyon sa likurang bulsa ng pantalon ko, sumabit sa kamay ang piraso ng papel. Marisol Gatdula.

"Marisol Gatdula," anas ko.

"Oh?" taka ni Dyorni. "Bakit?" Sa tono niya, parang hindi bago sa kaniya ang pangalan.

"May kilala kang Marisol Gatdula?" tumbok ko. Napansin kong napangisi siya.

"'Yung sa TV 'yan, repo-reporter. Di ka ba nanonood ng TV? T9News."

Hindi ko malaman kung inuulol ako ni Dyorni o palagi niyang nakalilimutan na ilang taon ako sa loob.

Hindi na ako sumagot. Isinilid ko uli sa bulsa ang papel. Itong nasa supot, para kay Marisol Gatdula. Ito ang paulit-ulit na bilin sa 'kin ni Tatay Obed, na akala ko no'ng una, gusto niya lang akong magsimba. Anuman ang ibig sabihin nito, malinaw na kailangang makarating 'to sa Marisol Gatdula na 'to.

"Undas, Boni," paalala ni Dyorni.

"Araw ng Patay," tugon ko.

Sumibat na si Dyorni. Kailangan ko nang bumalik ng botika. Sabi ko kay Dondi, saglit lang ako.

NAKASALAMPAK SA GUTTER si Dondi, nagkalat ang upos sa paanan. Paglabas ng presinto, tumungo sa kaniya sina Marisol at Pancho, nagsindi rin ng kani-kaniyang sigarilyo.

"Sol, hindi ka puwedeng magtanong ng gano'n ka-detalye sa biktima. Ano'ng gusto mong mangyari? Mabulilyaso 'tong project?" sermon ni Pancho at saka tumuon kay Dondi. "Pare, pasensiya na. 'Yung ganitong false—ano, inaccurate na tips—talagang ganito, e. Sorry," paumanhin niya. Walang-imik si Dondi.

"My bad. Sorry, sorry. This is driving me nuts! Fuck!" paumanhin ni Marisol. "She was abducted right outside the supermarket, in broad daylight, how easy is that?"

"Kaya nga sabi natin, tukoy sila. Hindi random, di ba?" paalala ni Pancho.

"Fuck these motherfuckers! What could be their source? Who? Source, source. Fuck it!" balisang usal ni Marisol, di malaman nina Dondi at Pancho kung sa kanila o sa sarili.

"Kung hinahanap n'yo ang source pa'no na-identify 'tong mga grocery workers na 'to, walang ibang meron niyan kundi HR ng mismong grocery," biglang sabat ni Dondi sabay pitik ng upos. "Pa'no sila idudugtong sa mga pulis o sa kung sinumang pinagtatrabahuhan ng mga putanginang pulis na 'to, 'yon ang sunod na tanong."

Tumayo na si Dondi, nagpagpag ng pantalon. Tahimik lang sina Marisol at Pancho, para bang nakasilip ng kaunting liwanag sa mga sinabi ni Dondi.

"Mag-iikot ako, bakasakali. Mauna na 'ko sa inyo. Salamat," paalam ni Dondi.

Naiwang nakatunganga ang dalawa, pinag-iisipang mabuti ang posibilidad na binuksan niya.

Sumuot si Dondi sa bitu-bitukang kalye ng Quezon City. Hindi nakalalampas sa kaniyang paningin ang bawat dalaga sa daan na katipo ni Divine, ngunit palaging bigo na matagpuan ang hinahanap. Hanggang sa umilaw ang kaniyang cell phone, pumasok ang isang text mula sa di-kilalang numero.

> *From: 0916 254 8484*
> Kuya safe ako wait mo ako sa bahay...

Muntik siyang makasagasa ng mag-among aso at tao pagbasa ng pumasok na text. Pumreno siya't dagling gumilid. Dali-dali niyang tinawagan ang numero.

> *Calling 0916 254 8484...*
> *"The number you are calling is not available.*
> *"The number you are calling is not available.*
> *"The number you are calling is not available."*

28
CLEAN AS YOU GO

DINALA SILA NI Sarge O. sa Bahay Ople. Hindi inasahan nina Sakmal at Dodong na doon pa talaga sila magpapanagpo. Wala silang gapos, malaya ang kanilang mga kamay at paa, ngunit nakapalibot ang mga tao ni Sarge O. na may kani-kaniyang tangan na mahahabang bakal.

"Bakit si Baldo? Sa'n n'yo dinala 'yung mga bakal?" tanong ni Sarge O.

"Boss, istiryo si Baldo kaya nadale ni Dyorni. Tibalyok 'yung pera n'yo pambakal, saka niya sesetapin 'yung mga bakal ni Dyorni. Natiyempuhan siya, binalikan ni Dyorni, boss. Lumigpit lang kami, boss," maligalig na paliwanag ni Sakmal.

Tahimik lang sa isang tabi si Dodong, nilulunok ang istoryang ginagawa ng amo. Sa loob-loob niya, hindi talaga nito ibibigay ang safehouse at naro'n ang lahat ng pinaghirapan niya sa ilang dekadang hindi pagpapahuli nang buhay.

Tumango-tano lang si Sarge O., astang kalahating kumbinsido base na rin sa pagkakakilala niya kay Baldo. Naantala ang interogasyon sa dalawa nang biglang mag-vibrate ang cell phone nito sa bulsa. Kinuha nito ang tawag, dumistansiya sa mga tao. Ilang sandali ng kubling usap, nagbaling ng tingin si Sarge O. sa kaniyang mga tao.

"Jo, 'lika saglet," tawag ni Sarge O. kay Jojo.

"Sarge," listong lapit nito.

"Pakiasikaso mo 'tong kay Camacho."

"Okay, Sarge."

Dumako sa kusina si Sarge O., humugot sa paminggalan ng mahabang kutsilyo. Bumalik siya kina Sakmal at Dodong. Kitang-kita niya kung pa'no nanlaki ang mga mata ng mga ito.

"Huwag n'yong isiping hindi ako patas, ha. Kinuha n'yo isang tao ko, isa lang puwedeng mabuhay sa inyo," saad ni Sarge O. sabay itsa ng kutsilyo sa harapan nina Sakmal at Dodong.

Nagkatinginan ang dalawa, biglang nag-unahang sumunggab sa kutsilyo.

PATINGIN-TINGIN NA ANG mga rumorondang bantay-bayan sa akin kaya pinangatawanan ko nang maging taong-hamog. Pumlasta ako sa gutter, sa gilid ng halamanan. Anong oras na'y wala pa rin si Dondi. Ubos na ang yosing binili ko. Dumampot ako ng awang upos na pinitik ko kanina para may sigarilyuhin nang biglang may sumibat na liwanag sa mukha ko.

"Hoy, hoy! Kanina ka pa d'yan. Magnanakaw ka, 'no?" Di na nakatiis ang rumorondang bantay-bayan, sinita na ako.

Di ako kumibo dahil taong-hamog ako. Tumalungko lang ako. Ramdam ko ang kaluskos ng papalapit na bantay-bayan. *Putangina naman, Dondi.*

Biglang entra ng garalgal na tunog ng makina ng sasakyan at kaskas ng goma sa aspalto.

"Boss, boss, teka, kasama ko 'yan."

Pag-angat ko ng ulo ko, si Dondi. Kailangan pang abutan akong sitahin bago dumating. Di na ako binigyan ng kaunting dignidad, kinailangan ko pang pangatawanan ang pagtataong-hamog.

"Ahh, pasensiya na boss. Akala namin—"

"Magnanakaw?" tumbok ko. Nagulat ang bantay-bayan nang magsalita ako.

"Taong-grasa," pagtatama ng putanginang tarantadong talagang hamog pala ang tingin sa 'kin kahit ano'ng mangyari.

"Sabi mo kanina, magnanakaw," usig ko rito. Hindi na ito nagsalita, panay hingi ng dispensa kay Dondi. Sa akin, wala.

"Kanina ka pa?" bungad ni Dondi na sa tingin ko'y taong matalino naman pero parang tatanga-tanga ang dating ng tanong.

"Babagansiyahin na nga ako dito, e."

"Tara."

Pagpasok, inabutan naming nakatiklop si Froilan, namumutla na ang madilim na balat. Lakas ng hilik ng tarantado. Ang mga demonyo talaga, kahit ano'ng kawalang-'yaang nangyayari at sila ang nagdulot, nakukuha pang matulog nang mahimbing.

"Nag-reply kanina 'yung sarge," banggit ni Dondi, parang walang kagana-gana.

Gusto kong magtanong kung bakit niya iniwan si Froilan, sa'n siya galing, pero baka masyado nang personal.

"Ano'ng sabi?" usisa ko.

Dumeretso siya sa aparador, kinuha ang cell phone, binuksan.

"Heto, tawag nang tawag. Saka may mga bagong text," parang naaabalang sabi nito. Iniabot niya sa akin ang cell phone, ako na ang nagsiyasat.

3 Missed Calls **SARGE O.**

3 Text Messages Received **CORA**

Boss gud pm .. short n po badyet alaga u..

SARGE O.
Linis bukas col bk agd
Col bk asap

Ibinaling ko ang tingin kay Dondi, nakaupo lang ito, para bang walang kainte-interes sa mga binasa ko. Hindi ko na 'yon inialok na basahin niya. Naiintindihan ko, pareho kaming balisa sa lagay namin. Pero hindi kami maaaring sabay na kainin ng ganitong pakiramdam. Wala kaming pupuntahan kapag ganito.

"Dondi pare, pahiram ng gunting," suyo ko. Bumuntonghininga pa si Matinee Idol bago sumuyo ng gunting.

Lumakad ako papunta kay Froilan, pinaa-paa ko para magising. Siyempre hindi agad magigising ang mamang ganito kakapal ang batok. Humugot ako ng buwelo't sinipa ito sa tagiliran.

"AIGIGK!"

Napaigkas ito sa sakit. Binitbit ko ito sa braso at isinandal sa istanteng bakal. Ibinuka ko ang gunting, ikinalang sa titi niyang kuluntoy.

"Putangina mo, tutuluyan kita." Idiniin ko nang bahagya ang pagsasara ng gunting sa titi niya.

"'Oy! Woy! 'Oy!" pagtutol nito.

"Ano 'tong sinasabi ng amo mo? Anong linis 'to?"

"Me, mmm—dispat—dispatsa," uutal-utal nitong sagot. Niluwagan ko ang piga sa gunting.

Alam kong dispatsa ang linis, gusto ko lang makumpirma at makuha ang takot ng putangina. Ganito ang tiyempo: Nilalamig, naalimpungatan, tanggal ang lahat ng natitirang tapang. Ang totoo, wala na ring natitirang lakas ng loob sa 'kin. Alam ko ang tinutukoy sa linis, hindi na maganda ang kutob ko. Pero ano'ng magagawa ng kaiiwas-iwas sa uuwian nitong kapestehang 'to?

"Tatawag tayo sa amo, ha?" pagbibigay-alam ko sa kaniya. Tatango-tango siya. Sa gilid ng tingin ko, wala pa ring imik si

Dondi. "Kukunin mo ang detalye ng dispatsa. Sumabi ka ng di tama, putol 'tong pogi mo, ha?" babala ko sa kaniya. Bumaling ako kay Dondi. "Kailangang malaman ng amo nito na okay siya; makakaiwas tayo sa hassle, lalo dito sa lugar mo," paliwanag ko, kahit di niya hinihingi. Tumango lang ito. Bumalik ako kay Froilan.

Calling Sarge O....

Itinutok ko ang cell phone sa tenga niya, habang nananatiling nakalaan ang isang kamay ko para pigain ang gunting sa titi niya sa anumang maling salitang bibitiwan niya. Lumapit si Dondi, may kung anong pinindot sa cell phone.

"Loudspeaker, para di ka maisahan," abiso niya. Tumango lang ako.

*Ongoing call...***SARGE O.**

"Tangina, ang tagal mo, Olan!'

"May inasikaso lang, Sarge."

"Bukas linis, ha. Te-text ko meetup."

"Kopya, Sarge."

"Naayos mo na 'yung isa?"

Tumingin sa akin si Froilan, parang bumibili ng oras bago sumagot. Kinadyot ko ang gunting.

"Ayos na! Ayos na, Sarge!"

"Mabuti. 'Yung kay Baldo, alam mo lakad ng walang-'ya?

"Namumulis ng bakal."

"Dikit kayo ni Baldo, di ba? Tinitibalyok pera ng grupo?"

"Hinala ko na dati 'yan, Sarge."

"Bakit di ka nagsabi sa 'kin?"

"Hinuhuli ko rin."

Humahaba na ang usapan ng mga putanginang 'to. Sumenyas ako kay Froilan na magpaalam na, kundi puputulin ko ang titi niya.

"Isama mo sina Eli bukas. May inaayos akong sabit."
"Sige, sige. Sarge, malolobat na 'ko."
"Putangina, mag-charge ka ng telepono palagi!"
"Okey, okey, Sarge."
End Call

Umiyak si Froilan gawa ng sugat sa titi niya. Lumabas pa-likod si Dondi. Dinampot ko ang cell phone, sumunod ako sa kaniya, makikiyosi habang naghihintay ng text. Iniabot sa 'kin ni Dondi ang kaha ng sigarilyo. Listo akong kumuha ng isa, nagsindi. Yosing-yosi na ako. Hindi nagsasalita si Dondi, puro hitit-buga lang.

"Kailangan nating puntahan 'yung—"

"Bukas, dapat wala na 'yan dito," putol niya sa 'kin. Babasagin ko pa lang ang katahimikan, inunahan na niya akong basagin.

"Teka, baka puwedeng kahit kaunting araw pa, matapos lang natin 'tong—"

"Nakita ko na si Divine, buhay. Hinihintay ko lang na umuwi dito."

Nagulat ako. Sa totoo lang, malaki ang iginaan ng loob ko sa sinabi niya. Hindi ako makapaniwala. Pero magaan sa loob, totoo. Kahit pa ang ibig sabihin n'on, anumang kutob ko't mga pagtatagpi-tagpi ng mga pangyayari, heto't tinumbok na talaga kung ano'ng dadatnan ko sa mga susunod na oras, araw.

"Mabuti, mabuti. Pa'no? Saan mo nakita?" usisa ko.

"Mahabang istorya. May tawag siya, hindi ko agad nasagot kakaasikaso sa mga residenteng umaapela sa rasyon ng gamot, tawag ng munispyo. Tinawagan ko pabalik, telepono sa mall. Pinuntahan ko, pag-check sa CCTV, si Divine nga."

"'Tapos?" paghingi ko pa ng kuwento.

"Kaya kailangang maialis 'yan dito," giit niya.

"Naiintindihan ko, walang problema," tugon ko.

"'Yung susi ng L3, nando'n sa tabi ng kaha," paalala niya.

"Ah, sige, sige," sagot ko habang iniisip kung saan dadalhin si Froilan. Pero iba ang bitbit ng alaala ko. "Dondi, pinapasabi ni Nanay, salamat daw sa gamot."

Kalahating ngiti lang ang iginanti ni Dondi. Ayos na 'yon.

Humingi pa ako ng isang yosi. Gusto ko sanang tumunganga pa saglit para makapag-isip-isip. Pero dahil wala ang oras sa panig ko, sigarilyo na lang muna ang gagamitin kong kakampi sa pagpapahinto nito. Kahit papa'no, sinamahan ako ni Dondi magpausok. Nagsindi rin siya ng kaniya pagkatapos ng isa.

"Naisip mong magkakakilala tayo?" tanong ko sa kaniya, para lang sana hindi tunog ng insekto at ugong ng kaha ng air-con ang naririnig namin.

"Hindi," pirmi niyang sagot. "Nagkataon lang pareho ang umatraso sa 'tin," matapat niyang sabi.

"Kailangan pa talagang tamaan tayo pareho para lang malaman nating posibleng magtulungan tayo kahit papa'no," sagot ko, hindi ko na pinag-isipan. Siguro iyon ang totoong nasa loob ko. Hindi magkukrus ang landas ng isang tubong-looban na ekskonbik at tisoying may-ari ng botika, kung di rin lang sa tawag ng sitwasyong maningil ng iisang kaaway.

Alam kong wala na ring dahilan para sumama si Dondi. Dito na nagtatapos ang paghahanap niya. Anumang kasunod ng lagay niya ngayon at ng kapatid niya, ibang landas na 'yon sa palagay ko. Wala nang nakataya, normal lang na huminto kasusugal. Simula sa mga oras na ito, hila ko na'ng lahat ng naiwan. 'Yong dispatsa, alam kong wala akong kapanaluhan. Ang mahihiling ko lang, matiyempuhan ko ang hinahanap ko. Kung sakaling matagal nang nalinis bago pa ako makakilos, sadyang paniningil na lang ang dulo ng lahat ng 'to. Paniningil na lang ang hinahanap ko. Ako o sila,

sila o ako. Ano't ano, wala akong nakikitang makatwirang dahilan para tumigil. Ano'ng saysay ng mga susunod na araw ng buhay ko kung hindi ako patutulugin ng kaisipang tinarantado ako at ang pamilya ko ng mga otoridad dahil lang kaya nila? Tama si Dondi, hindi sa kapatid niya ang kalansay na may bracelet. Wala namang ibang nagmamay-ari n'on kundi si Sarah.

29
DE-ROSKAS

PINASPASAN NI MARISOL ang draft ng November Special habang nasa biyahe. Utos ng kaniyang Boss Sox, tatlong physical copy sa mesa niya after lunch. Kailangan nilang pagkasyahin ang oras na laan para i-cover ang ang police investigation sa Venison Supermarket.

"There's this thing called e-mail, and Jurassic Sox rejects the convenience of using one, innit?" anas ni Marisol habang aalog-alog sa pagta-type sa kaniyang laptop sa back seat.

"Pawah trip," gatong ni Pancho.

"Motherfucker ain't no alpha, not even an alpha kitty, tryna play God and whatnot. Nah, doesn't suit him at all," ngawngaw ni Marisol.

"Ano na 'yang draft mo?" kumusta ni Pancho.

"Dude, I told you, I'm just tossing random stuff in here to send something to Sox. This is me, in all my scattered greatness, yeah?"

"Nasa barangay daw 'yung mga imbestigador, nagche-check ng mga CCTV," saad ni Pancho sabay nakaw ng higop ng kape habang nagmamaneho. "After dun, saka sila magpo-proceed sa Venison, sa'n tayo dederetso?" tanong nito.

"We freeload the chance to check their CCTV footage."

Pagdating sa barangay, inabutan nilang nakatumpok sa tatlong CCTV monitor sa pader ang mga pulis, tanod, at mga miron, habang pinangungunahan ng kapitan ang pagsuyod sa mga anggulo't posibleng dinaanan ng mga suspek sa pagdukot sa biktimang si Janice Hidalgo. Isiniksik nina Marisol at Pancho ang kanilang mga sarili sa gitgitan ng pinaghalong may mga kinalaman at mga walang kinalaman sa pagre-review ng mga video recordings.

Click. Click. Enter. Space Bar.

"Pause," atas ng isang pulis. "Angle 6, inner street. Gilid ng Supermarket, white van, positive," anas nito, siyang fill-up ng form ng kasama nitong imbestigador.

Matamang nakatutok sina Marisol at Pancho, kapwa rin naglilista ng mahahalagang detalye habang nakikiangkas sa obserbasyon.

"Angle 8," mando ng pulis.

Idinugtong ng imbestigador ang dalawang anggulong dinaanan ng getaway vehicle. Positive, street, route, vehicle color, type, date, time—listadong lahat sa cell phone notes ni Marisol.

Pagkatapos sa barangay, tumulak sila papuntang Venison Supermarket para suriin ang paligid at makipag-ugnayan na rin at kumuha ng statement ng mga empleyado. Mabilis na nalalagas ang oras. Kada silip ni Marisol ng orasan sa kaniyang phone, pakiramdam niya'y sampung minuto nang sampung minuto ang natutunaw bawat kurap.

"Sol, pa'no? Baka maipit tayo sa trapik. Magpi-print ka pa ng tatlong kopya, baka nakakalimutan mo," paalala ni Pancho.

"Yeah, yeah. Saglit na lang," tugon ni Marisol, pilit pinabababa ang taranta.

Bumuntot sila sa mga imbestigador papunta sa opisina ng Venison, humalo sa pakikipanayam sa mga empleyado. Paulit-ulit ang inilalahad ng mga kasamahan ni Janice—wala silang kaide-ideya kung sino'ng maaaring gumawa n'on sa kaniya, o kung bakit siya nabiktima ng gano'ng klaseng krimen. Ang nag-iisang opinyon ng lahat ay babae si Janice, may hitsura't postura, di malayong pag-interesan ng masasamang loob. Na para bang sa kawalan ng dahilan, nauuwi na lang ang lahat sa babae kasi, maganda, at hindi sa maraming salik na mas dapat na tingnan—tulad ng mababang seguridad sa lugar, na ang halang ay halang, ang patuloy na pagtaas ng di-masawatang kaso ng karahasan sa mga babae.

"Sol, anong oras na," pangungulit ni Pancho habang nakatutok pa rin ang recorder sa mga empleyado.

"God, yes. Yes, one moment," taranta ni Marisol habang abala sa pagsusulat sa kaniyang phone.

"'Yung printout," habol ni Pancho.

"Sa office na," tugon ni Marisol.

"Para kang bago, ah. Alam mo kung ga'no kahaba ang pila natin sa printer araw-araw?"

"Fuck, what do you want me to do?" irita ni Marisol.

Inikot-ikot ni Marisol ang tingin, humahanap ng copy o print center sa loob ng supermarket na sa palagay niya, lilitaw na lamang dahil kailangan niya. Hanggang sa maalala niyang nasa supermarket siya. Nang mahagip ng kaniyang tingin ang isang supermarket staff na iba ang uniporme sa ibang empleyado, dagli niya itong nilapitan.

"Excuse me, miss?"

"Yes po, ma'am?"

"Miss, favor? Puwede po ako maki-print? Sorry, sorry."

"Sure po, ma'am. This way po," turo ng staff sa direksiyon ng opisina.

"Panch, Imma go print this shit, keep on recording statements," bilin ni Marisol kay Pancho sabay lakad nang mabilis pasunod sa staff.

Pagpasok nila sa maliit na opisina, itinuro ng staff kung nasa'n ang printer. Bilib na bilib si Marisol nang makita niyang modelong digital printer ang gamit sa opisina ng Venison. Bigla niya iyong naikumpara sa kaniyang opisina na dapat nga'y mas naglalaan ng pondo para sa upgrade ng mga gamit na may kinalaman sa produksiyon at reproduksiyon ng kung ano-anong dokumento.

"Thank you, miss. I'll be quick!"

Rektang saksak ng USB sa printer, pindot, swipe sa touchscreen control. Pakiramdam ni Marisol, kakainin siya nang buhay ng printer. Kung saan-saan siya napadpad kapipindot ng kung ano-ano. Kamamadali, lalong gumapang sa bagal ang responde ng control. Pati printer, natataranta sa taranta niya. Hanggang mapadpad siya sa *Print History.*

No.	Type	Doc Name/Destination	Time	No. of copies	Status/ Result
00324	copy	GARLIC POWDER_066	18:44	2	printed

May kung anong kislap sa kuryosidad ni Marisol dangan ng lubos na pagkatigmak ng isipan sa mga paroo't parito ng pagbuo sa mga sitwasyong magdudugtong sa putol-putol na mga daan tungong hinahabol na kalutasan. Nagpaulit-ulit sa isip niya ang mga sinabi ni Dondi noong gabing sinuyod nila ang mga presinto sa Quezon City—naglalabo, lilinaw, pipihit. Swipe sa history ng mga printed files, hukay, hukay. Mahabang listahan ng mga imbentaryong supermarket mula gulay, sitsirya, de-lata, frozen goods, paminsan-minsang nasisingitan ng mga assignment ng estudyante at biodata ng mga empleyadong nagbabalak lumipat ng ibang trabaho. Dinukot niya ang cell phone sa bulsa, pumunta sa notes, tiningnan ang petsa sa CCTV, bumalik sa control panel ng printer, ideneretso ang paghuhukay papunta sa mga petsang malapit sa petsang nakatala sa video footage. Hanggang tamaan niya ang isang item.

Doc. Name/Destination
Venison Supermarket Human Resource Department Employee Directory_Female

Luminaw nang luminaw sa kaniya ang sinabi ni Dondi. Napangiti siya hindi dahil tama ito; napangiti siya dahil bakit sa dinami-rami ng pasikot-sikot nilang pinagdaanan ni Pancho, hindi nila nakita ang ganitong posibilidad.

NAPAAGA ANG SINGIL ng pabor ni Boni kay Dyorni. Wala siyang ibang maisip na takbuhan para ilipat si Froilan ng puwesto. Hindi nagdalawang-isip si Dyorni dahil sa garantiyang kwits na kapalit. Lumalabas, si Boni pa ang may nakabiting pabor sa kaniya. Ipinagamit nito ang kaniyang bodega sa Binangonan na dating pagawaan ng sabon—gamit bilang pronta para maghugas ng perang galing sa pagpapatakbo ng kontrabandong armas.

Sa gitna ng bodega'y may isang malaking stainless na batya na kasya ang labindalawang taong nakatayo. Nang suriin ni Boni, doon nanggagaling ang mabangong amoy gawa ng bahid ng mga natuyong sabon. Sa palagay niya, iyon ang ginagamit na haluan at lutuan. May apat na posteng I-Beam na pundasyon. Sa palibot ay ang mga abandonadong gamit tulad ng pansala, panghugis, mixer, cutter, pampakete, at kung ano-ano pang inaagiw nang abubot. Malayo sa komunidad ang bodega, buo pa ang kandado ng mga pinto at bintana, ideyal na paglagakan ng mga itatagong gamit o tao kayang hindi nararapat sa laya.

Sa gitna ng dalawang mahabang mesang bakal iginapos ni Boni si Froilan. Hubo't hubad pa rin ito. Kung ano'ng lamig sa botika, siya namang tindi ng init sa bodega. Naglalangis ang buong katawan ni Froilan.

Calling **ONI**...
"O, Boni. D'yan ka na?"
"Ayos na. Salamat."
"Mabuti."
"Napadala mo na?"
"Oo, pina-Lalamove ko din agad."
"Ano 'yung labamod?"
"Basta napadala ko na, ayos na."
"Siya, sige. May utang ako sa 'yo."
"Ikaw na bahala."
End Call

Isinilid ni Boni sa bulsa ang cell phone na ibinigay ni Dyorni sa kaniya at dinukot ang cell phone ni Froilan, muling sinilip ang text ni Sarge O. —ang detalye ng dispatsa.

Lagundi, Morong. 31 Alta-Seniera. Pulang Balon. 11 p.m.

PAGDATING NINA MARISOL at Pancho sa gusali ng kanilang opisina, iniabot sa kaniya ng guwardiya ang isang maliit na parcel, sinlaki ng kahon ng sabon-panligo. May maliit na sulat doon—*To: Marisol Gatdula/From: Obediah Celestial.*

"Obediah Celestial?" usisa ni Pancho.

"Sounds familiar, like I've heard that name somewhere before."

"Tara, ipasa mo muna kay Ogag 'yan 'tapos check natin."

Dumeretso si Marisol sa opisina ni Sox para ipasa ang tatlong kopya ng draft para sa November Special. Inabutan niya itong kumakanta ng *Tin Man* ng America sa portable karaoke.

♫ *[Youtube Instrumental Playback Version]*
Soo pleaaase believe in
**Sa shopee-pi-pi-pi-pi*

Stop

"Boss, excuse me," pasintabi ni Marisol, kipkip sa dibdib ang folder.

"Is that it?" tanong ni Sox.

Tumango lang si Marisol. Inilahad ni Sox ang kanang kamay, siyang lapit ni Marisol para iabot ang folder na parang isang batang nagsauli ng inumit na kung ano.

"Good. Screening Committee will be here in a bit, balitaan kita," anas ni Sox sabay pindot ng play, tumuloy ang ad, pilit niyang dinutdot ang skip.

Lumabas si Marisol. Tumulak siya papunta sa mesa ni Pancho, inilapag ang isang pirasong papel.

"Ano 'to?" taka ni Pancho.

"Print history sa Venison. Read," tugon ni Marisol, siyang basa naman ni Pancho. Wala itong maintindihan.

"Di ko gets," amin ni Pancho.

"Print history ng profile ng mga empleyadong babae ng Venison."

"O, ano?"

"Petsa, ilang araw bago dinukot si Janice. Dondi has a point, see? Possible source, mismong opisina ng Venison, someone inside."

"Sol, baka naman nag-print lang para sa—"

"Panch, what the? Why only print female master list?" putol ni Marisol.

"Teka, teka. Gets kita. Oo, napaisip ako sa sinabi ni Dondi, pero circumstantial 'yan, Sol."

"What's not circumstantial, Panch? Until we connect all the dots, even third graders would call it circumstantial."

Patlang. Hindi malaman ni Pancho kung sumasang-ayon sa kaniya si Marisol at katapusan na ng diskusyon.

"But who says we're here to connect it all by ourselves?"

"So ibig sabihin—"

"We're here to piece together what we've got, stir up questions from the public, and pressure the authorities to take action!"

"Puta, ngayon lang ako sasang-ayon sa 'yo medyo-medyo. Kaso di mo talaga 'ko pinatatapos magsalita palagi, animal."

"I dropped some gold right there, huh? I know you won't admit it, but I get it. I understand."

"Bilib ako sa 'yo, di ka nawawalan ng bilib sa sarili mo."

Ngumisi lang si Marisol. Iiling-iling si Pancho ngunit may itinatagong ngiti.

NAKIPARADA AKO NG L3 sa tapat ng junk shop isang kanto ang pagitan sa Garden of Memories. Kailangan kong pakiramdaman ang paligid sa isang pangkaraniwang araw. Guwardiyado ang sementeryong ito pero may kaluwagan sa ganitong araw. Sa ibang sementeryo, naglalagay lang ng tanod para magbantay, kakargahan ng pulis tuwing undas. Samakatuwid, dito sa Garden na angat ang estado kumpara sa ibang sementeryo, kung undas ay lespu at jaguar ang iintindihin ko, asahan na dagsa ng tao, mas mahigpit ang sementeryong ito kumpara sa iba.

May mahahabang plant box ang bawat madaraanang lote. Bukas ang gate sa kabilang dulo, bandang kanan—alternatibong entrance, o kung undas, malamang dito ang magiging labasan. Hinanap ko ang puwesto ng loteng sinasabi ni Dyorni. Sinilip ko ang oras sa cell phone. Alas-tres dose.

Pagala-gala ang tingin ko. Umabot ako sa chapel. Sa gilid, isang malawak na loteng wala pa masyadong nitso. Nakita ko ang dalawang mama na naglalakad, nag-uusap. Sa mga pakumpas-kumpas at turo kung sa'n-sa'ng dako, astang bibilhin ang buong sementeryo. Kahit sa malayo, kilalang-kilala ko ang hilatsa ng walang-hiya—si Jolas. Lumakad ako sa kabilang lote para sipatin ang kasama nito. At hindi ako nagkamali ng hinala, nakita ko na ang tarantadong ito. Una't huling beses dumalaw kay Lolo Melchor, ganid na nakipagsabwatan sa kapwa ganid ang putanginang tarantadong hulmahan ng lahat ng kasamaan sa mundo.

Inikot ko ang Garden. Sa mga semento, makakikita ka ng mga linyang de-numero. Nakulong ako nang mahabang panahon, oo. Pero alam na alam ko ang mga ganito: negosyong undas. Antemano, tanda ito ng mga pupuwestong magtitinda sa araw ng patay.

Binaybay ko ang mga linyang may marka, napuputol ito papunta sa lote nina Jolas. Ibig sabihin, ang mga guhit ay para sa mga rerenta. Kung may lote ka sa loob, daig mo ang tubong lugaw kung gagamitin mo itong puwestong tindahan sa undas dahil walang magagawa ang mga tao kahit pa sampung beses na mas mahal ang paninda mo. Hindi nila ipagpapalit ang tsansang nakapasok na sila sa loob para lang bumili sa labas ng isang boteng mineral water at pumila ulit nang pagkahaba-haba pabalik sa loob, na pinababagal pa nga ng mahigpit na seguridad.

May ilang araw na lang para pag-aralan kung pa'no ko babalasahin ang sitwasyon sa paparating na undas, at kailangan kong matiyak, na sa lahat ng balasang mangyayari, sa akin dadapo ang lahat ng alas.

BINUKSAN NI MARISOL ang parcel. Sa gitna ng mga nakasiksik na kulumpon ng papel, may isang maliit na sachet na may nakasilid na memory card. Kung ano-ano ang naglalaro sa isip niya. Agad niya iyong isinaksak sa kaniyang laptop, matiyagang naghintay na basahin at kilalanin ng kaniyang laptop ang memory card.

"Fuck! Bakit ayaw?"

"Ano 'yun?" usisa ni Pancho. Lumapit ito kay Marisol para silipin ang ikinagagalaiti nito. "Wait, wait! Eject mo, 'wag mong format!"

"All right. Wait—"

"Alis ka nga d'yan." Pumalit sa mesa si Pancho, maingat na tinanggal ang memory card sa laptop. "Subukan nating i-recover."

"Sige, please."

"Ano ba'ng laman nito?"

"Seriously? 'Kita mong hindi gumana, Pancho B. Alvarez."

"Subukan kong ayusin."

"Thanks."

"Wala ka namang tinatagong sex scandal, Sol?" kantiyaw ni Pancho.

"Don't worry, you'll be the first to have a copy, asshole."

Bumalik si Marisol sa laptop, napako ang tingin sa kahon ng parcel. From: Obediah Celestial.

Google Chrome. Click. New Tab. Search – Obediah Celestial – Enter.

https://www.Philstar.com
Political Prisoner Plunges to Death in Quadrangle: Suicide or Foul Play?
Obediah Celestial, a 59-year-old political prisoner held at Abadiano Prison, tragically plummeted to his death in the quadrangle. Authorities are investigating… Continue Reading

https://www.inquirer.net
Labor Leader Obediah Celestial Faces Charges of Illegal Firearms and Explosives
Labor leader Obediah Celestial is under scrutiny as charges of possessing illegal firearms and explosives emerge. The allegations… Continue Reading

https://www.smninewschannel.com
Pamahalaan, tagumpay sa pagkakadakip sa komunistang si Ka Obed: Mga iligal na armas nasabat
Tagumpay na naman ang kampanya laban sa komunistang puwersa sa pagkakadakip ni Obediah Celestial o kilala bilang Ka Obed ng… Continue Reading

Sabayang kilabot at hiwaga ang naramdaman ni Marisol sa mga nabasa. Sa isip niya, paano siya padadalhan ng isang taong patay na? Ano'ng pakay nito sa kaniya? Ano ang gustong iparating nito? Higit sa lahat, ano ang laman ng memory card na ayaw basahin ng laptop niya?

"Panch!" tawag ni Marisol.

"Sandale, inaayos ko 'to, oh?"

"Panch, one moment. Check this out!"

Yamot na lumapit sa kaniya si Pancho, salitang tiningnan ang pangalan sa parcel at mga article sa browser search ni Marisol. Tulad ni Marisol, kapwa siya nagulumihanan sa natunghayan.

Klik! Bagk! bukas ni Sox ng pinto ng kaniyang opisina, patingkayad na sinilip si Marisol sa cubicle.

"Marisol!" tawag ni Sox.

"Boss?" angat ni Marisol ng ulo mula sa cubicle sabay balikwas ng tayo.

"Inside," mando ni Sox.

Dali-daling tumulak si Marisol papunta sa opisina ng kaniyang amo. Naiwan si Pancho na pilit pa ring inuunawa kung sino si Obediah Celestial at ano'ng ibig sabihin ng ipinadalang memory card na hindi gumagana.

30
ROUGH CUT

LAHAT NG POSIBLENG pampakalma, sinubukan na ni Boni. Yosi, pakanta-kanta, yosi, paglalagalag ng tanaw sa mapuno't mabukid na daan papunta sa dispatsa. Ngunit mentras itinatanggi niya sa sarili ang nararamdamang kaba, lalo lamang siyang nilalamon ng labis na pagkabalisa. Umikot na sa manibela ang pawis galing sa naglulusak niyang mga palad. Kalahating kaha na lamang ang natira sa baon niyang dalawang kahang sigarilyo. Sinilip niya ang oras sa cell phone. 10:47 p.m.

Lagundi, Morong. 31 Alta-Seniera. Pulang Balon.

Mula sa di-kalayuan, literal na pulang balon ang natanaw ni Boni—naglulumiwanag sa gitna ng madilim na lugar. Mabukol ang lupang daan, aalog-alog ang L300. Masukal ang paligid, sa kabilang dako ng kasukalan ang tumbok ng pulang balon. Sa hantad na puwang na nagdudugtong sa kap'rasong kongkretong daan, nakahimpil ang isang itim na sedan. Bumusina ito bilang hudyat. Pagsapit niya sa buntot ng sedan, tinatiya niya ang mga susunod na galaw ng nasa loob. Pagbaba niya, siyang bukas ng car trunk. Mistulang nilamon ng lupa ang kaniyang mga paa, halos ayaw humakbang kahit pa pilitin niya; daig pa ang sandaang taong pulikat.

Sinikap niyang lumakad papunta sa sasakyan. Bumabalik sa kaniya ang mga sandaling umaawit ng Eddie Peregrina si Lolo Melchor bago niya ito makitang butas ang leeg at inaagasan ng malapot na dugo.

♫ *Lalala lala lala!*
Hmmm masawiiiii hmmm
lala lala

Papalapit nang papalapit sa nakatiwangwang na trunk, aninag na niya ang laman. Itim na backpack na nakapatong sa isa pang mahabang itim din na bag. Nalulunod siya sa umaapaw na ligalig sa kaniyang dibdib. Salitan ang kaniyang tingin sa trunk at sa nasa loob ng sasakyan kahit pa tinted ang bintana nito. Palagi niyang sinasabi sa sarili, walang magagawa ang pag-iwas sa tinutumbok ng katotohanang hubo't hubad na sa kaniyang harapan. Ngunit malay siyang hindi kailanman magiging handa ang kahit na sino sa mga katotohanang hindi palaging naghahatid ng alwan. Hindi humihinto ang pag-awit ni Lolo Melchor sa kaniyang pandinig.

♫ *Hmmmm lalala*
ako ay nagdarasal na lala hmm
Lalala hmmmmm

GINABI NA SINA Marisol at Pancho sa opisina, magkatuwang na pinaglalamayan ang gitla sa mga biglang pasok na salimuot sa mismong punto ng kanilang tinutungong usad sa proyekto.

"Could you fucking believe that?"

"Tangina, di ko na alam."

"They approved of that kamikaze draft?"

"Title pa lang nito, kalokohan na. *Nightmare Circus* amputa. Sa'n tayo hahanap ng circus? 'Tapos nilagyan mo pa ng kababalaghan. Gago ka talaga, Sol!" yamot ni Pancho.

"I did that because I was so sure it wouldn't get a nod," katwiran ni Marisol.

"O, ngayon ano?"

"Alright, listen up. We gotta hustle on our project. I've got the sequence and text ready."

"Kelan?"

"You got the keys to the editing room?"

"Seryoso ka?"

"Time is now, the only time we can buy is before the specials."

Iiling-iling si Pancho ngunit wala nang nagawa kundi kunin ang susi ng editing room sa locker.

"Panch, 'yung micro SD?" paalala ni Marisol.

"Inaayos ko pa. Ano ba'ng uunahin ko?" singhal ni Pancho.

"Okie. Sorreh."

Binuksan ni Marisol ang Bluetooth speaker sa common table, ikinonekta sa kaniyang phone, isinalang ang Greatest Hits ng TLC habang ginagayak ni Pancho ang editing room.

HINDI MAPIGILAN NI Boni ang panginginig ng kaniyang katawan. Mahigpit niyang ikinuyom ang kaniyang mga kamao, paulit-ulit sinubok sawatahin ang mga kusang yanig sa braso, tiyan, at mga tuhod. Matapos ang huling isa't kalahating hakbang, nakatingala na sa kaniya ang laman ng trunk. Bahagya niyang binuksan ang backpack, sumilip ang mga nakagomang tig-iisang libong piso. Ibinaba niya ang backpack sa gilid ng kaniyang paanan. Naiwan ang mahabang bag sa trunk at lalo lamang umigting ang kaniyang ngatog nang umakap ang lapat ng bag sa hugis ng nakasilid.

NAMALAOT SA DAGAT-DAGATAN ng kape sina Marisol at Pancho habang niraratsada ang paglalapat ng mga naipong materyal sa editing room. Sa kauna-unahang pagkakataon, namalas nilang nagsasa-mapa ng mga tamang tanong ang kanilang imbestigasyon—humihinga sa mga inihahaing posibilidad, nagmumungkahi ng mga katotohanang bagaman nakasandig sa peligro, nagpapahiwatig ng mas malalim na pagtingin sa tila perpetwal na pang-aabuso sa kapangyarihan ng mga nasa poder; ng laging pagpapahirap at pagkakasangkapan sa mga itinuturing na mahina.

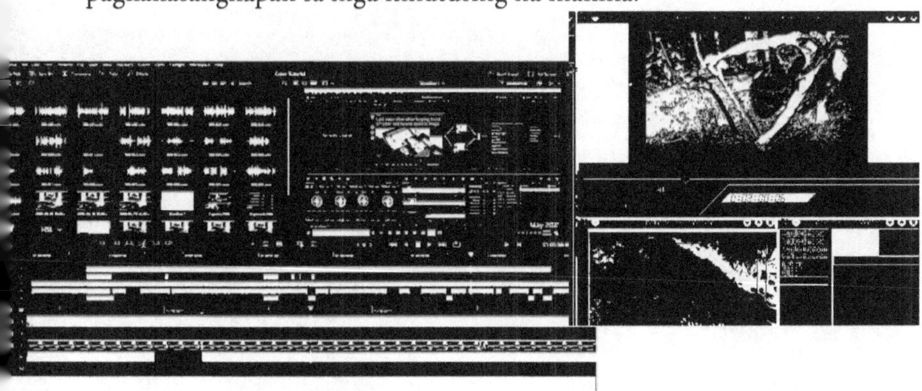

Mula sa serye ng pagpatay sa mga kababaihan tungo sa kanilang identidad, sa presentasyon ng kaso ni Divine at ng kalansay na hindi niya pagmamay-ari—ang detalye ng mga ito, ang kuwestiyonableng paghuli kay Rebo Arnaiz papunta sa pagkamatay ng dalawang inmate na may parehong kaso at nakapiit sa magkaibang pasilidad; ang statement ni Dandreb Camacho ng Valenzuela City Jail tungkol sa embudo kung saan pinangalanan si Sarge Ortiz; ang kahina-hinalang regional assessment sa kaso ng ilegal na droga sa NCR na inilathala ng DILG, PDEA, at PNP; ang kaso ni Janice Hidalgo ng Venison Supermarket at posibleng kinalaman ng mismong pamunuan nito sa paglalabas ng identidad ng mga babaeng empleyado; at ang paglitaw nang buhay ni Divine Amadeo. Ang lahat ng ito, pawang mga lubid na naghihintay magbigkis. Batid nina Marisol at Pancho, maghihigpit ito oras na umabot sa publiko na inaasahan nilang magiging kaisa sa paniningil sa otoridad—na iminumungkahi rin ng proyekto—bilang mga numero unong responsable sa mga karahasang walang tunay na nananagot.

SHOT | PICTURE | TIME | AUDIO
1 | C6—CS | 04 | Ambient Sound – VO. – *from interview*

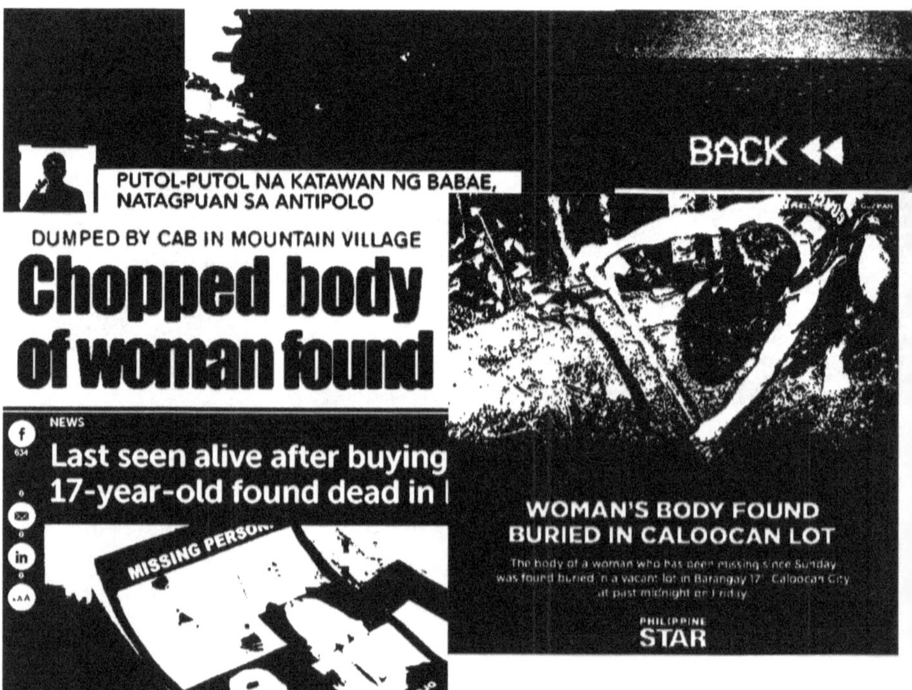

"We gotta get Dondi on record officially. That'll definitely up the docu's credibility," mungkahi ni Marisol kay Pancho na nakasubsob sa editing table. "Yeah. And don't forget about the CCTV footage in the mall," dagdag pa niya.

"Kung papayag."

"Why not? Divine's back and this could totally stick it to the pigs and the ones behind it, yeah?"

"Buhay, oo. Pero hinahanap pa rin. Huwag nating pangunahan 'yung tao, baka ma-hassle pa 'yung diskarte."

"Well this could help out in surf—"

"Sandale, Sol. Isipin mo: Tayo pa nga ang binigyan ng pabor ni Dondi. Sinimulan natin 'to, blangko tayo." Huminto saglit si Pancho sa ginagawa, pumihit sa direksiyon ni Marisol. "Siya ang halos bumuo ng lahat; siya ang nakakita sa kapatid niya. Tama ang mga punto niyang kinontra-kontra mo dati, di ba? Pinagbintangan mo pa."

"The fuck is wrong with you, Panch?"

"Hayaan natin si Dondi sa diskarte niya."

Sambakol ang pagmumukha ni Marisol, hindi na kumibo, dinampot ang kaha ng yosi sa editing table at lumabas. Ipinagpatuloy ni Pancho ang ginagawa.

ANG PAG-AWIT NI Lolo Melchor sa pandinig ni Boni ay unti-unting napalitan ng boses ni Sarah, umaawit ng Celeste Legaspi. Sa paglapat ng kaniyang mga kamay sa bag, lalo lamang bumilis ang paghinga niya.

Dahan-dahan at maingat niyang kinalag ang taling buhol sa uluhan ng bag, tiklop ang kaniyang mga labi, itinatanggi ang pangangatal. Walang-tigil ang pag-awit ni Sarah sa kaniyang pandinig.

WALANG MAKAPIPIGIL KAY Marisol, ngayon pang nakikita na niya ang kabilang dako ng sinimulang proyekto, ng nilalayon bago pa man tumayo sa kasalukuyang propesyon, ng pangako sa matalik na kaibigan. Hindi ang mga salita ni Pancho ang makapipigil sa kaniya.

Dinukot niya ang cell phone. Malay mang dis-oras na, hindi siya nagdalawang-isip tawagan si Dondi. Hindi ito sumasagot. Inilapag niya ang cell phone sa mesa, hinayaang magtuloy-tuloy ang tawag hanggang makapamingwit ng sagot.

Binuksan niya ang kaniyang laptop, bumalik sa atensiyon niya si Obediah Celestial. Pangkaraniwan siyang nakatatanggap ng mga tip, kalakhan ay walang pagkakakilanlan ang pinagmulan. Muli, bagay na pangkaraniwan sa linya ng kaniyang trabaho. Unang pagkakataon, pangalan ng isang yumaong labor leader ang gamit ng nagpadala ng, sa tingin niya, isang tip na hindi pa niya malaman kung ano'ng kinalaman sa mga nagdaan at kasalukuyan niyang kasong sinusundan.

"Yes, hello?"

"Shit! Shit!" biglang dampot ni Marisol ng cell phone; madulas-dulas pa ito sa kaniyang kamay bago naidikit sa tenga.

*Ongoing call...*DONDI AMADEO

"Hello, hello?"

"Yo."

"Dami kong ginagawa, 'wag mo 'kong i-yo, yo."

"How's everything? Si Divine?"

"Pag nagkita na lang tayo, pasensiya na. Dami ko pang iniisip."

"How 'bout I drop by in the a.m?"

"Para saan?"

"Ahhh, for the stuff you can't dish over the phone?"

PALAKAS NANG PALAKAS ang nginig ng kaniyang kamay. Nang makalag niya ang buhol, kumawala ang maiksi ngunit makapal na buhok ng nakabalot. Dahan-dahan niyang ibinaba ang tabon sa mukha nito. Nanlaki ang mga mata niya sa nakita. Ramdam niya ang labis na panlalamig ng kaniyang katawan. Para siyang nabibilaukan sa hanging mabilis na naglalabas-masok sa kaniyang bunganga. Itinapal niya ang kanang palad sa bibig, ikinurap-kurap ang mga mata, na para bang mababago n'on ang tanawing namalas niya. At sumabog na nang tuluyan ang luha ni Boni. Nanlalambot ang kaniyang mga tuhod. Pakiramdam niya'y kayang-kaya siyang itumba pag umihip ang malakas na hangin. Dinig niya ang ugong ng kaniyang iniipit na hagulghol. Walang-tigil ang pagguhit ng mga luha sa magkabila niyang humpak na pisngi.

31
GUNITA NG GIMBAL

PUNONG-PUNO NG PAG-ASA ang puso ni Divine. Hindi sumagi sa isip niyang makakaalis pa siya sa impiyernong iyon. Pagdating sa presinto, nakaramdam siya ng seguridad kahit papa'no. Takot na takot niyang inilahad sa mga pulis ang kaniyang sinapit. Hindi makapaniwala ang mga ito sa pinagdaanan niya. Pagkatapos siyang kuhanan ng statement, tulad ng normal na daloy ng mga pampamahalaang opisina't ahensya sa bansa, kinailangan niya pa ring dumaan sa mga burukratang proseso—mga prosesong hindi kumikilala ng pisikal o mental na pinsala. Pagkatapos ng paandar ng kung ano-anong papel, logbook, at rekisito sa report, humiling si Divine na makontak ang kaniyang kapatid—para lamang biglang umikot ang mesa sa pagpapatuloy ng daloy ng panayam. Siya na ang nasa silya ng pangunguwestiyon.

"Hija, sigurado ka ba dito sa mga pinagsusulat natin dito? Puwede kang makasuhan pag napatunayang gawa-gawa ang mga ito, ha?" usisa ng de-mesa.

"Totoo po lahat ng sinasabi ko. Puwede ko na po bang tawagan ang kapatid ko? Please po?" pakiusap ni Divine.

"Sigurado kang hindi ka isto-away?"

"Po?" taka ni Divine.

"Layas?" paglilinaw ng de-mesa.

"Be, magsabi ka lang ng totoo. Tutulungan ka namin, ha?" singit ng babaeng pulis na nangangasiwa sa women's desk.

Nagtataka na si Divine sa biglang pagbabago ng asal ng mga pulis. Hindi niya malaman kung ilang ulit niya pang uulitin ang kaniyang kuwento. Naglapag ng bolpen at papel ang de-mesa sa kaniyang harapan.

"Sige, hija. Isulat mo diyan ang numero ng kapatid mo para matawagan namin, ha?"

Bantulot na dinampot ni Divine ang bolpen, isinulat ang cell phone number ng kaniyang kuya. Dagli iyong kinuha ng de-mesa at iniabot sa babaeng pulis na sumige sa kabilang mesa na may landline.

Nang makarating kay Major ang nangyari, katakot-takot na mura ang inabot ni Gilbert. Mabilis nitong pinagana ang lahat ng kaniyang koneksiyon para tukuyin ang kinaroroonan ni Divine. Sumadya siya sa boutique para kumuha ng mahahalagang impormasyon. Sa loob-loob niya, matinding kalat ito pag nagkataon. Bago lisanin ang mall, bumili siya ng isang extra SIM card.

Mabilis pa sa kurap ng taong napuwing ang tip mula sa rekursong militar. Agad na tumulak papunta sa tumimbreng presinto si Major. Pagdating doon, para siyang nakaliyamado sa sultada nang makita niya si Divine.

"Medyor!" Biglang tayo ang de-mesa ng presinto, masigasig na sumaludo.

"Magandang araw, pasensiya na kayo sa abala," paumanhin ni Major.

"Ito 'yung numero nung boypren, Major," abot ng de-mesa ng kap'rasong papel.

"Salamat, bok. Ahh, nag-aalala na 'yung tatay niyan, kasamahan din, ibinilin lang sa 'kin. Paulit-ulit na ganyan, tatakas. Pupunta sa nobyo, e. Ibang klase kabataan ngayon."

"Sinabe mo pa, Medyor. Pa'no, ando'n sa conference, para makapag-usap kayo."

"Sa'n ang banyo?"

Lumakad papunta sa CR ang dalawa, doon nag-abot ng 'pangmeryenda' si Major. Lampas tenga't abot-anit ang ngiti ng demesa dahil ang pangmeryenda na niya ay katumbas ng sambuwang panghulog sa motor.

Tumulak papuntang conference si Major. Pagbukas niya ng pinto, namalas niya ang gulantang ni Divine, ang labis na takot sa mga mata nito, bagay na nagpaapaw ng kaniyang libog.

Bago makabalik sa mansiyon ni Major, nasundo na si Gilbert ng kaniyang tiyahin na taga-Loyola at doon muna pinauwi. Solo ni Major si Divine.

Pagdating sa impiyerno, deretso sa kuwarto ni Major. Takot na takot si Divine, hindi matigil ang iyak, nagmamakaawa. Lalong hindi sumagi sa isip niya na pagkatapos makatikim ng saglit na laya, babalik na naman siya sa impiyerno—sa kamay ng halimaw.

Dinaklot ni Major si Divine sa buhok, napatitingkayad ito sa ibayong hapding kumalat sa kaniyang anit. Pinuwersa siyang hubaran ni Major, punit ang pang-itaas. Lumuwa ang kaniyang suso, ibinalibag siya sa sahig at tinanggalan ng pang-ibaba.

"Harapan na tayo ngayon, di ka ba natatakot sa 'kin?" tanong ni Major kahit pa kitang-kita na niya ang hilakbot ni Divine hanggang kaluluwa.

Inapakan niya si Divine bandang tenga, sakop ng talampakan ang panga't sentido. May kung anong lugod sa kaniya sa tuwing pupuwersahin niya ang tuon ng bigat at makikitang labis ang sakit at hirap na tinatamo ng dalaga.

"Aghhkkk! Ughhkkk! Taaaama naaaaaa!"

"Hindi ka natatakot, matapang kang tumakas, e," diin pa ni Major ng talampakan sa mukha ni Divine. "Putangina ka, tangina mo!" Sabay kalag ng talampakan.

Dumako si Major sa mataas na cabinet, hinawi ang sliding door, humugot ng club sa golf bag. Sinikap ni Divine na gumapang papalayo. Lalo iyong ikinaulol ni Major. Hinagad niya ito't pinagpapalo kung sa'n matamaan. Panay ang salag ni Divine gamit ang braso, hanggang mapuruhan na rin ang mga ito't mabalian ng buto. Gulaman ang kanang braso ni Divine, nakasalalay ang kaliwa sa sahig. Pilit niyang sinisipa ang sahig para makaatras at makaiwas sa pinauulang hambalos ni Major. Hanggang sa mawalan siya ng malay. Tihayang napahiga si Divine. Wala pa ring humpay kapapalo si Major. Basag ang noo nito at panga, bali ang ilong, sabog ang mga labi.

Sa kauna-unahang pagkakataon, naramdaman ni Major na tinatayuan siya ng pagkalalaki. Bahagyang bumukol ang burat niya sa kaniyang brip. Napahinto siya, hinimas-himas ang alaga at saka bumalik sa paghataw sa wala nang malay na si Divine. Salitan ang baling niya rito at sa kaniyang naghuhumindig na ari. Nagmamadali niyang hinubad ang kaniyang salawal at brip, hinahabol ang milagrosong pagtigas. Sinakal niya ang kaniyang burat at nagmamadaling sinalsal. Namumula ang kaniyang mukha, parang mauubusan ng hangin, sige ang habol sa tigas. Umangat paitaas ang kaniyang dalawang itlog, ramdam niya ang pag-angat ng likido.

"Aghhhhhahggghh!"

Ipinusitsit niya kay Divine ang sago-sagong lumabas sa kaniya—sa mukha, dibdib, leeg. Pagkatapos labasan at pigain ang latak, unti-unting lumukob sa kamalayan niya ang resulta ng kaniyang kahayupan. Nanginig ang kaniyang mga tuhod. Pagbukas niya ng palad na ipinansalsal, wala siyang paninigas na natunghayan.

Hubo pa siyang tumungo sa dresser para kunin ang cell phone, natatarantang gumawa ng tawag. Pagkatapos sagutin ng nasa kabilang linya, natapos ang usapan sa dalawa, tatlong salita lamang. End call. Hinugot niya ang kaha ng SIM card at ipinasak ang binili sa mall. Iniangat niya ang hubong siyorts at dinukot sa bulsa ang papel na ibinigay ng de-mesa.

HINDI KO MAIGALAW ang mga braso ko. Naalala ko ang larawan ng magkapatid sa botika. Ang ngiti nila. Sabi ni Dondi, pauwi na si Divine. Pero heto siya ngayon sa harap ko, walang-buhay, halos mabura ang mukha, bakas ang sobrang hirap na pinagdaanan. Hindi mawaglit sa isip ko ang posibilidad na pinagdaanan din ito ng anak ko. *Diyos ko. Ano'ng klase ng mga tao ang may gawa nito?*

Binitbit ko ang bag ng pera at lumakad papunta sa drayber. Sa tama ng kaunting liwanag mula sa poste, bahagyang aninag ang loob ng sasakyan. Natanto kong wala itong kasama. Kinatok ko ang bintana, kalahati niyang ibinaba. Hindi sapat ang siwang na 'yon.

"Kulang 'to," angat ko ng bag, pantay sa mga mata niya.

"Pa'nong kulang? E—" Sabay todo baba niya ng bintana.

Dagli kong initsa ang bag at sinunggaban ng hatak ang kaniyang leeg. Pilit kong inilabas ang ulo niya sa bintana.

"Putangina ka! Ughk!"

Nahila niya ang ulo niya pabalik at sinubukang isara ang bintana. Sinalubong ko ang pag-angat nito, buong lakas kong binaklas. Nakita kong may kung ano siyang dinudukot sa kaniyang kanan. Bakal. Dinakma kong muli ang leeg niya, humugot ako ng buwelo't bumitiw ng isang sapak. Hindi ako makatodo gawa ng liit ng espasyo. Nang mapansin kong kapit na niya ang baril, dali-dali kong piniga ang leeg niya—sa pagitan ng tenga at panga.

Bang! Bang!

Butas ang bubong ng sasakyan. Tumatagos ang galit na galit na puwersa ng hinlalaki ko sa leeg niya. Unti-unting lumuwag ang kaniyang pulso at nabitiwan ang baril. Mahina na siya't lawit ang dila. Nag-iwan ng malalim na yupi ang hinlalaki ko sa leeg niya. Sinagapak ko siya sa bibig at tuluyan siyang nawalan ng malay.

NAKATULUGAN NA NI Pancho ang trabaho. Pagsilip ni Marisol sa labas, maliwanag na. Dahan-dahan siyang pumasok sa editing room, tinantiya-tantiya ang himbing ni Pancho. Ilang dutdot ang ginawa niya sa balikat nito. Walang-galaw. Dinukot niya ang susi ng sasakyan sa bulsahan nito. Dali-dali siyang lumabas ng opisina, bumaba ng gusali, direkta sa parking, inilabas ang sasakyan at bumiyahe papunta kay Dondi.

DINALA KO SA bodega ang labi ni Divine. Isinalansan ko nang maayos ang isang sulok at doon siya inilagay. Naalimpungatan si Froilan, nagulat sa isa pang mamang nakagapos sa harapan niya.

"Me—M-Medyor?"

Major ang unawa ko sa uutal-utal na tawag ni Froilan sa mama. Kung pulis o sundalo, hindi ako sigurado. Ano't anuman, putangina ng mga 'to, masyadong pinaninindigan ang pagiging mga unipormadong ulupong. Putangina, hindi ko malaman kung ano'ng katumbas na dusa ang dapat sa mga buwakananginang 'to. Pero isa ang malinaw sa akin. Hindi sapat ang kamatayan. Hindi kahit kailan. Hanggang kabilang-buhay.

Pilit iniangat ni Major ang mukha niya sa pagkakasubsob sa sahig. "O-Ol—lan, a—an—ano—pweh, pweh!" dura niya ng mga damo't lupang pinala ng bibig niya habang kinakaladkad ko siya kanina papasok dito sa bodega. "An—ano 't-'to?"

Lukot na mukha lang ang isinagot ni Froilan. Gumulong patihaya si Major nang pilitin nitong lumingon sa akin.

"Ano 'to? Ano'ng tawag dito?" balik-tanong ko sa kaniya.

"Putang—sino kang hayup ka?" angil nito sa akin, buo pa rin ang tapang.

"Tawag dito, puki ng ina mo ka!" Sabay tadyak ko sa mukha ng tarantado.

Gumulong siya sa paanan ni Froilan, putok ang nguso, nagsisipon ng dugo, kikisi-kisi sa kirot, paigkas-igkas, pilit na humahanap ng maginhawang puwesto—na ginagarantiya kong hindi matatagpuan sa kahit na anong sulok ng lugar na 'to.

"Buhay paraiso na kayong mga suweldado ng gobyerno, nakuha n'yo pang magdala ng impiyerno sa mga taong di nakakaranas ng ginhawang tinatamasa n'yong mga putangina n'yo!"

"S-Sino ka b—ang p-putang in—n-na ka? NPA ka, 'no?" balik sa 'kin ng putanginang major na hindi nauubusan ng angas sa katawan. Napansin kong tinatabig na siya ni Froilan gamit ang paa, sinasaway.

Tatlong mabibigat na hakbang at dinaklot ko sa ulo ang putanginang tarantado't pinahalik ko sa matutulis na buto ng kamao ko. Limang balik kasabay ng PU-TANG-I-NA-MO!

"Ano? Matapang ka pa rin?"

"Ughghh! Ughhh! Kalagan mo 'ko—hahhgh—makita naten," hamon nito sa 'kin.

"Gusto mo?"

Ngumisi lang ang bwakanangina. Lumakad ako papunta sa mesang patungan ng mga gamit panggawa ng sabon. Hinawan ko ang mga gamit, hanggang makakita ako ng kalawanging kutsilyo at gunting. Bumalik ako kay Major, inilapag ko sa tabi niya ang gunting. Pinadapa ko siya't unti-unting pinigtas ang gapos sa kaniyang kamay.

"Tignan natin tigas mo," anas ko habang simpleng nakatuon ang paningin ko sa kaniyang kanang kamay na nauna nang makalagan. At walang kasindaling tantiyahin ang mga kagayang ulupong ni Major. Dahan-dahan nitong binuweluhan ng sunggab ang inilapag kong gunting sa gilid niya. Isinunod kong tastasin ang mga kawad niya sa paa. Pagdampi ng kamay niya sa gunting, kalahati akong umangat at umunday ng saksak sa kanan niyang alak-alakan.

"Aaaahhghhghhkkkkk! Ukinaaaaaaam!"

Hindi ko hinugot ang kutsilyo, isinagad ko ng tarak at dinukot ang kalamnan niya—pakayod, pahalukay. Hanggang madukot ng talim ang laman sa ibabaw ng binti niya; sa ilalim ng hita, walang iniwan sa inunan ng inahing pusa. Naglawa sa malapot na dugo ang sahig, sumingaw ang angis, at saka ko kinalag nang tuluyan ang kaniyang gapos sa paa.

"Ukinaammmmm! Ahgggkkk! Aaaaaahhhhhh!"

Sigaw siya nang sigaw, parang ginugunting na yero ang timbre. Lalong kumalat ang dugo niya nang pumasag-pasag siyang parang isdang tinanggal sa tubig.

"'Yan, kalag na. Bangon," hamon ko sa kaniya pabalik. "Tayo, Major." Nilingon ko si Froilan, "Ikaw, kalagan din kita?" alok ko sa kaniya. Iiling-iling ang hindot. Naalala ko ang sinabi ni Terno, gumamit ng pamilya. Labag man sa prinisipyo, inilalagay ako ng sitwasyon sa ganitong posisyon.

Binalikan ko ang text kay Froilan.

CORA

Boss gud pm .. short n po badyet alaga u..

"Sino 'tong Cora? 'Tong alaga mo? Anak mo sa labas? Sustento?" tutok ko ng cell phone sa mukha ni Froilan.

"B-Bossing, 'w-'wag."

"Di mo 'ko amo. Nasa'n si Sarah?"

"B-Boss, wa—w-wala 'kong alam, boss."

"Putangina mo. Sige, pasensiyahan tayo."

Umupo ako sa tabi ni Divine, nagsindi ng sigarilyo. Hindi ko na maikukuwento sa kaniya kung ga'no siya kamahal ng kapatid niya. Nakahihilam ba ang usok ng sigarilyo o nagluluhang kusa ang mga mata ko? Hindi ako paladasal, pero sa pagitan ng hitit-buga, umusal ako ng panalangin para sa kaniya. Kung may silbi iyon, hindi na rin siguro mahalaga. Respeto sa nahirapang kaluluwa, ang pangakong maihatid ang katarungang nakabatay sa lahat ng uri ng sukdulang dusa.

Nagbangon ako't lumakad papunta kay Major, hindi pa rin ito magkandamayaw sa pamimilipit. Pagkatapos ng huling hitit, pinatay ko ang sigarilyo sa kaniyang kanang mata.

"Puuuuuttaaaaangina moooooo!"

Agad na nagdikit ang kaniyang mga talukap. Mentras ikinukurap niya para alisin ang hapdi, lalo lamang magdidikit ang sariwang lapnos na dulot ng galit na galit na baga ng upos. Hinila ko siya sa paa, gumuhit ang dugo niya papunta sa pundasyong bakal. Doon ko siya itinali. Kinuha ko ang cell phone sa bulsa niya. Heto na naman, kailangan ng daliri. Kaya siguro hindi ko pa mabitiwan itong kutsilyo.

"Aaaaaaagggghkkkk! Putaaaannngggina mooooo!"

Tumulak ako papalabas ng bodega. Pinakamahirap para sa akin ang maging tagapaghatid ng balita kay Dondi.

Bago bumiyahe, rumeply ako sa text n'ong Cora.

To: **CORA**

Bigay mo sakin detalye m magppdala akong badyet...

Sending...

Message Sent!

32
FAST BACKWARD

BATBAT MAN NG alinlangan, sinapalaran ni Sarah na kitain ang asawa ni Froilan. Habang biyahe, hindi siya mapakali. May kung anong kakaiba sa kaniyang pakiramdam. Sa isip niya, sinong maybahay ang magiging gano'n ka-kalmado kung lumitaw ang kalaguyo ng kaniyang asawa't maghayag ng detalyeng hindi lamang nagtatapos sa isang ipinagbabawal na relasyon? Ipinaalam ni Sarah na nabuntis siya ni Froilan, at ang nakuha niya pabalik, isang malamig na tugon at walang kahirap-hirap na kooperasyon. Hindi matigtig ng sinasakyan niyang maalog na jeep ang lahat ng namuong ligalig sa kaniyang dibdib.

"Nakita ko na ang picture. Meet tayo sa Sister Sinangag sa likod ng Pasig Simbahan 3:30 Kailangan ko ng statement mo to file case sa aking husband."

Buhat nang matuklasan ni Sarah ang kagaguhang ginawa sa kaniya ni Froilan, inukilkil niya ang bawat detalye ng buhay may-asawa nito. Walang nakalusot sa kaniya. Hindi siya tumigil. Hanggang magpasya siyang ipaabot sa maybahay nito ang ginawa ng asawa. Hindi mapakali si Sarah, pumara siya't bumaba sa San Joaquin.

HABANG BIYAHE, PUMASOK ang text na hinihintay ni Boni.

> **CORA**
> Leonor Corazon N. Trinidad
> #24 Santiago, Amos, Brgy. Maybunga, Pasig City
> 09774586249
> Tnx boss .. god bliss

Bago pumunta kay Dondi, nakagatla na sa isip ni Boni na kung di rin lang siya mabatuhan ng alas sa ilang ikot ng balasa, panahon na para hablutin ang alas sa kamay ng kalaban. Tumulak si Boni papunta sa address na itinext ni Cora. Noon pa man, labas na sa prinsipyo niya ang pagdawit ng mga inosenteng miyembro ng pamilya. Ngunit darating at darating ang panahon, kakailanganin niyang itapon sa ilog ang mga prinsipyong nagsisilbing hadlang sa kaniyang tunguhin. Tulad ngayon.

SALUNGAT SA BILIN ni Sarge O., tumimbre pa rin si Froilan sa grupo na tuloy ang dispatsa para sa kilyenteng si M41. Nakita niya itong pagkakataon para linisin ang kaniyang kalat. Nag-park siya sa likod ng simbahan. Ipinaposte niya si Baldo sa tawid-kalsada. Pumasok siya sa Sister Sinangag, pagala-gala ang tingin, hinahanap si Sarah. Nahagip ito ng kaniyang tingin malapit sa estasyon ng kutsara't tinidor.

Lumakad siya papunta kay Sarah. Malay siyang nakita na siya nito bago pa man siya makalapit sa mesa. Di mahagilap ang inaasahan niyang gulat mula sa dalaga saan mang sulok ng kainan. Umupo si Froilan, walang pasintabi, sa kabilang dako ng mesa.

"Alam kong ikaw ang dadating dito," mahinahong sabi ni Sarah.

Bahagyang ibinaba ni Froilan ang ulo, inilapit ang mukha kay Sarah. "Pucha naman. Ano ba 'tong ginagawa mo, ha? Bakit mo pa kinokontak ang misis ko? Namputa naman, Sarah!" pabulong ngunit mariing bitiw ni Froilan.

"Ang kapal ng mukha mo. Pagkatapos mong magpasasa sa 'kin, pagkatapos mo 'kong buntisin, gaganituhin mo 'ko," balik ni Sarah, nangangatal ang mga labi sa labis na inis.

Hinimas-himas ni Froilan ang kamay ni Sarah na nakapatong sa mesa. Pinalis agad 'yon ng huli.

"Huwag tayo dito mag-usap, dun tayo sa lugar natin."

"Lugar? Sa motel? Paparausan mo na naman ako?"

"Hinaan mo ang boses mo."

"Nahihiya kang madinig ng mga tao ang kamanyakan mo?"

"Pananagutan ko 'yan."

"Ulul."

Napalingon si Froilan sa lakas ng yabag ng papalapit sa kanilang mesa. Tinayuan siya ng balahibo sa maitim at makapal niyang batok nang makita niyang pasugod ang kaniyang misis.

"Hon?"

"Putangina ka! Putangina ka! Putangina mo, Olan!"

Umikot ang ulo ng mga kumakain sa direksiyon nila. Balikwas ng tayo si Froilan para awatin ang asawa.

"Sandali, sandali! 'Wag kang mag-eskandalo dito!" anas ni Froilan habang sinasalag ang mga nagliliparang hampas at sampal mula sa kaniyang misis.

"Eskandalo? Putangina mo! Hindi ka na nahiya! Pinuntahan ako niyang babae mo sa bahay natin para ibalitang binuntis mo siya! 'Tapos ngayon, nahihiya ka sa eskandalo?! Hutangina mo ka, Olan!"

Naka-steady lang si Sarah sa kaniyang kinauupuan habang nagkakagulo ang mag-asawa. Sa kahihiyan, binitbit ni Froilan ang asawa papalabas ng kainan. Ilang saglit lang, sumunod ng sibat si

Sarah, di alintana ang mga matang nakatutok sa kaniya. Sa tawid-kalsada, nakaabang si Baldo.

PAGDATING SA SANTIAGO, hinanap ni Boni ang numero bente-kuwatro. Pero katulad ng maraming looban, isa-dalawang hilera ang nagmamay-ari ng iisang address. Walang ibang daan kundi ang magtanong-tanong sa mga taong-looban. Itinuro siya ng mga tagalooban malapit sa sirang poso. Buhat sa unang bahay na markado ng bente-kuwatro, apat na bahay ang pagitan bago ang kina Cora. Kumatok si Boni sa retasong plywood na pinto.

"Tao po."

Lumabas ang isang matandang lalaki na tadtad ng tato, napansin ni Boni ang tatak nito. BCJ—Batang City Jail.

"Magandang araw. Tagadito po si Cora?" tanong ni Boni.

"Oo, pero wala dito. Lumabas saglit. Sino kayo?"

"Ahh, sige po. Babalik na lang po ako," iwas ni Boni sa tanong kung sino siya.

Wala siyang ideya kung ano'ng itsura ni Cora, kaya walang ibang paraan para makaharap ito kundi ang magbakasakali at maghintay sa distansiya. Hindi mahirap para kay Boni na humalo sa mga tagalooban dahil kaisa siya sa mga ito.

SIGE ANG HAMBALOS sa kaniya ng kaniyang asawa. Wala itong pakialam kahit pa nagmamaneho siya. Wala siyang magawa kundi sumalag gamit ang kanang kamay habang nakaalalay sa manibela ang kaliwa.

"Putangina mo, Olan! Walang-hiya ka! Hindi mo na inisip ang mga anak mo, putangina mo! Putangina mo!"

Lumagitik ang sandali. Ang kaninang pansalag na kanang braso ay dumaklot sa ulo ng kaniyang maybahay, buong lakas itong inihampas sa board.

"Tangina ka, ayaw mong tumigil, ha!"

Nang pormang papalag, sinundan niya ng dalawa pa. Hanggang sa mawalan ito ng malay. Sumandig ang ulo nito sa bintana, gumuhit ang dugo mula sa ilong nito pababa sa mga labi. Hindi maganda ang pakiramdam ni Froilan.

"Hon?" tapik niya sa asawa. "Hon? Gi—gising! Huy!"

Palakas nang palakas ang tapik niya rito, pero wala itong tugon. Hanggang sa alugin na niya ito. Wala pa rin. Butil-butil ang pawis niya sa mukha. Pinulsuhan niya ito. Wala na.

"Hon? Hon! Gising! Gising!" yugyog niya rito, kahit pa malay siyang hindi na ito magigising pa. "Putangina! Putangina!" hampas niya nang paulit-ulit sa manibela.

Hindi malaman ni Froilan ang gagawin. Wala sa hinagap niyang aabot sa ganito ang bulilyaso. Torta ang utak niya. Hanggang sa bumalik sa kaniya ang kaniyang orihinal na plano.

Calling Jojo...

KALAGITNAAN NG PAGMIMIRON sa cara y cruz, napansin ni Boni ang isang ale na pumasok sa bahay na kinatok niya kanina. Itinanim niya muna ang sarili sa bilog ng mga nagsusugal, nakibakas, matiyagang nagmasid, naghintay—ang tanging magagawa niya dahil walang lugar ang pang-uusisa sa mga umpukang looban. Ayaw niyang mapagkamalang asset ng parak at matarakan nang di-oras.

BALOT NA NG garbage bag ang labi ng kaniyang misis. Kinita niya si Jojo sa Kapitolyo at saka sila bumiyahe pa-Binangonan. Sa isang liblib at masukal na lugar sa Kasile, tabing sapa, pinagtulungang ibaon nina Froilan at Jojo ang bangkay. Walang kamalay-malay si Jojo na misis ni Froilan ang nakabalot sa garbage bag. Pirmi, ang alam niya nagliligpit sila para sa kliyenteng si M41.

TATAWA-TAWA SIYA NO'NG una niyang makilala si Froilan. Pinabasa't pinabigkas siya ng mala-linyang teleradyo sa speaker ng cell phone. Nang ihatid niya sa sasakyan ang naiwang gulaman, natigilan siya dahil sa kakatwang ginagawa nito. Pinag-isipan niyang siraulo ang pulis dahil parang bata itong ipinaghahalikan ang dalawang cell phone.

Isang araw, bumalik sa puwesto niya si Froilan, umistambay, bumili na naman ng gulaman, nagsigarilyo. Hindi na humingi ng sukli sa ibinayad na limandaan.

"'Nay, dadagdagan ko 'yan. May ipapalakad ako sa 'yo," anas ni Froilan.

"Ano 'yon, ser?"

"Hanap mo 'kong apartment; 'yung malapit sa inyo."

"'Yun lang pala, ser, e."

"Kayang-kaya mo, 'nay."
"No problem 'yan, ser."
"Pero ipapabantay ko sa 'yo, ha?"
"Ser, nagbabantay ako nitong puwesto, baka malabo ako diyan."
"Babayaran ko araw na di ka makakapagtinda."
"Anong puwesto babantayan ko, ser?"
"Tao babantayan mo."
"Tao?"
"Babayaran ko araw mo, babayaran ko bantay mo."

PAGLABAS NIYA NG banyo, dambuhala ang ngiti ng kaniyang asawa. Nagtataka siya. Wala pa namang bonus, wala rin siyang maalalang ginawang maganda. Katunayan, galing pa siya sa pagpaparaos kay Sarah.

"Hooonnn," lambing ng misis niya.

"'Oy, ano'ng meron?" taka ni Froilan.

Ipinatong ng misis niya ang paa sa kama. Nagtaka siya kung ano ang bago o kakaiba—kung inaakit ba siya nito at lumalambing ng anuhan. Bigla niyang naalala. Napalunok siya ng malagkit na laway nang tamaan ng paningin niya ang bracelet ni Sarah—na idinaing niyang kumakaskas sa itlog niya habang sinasalsal at chinuchupa ang titi niya—suot-suot ng misis niya bilang anklet.

"Nakita ko sa bag mo, hindi na kita nahintay, sorry," nakangiti pa nitong sabi.

"Ah, oo, oo. He-he!" kamot-ulong tugon ni Froilan.

"Ang ganda. Sa'n mo 'to nabili?" usisa ng misis niya.

"Surprise sana 'yan, e. Inunahan mo 'ko," bantulot niyang sagot, umiiwas sa tanong kung sa'n niya nabili.

UNANG KUBRA KAY Froilan, pa-lending agad ang pumasok sa isip ni Cora para negosyohin. Mabilis iyong kumalat sa looban at agad naglipatan sa kaniya ang mga dakilang mangungutang, tumumal ang paybsiks ni Dhawal. Pero matalas si Cora. Ang pa-lending niya, eksklusibo sa mga katulad niyang nagtitinda, mga namumuhunang sari-sari, o namumuwesto sa palengke. Wala siyang kaproble-problema. Bayad ang araw sa puwesto, bayad ang araw ng pagbabantay sa apartment, tumitibalyok pa ng nakalaang badyet para sa binabantayan.

BERDUGO NA'Y NAGUGULAT pa rin sa pambeberdugo ng kabaro. Hindi makapaniwala si Sarge O. sa nagawa ni Froilan. Dagdag isiping kalat, gatong sa aatupaging alingasaw.

"Lintik ka, Olan! Hahanapin ng mga anak mo 'yang misis mo, biyenan mo, mga taga-inyo, kamag-anak n'yo. Tangina, di ka nag-iisip! Maraming maghahanap sa misis mo, pa'no mo 'yan reremedyuhan?" sermon ni Sarge O. kay Froilan na katuwang ni Baldo sa pagpapala ng isa pang hukay para kay Jojo. Walang-imik si Froilan. "Ano ba akala mo? Madaling pagtakpan 'yan? Di 'yan tulad ng mga inililigpit natin na merong eembudo. Namputa, Olan. Lahat tayo sasabit pag di mo 'yan naayos!"

Inilapag ni Froilan ang pala, nagpunas ng nagpuputik na pawis sa mukha, pinagpagan ang pantalon at T-shirt.

"Maaayos—hagh, hahhgh—ko 'yan, Sarge. Haghhg," hihingal-hingal nitong sabi.

"'Yung bata mo, sinupin mo. 'Wag mong sabihing magdadagdag ka pa ng kalat, Olan. 'Ina mo, ako na titira sa 'yo, gago ka!"

TUMAWID SI BONI sa pet shop na puro kalapati ang naka-display kung saan siya nakisuyo mag-park ng L3. Inabutan niya ng singkuwenta ang bantay ng pet shop at saka dagling sumibat, nakabuntot sa traysikel na sinakyan ng ale. *'ALITODA 1621,'* isinaksak niya sa isip niya.

Ilang liko at kanto ang lumipas, biglang lumusot sa maliit na daan ang traysikel. Hindi makaporma si Boni.

'ALITODA 1621.'

Nagmamadali niyang ipinark sa gulayang hilera ng lusutan ang L3, nag-abot uli ng singkuwenta at nagpaalam na hindi magtatagal. Panakbo niyang sinundan ang tinahak na daan ng traysikel. Hindi na niya ito makita, di niya malaman kung saan sumuot. Humimpil siya sa tindahang nasa gilid ng labasan, doon inabangan ang traysikel.

'ALITODA 1621.'

Ilang saglit pa, bumalik ang traysikel na may markang ALITODA 1621. Listo niya itong pinara.

"Boss, may pila do'n, bawal kami magsakay dito," anas ng drayber.

"Ahh, hinde, boss. Sa'n bumaba 'yung sakay mo kanina?" usisa ni Boni.

"Dun sa Paulina Apartment, deretso kaliwa, tumbok. Kulay orange na mga apartment," kompletong detayle ng drayber.

"Salamat, bossing!"

Lumakad si Boni sang-ayon sa direksiyon ng drayber. Isang mahabang deretso bago kumaliwa—nag-iisang kaliwa dahil patay ang daan sa kanan—tumbok, tatlumpalapag na apartment, kulay orange.

UMINIT ANG PAGHAHANAP kay Divine Amadeo. Nang lumihis sila sa gamay na target, alam na nila ang magiging resulta bago pa man trabahuhin ang hinihingi ni Major kay Mr. Liu. Kaipitan, hindi uubra ang embudo kung panay antala ng dispatsa. Lumalabas, nawili si Major kay Divine. Ano'ng ieembudo nila kung walang dispatsa? Para apulahin ang sitwasyon at mga banat sa kapulisan, pinaglamayan nila sa Bahay Ople ang gagawing diskarte. Matapos ang ilang case ng Red Horse at apat na salang ng item sa palara, kumislap sa madilim na budhi ni Sarge O. ang isang ideyang wawalis sa kalat na dulot ng pabor na walang katumbas na puwera o tanggi.

"Olan, alam mong hindi pupuwedeng ganito nang ganito ang banat sa SPD," anas ni Sarge O.

"E, hindi naman natin puwedeng agarin si M41, Sarge. Nakakahiya. Ipit tayo d'yan," tugon ni Froilan.

"Kaya nga. Kung di mo mamasamain, Olan, si Esmi mo."

"Esmi? Sarge, linis na 'yon."

"Gamitin natin," tumbok ni Sarge O.

Natigilan si Froilan, hindi agad nakasagot, tila ginapangan ng kap'rasong konsensiya sa bungo. Pinisil ni Sarge O. ang kaniyang balikat.

"Olan, mag-isip ka. Pag sumingaw 'yang sa misis mo, sabit tayong lahat. Isipin mo na lang, ikakarga natin 'yan palit sa hawak ni Major, 'tapos linis na. Tutulungan pa kitang magligpit, mapipihit natin 'yang

sa misis mo. Setap natin ng embudo, di ba? O, ebribadi okey, 'no?" pangungumbinsi ni Sarge O.

"Sarge, bakit di natin naisip 'yan no'ng inililibing ko si Misis?"

"Ahhh. Natataranta tayo no'n, ikaw naman. Tinira mo si Jojo, may di kayo sinabi sa 'kin. 'Tapos ibabalita mo sa 'kin, nadale mo esmi mo, may itinatago ka pang bata. Tingin mo makakapag-isip ako nang matalino niyan?" litanya ni Sarge O.

"Pa'no, Sarge?"

"Di na tayo lalayo. Sa Taguig natin isesetap para tayo rin hahawak ng kaso."

"Sige, Sarge."

"Walang kahirap-hirap, di ba?"

"Shot mo, Sarge."

"Kay Baldo na, di ba?"

"'Ayun, oh. Bagsak na."

DALAWANG YOSI ANG naupos, natanaw ni Boni na pababa na ang ale. Habang kinakabig nito ang gate, dagling lumapit si Boni.

"Ate, sandale," anas ni Boni.

"Bakit po?"

"May kilala po kayong Cora?" tanong ni Boni.

Iiling-iling ang ale, bantulot. "W-Wala, wala. Hindi ko kilala," sagot nito, ligalig.

Dinukot ni Boni ang cell phone, tinawagan ang numero ni Cora.

♫ *Cell phone Ringtone [Sayang na Sayang by Aegis]*

Natigilan ang ale. Pumorma si Boni ng dukot sa sintorera ng pantalon. Tuloy-tuloy ang pag-awit ng AEGIS. Pormang pupulas ang ale.

"Sige, takbo. Pag di inabot 'yang tagiliran mo," babala ni Boni, siyang hinto ng ale. "Buksan mo 'yung gate," atas ni Boni.

Masunuring binuksan ng ale ang gate, lumakad papasok, paakyat ng hagdan, sa ikalawang palapag. Pagdating sa dulo, ikatlong pinto, huminto ang ale, sinusian ang pinto. Sumaboy ang liwanag sa karimlan ng kuwarto.

"Pasok," mando ni Boni sa aleng humaharang sa kaniyang tanaw.

Hustong itinulak ni Boni ang pinto, pilit inaninag ang nasa loob. May isang dalagang nakagapos ang mga kamay sa nakasaradong bintanang grills, nakatabon ang mahabang buhok sa mukha. Nang mag-angat ito ng tingin sa kaniya at bahagyang nahawi ang buhok para bigyang-daan ang mga mata, hindi siya makapaniwala sa nakita.

"Tatay?"

"A-Anak, S-Sarah?"

Hindi makagalaw sa kinatatayuan si Boni. Parang isang panaginip. Nang suyurin niya ng tingin ang paligid ni Sarah, nakalatag ang isang gusgusing plato, nagkalat ang mga mismis, bilog na lata ng biskuwit ang lalagyan ng tubig katulad ng inuminan-kainan ng isang asong-bahay. Ramdam ni Boni ang panginginig ng kaniyang kalamnan. Umatras siya, ikinandado ang pinto, binuksan ang ilaw. Lumingon siya pakaliwa, pintuan ng banyo.

"Pumasok ka do'n, putangina ka," mando niya sa ale. Masigasig itong sumunod at pumasok ng banyo.

Lumapit si Boni kay Sarah. Kinalagan niya ang nakataling kawad sa mga kamay nito. Pagkatanggal ng kawad, namalas niya ang nagsusugat na mga pulsuhan nito. Nagngingitngit ang mga ngipin niya sa galit, malunod-lunod siya sa walang-humpay na pag-agos ng kaniyang luha.

"'T-'Tay, Tatay, Tatay!" akap ni Sarah sa ama, nag-uumiyak.

"Andito na ang tatay; andito na, 'nak. Andito na 'ko," alo ni Boni sa anak, na hindi rin mahinto sa pag-iyak.

33
MATERYALES PUWERTES

BULILYASO ANG SETAP nina Sarge O. at Cedes kay Mr. Liu. Ang mga kabarong inirekomenda ng sarhento, wala ni katiting na inilihis sa hulmahan ng pulis sa Pinas. Tuso, walang kabusugan, bulugan—raket na'y raraketin pa sa ngalan ng panlalamang. Pagkatapos ng patong-patong na salimuot sa pangangaso ng malaking salapi, naging bato ang papel, naging abo ang mga kasangkot. Nagkaumpugan ng mga ulong bobo ang parehong pulis at sindikato, at hindi nila lubos maisip kung sa'n nagmula ang puwersang nagsakatuparan ng kanilang sigalot. Gulantang sila nang biglang lumitaw si Mr. Liu sa Metrowalk.

Malinaw kay Mr. Liu na ang asawa niya ang nasa likod ng pag-kidnap sa kaniya. Ngunit lingid sa kaniyang kaalaman, malaki ang partisipasyon ni Sarge O. sa plano't pagpapaandar ng lakad.

Parang dagang hindi makalabas ng lungga si Cedes. Alam niyang hinahanting na siya ng kaniyang mister at mga tao nito. Agad niyang kinontak si Sarge O. para humingi ng saklolo. Dumalaw ang sarhento sa condo ni Cedes sa San Antonio, Makati.

Nang makita niya si Sarge O. sa monitor ng video doorbell, madali niya itong pinagbuksan, madaling ring ikinandado ang pinto.

"Sigurado kang hindi ka nasundan?" balisang tanong ni Cedes.

"Hindi, rumelax ka."

"Relax? Wow. Papatayin nila 'ko, relax?"

"Kakausapin ko asawa mo."

"Puro ka ganyan. Sabi mo ikaw ang bahala, ikaw ang bahala. Tignan mo ngayon, di ba?"

Hindi na nagsalita ni Sarge O. Dumukot ito ng yosi, lumakad malapit sa puwesto ng terrace, binuksan ang glass door, nagsindi. Sumunod si Cedes, nagsindi rin ng kaniya.

"'Yung pera?" biglang tanong ni Sarge O.

"Pera? Seryoso ka ba? Tinangay nung tatay ng bata."

"Tatay?"

"Shit. Ngayon pa 'ko magpapaliwanag? Bakit di ka kasi mahagilap nung niletse ni Barbosa ang usapan, ha?"

"Wala 'yung pera?" ulit ni Sarge O.

"Bullshit! Wala!" Sabay talikod kay Sarge O., lakad palabas ng terrace para magpagpag ng upos at doon itinuloy ang paninigarilyo. Iyon na rin ang mga huling sandali na matatanaw niya mula sa 12th floor ang mga gusali, kabahayan, sasakyan sa Yakal at Malugay, mga sandali bago sagupain ng bungo niya ang aspaltado-kongkretong sidewalk ng San Antonio.

HINDI KO NA pinuwersang magkuwento si Sarah, hinayaan ko siyang makaidlip habang biyahe. Uuwi na siya sa amin—kay Nanay Helen. Papalapit na kami sa Dreamland nang mag-text si Cora sa numero ni Froilan.

CORA

Boss imegenci .. may kmuha s alaga u .. tinu2kan aku ..

Wala pa ring kamalay-malay si Cora na hindi na si Froilan ang nagpapatakbo ng sitwasyon. Binigyan ko ang sarili ng kaunting oras para mag-text back.

To: **CORA**
Sumbong mo sa pulis

Naki-park ako sa harapan ng junk shop ni Badet sa labasan. Lalaki si Badet na mukhang babae, pinangalanang Badet ng mga siraulong tagalooban. Tinapik-tapik ko nang marahan si Sarah.

"'Nak, gising na."

Paggising ni Sarah, biglang akap ito sa 'kin; takot na takot pa rin. Tinapik-tapik ko ang likod niya, idinampi ang palad sa kaniyang tuktok.

"Tahan na. Naghihintay ang lola mo sa 'yo, halika na."

Lumakad kami papasok ng looban. Ramdam ko ang mga matang parang bangaw na dumadapo sa amin. Buong akala ng mga tagarito, patay na si Sarah. Sadya namang walang ibang iisipin ang mga tao lalo't mga tsismoso-tsismosa kapag gano'n ang balita; kapag gano'n ang binibigyang-diin ng mga pangyayari. Sa loob ko, normal lang ito. Wala akong dapat na ikainis. Dere-deretso na lang kami ng lakad pauwi.

Tulad ng inaasahan, umaawit si Celeste Legaspi, dinig palagi sa labas pa lamang ng bahay. Napansin ko na may munting ngiti na dumampi sa mga labi ni Sarah.

Walang lingon-lingon si Nanay kahit pa dinig na dinig ang pagbukas ng pinto, abala sa pagpupunas ng lababo.

"'Nay," tawag ko sa kaniya. Walang lingon-lingon, siguro natatabunan ng lakas ng speaker ang lahat ng ingay sa paligid.

"Lola," impit na sabi ni Sarah.

Walang ano-ano'y pumihit si Nanay mula sa abalang pagkutkot ng dumi sa pingas-pingas na tiles ng lababo, binitiwan ang ginagawa. Akala ko malakas lang ang speaker, ayaw lang pala niya ng ibang tunog bukod sa musikang pinakikinggan; bukod sa boses ng kaniyang mahal na apo.

Paglingon ni Nanay, inaasahan kong kahit maliit itong bahay namin, panakbo niyang sasalubungin si Sarah. Pero nauna nang matunaw ang mga binti niya. Napaupo siya sa sahig. Tulad ko, hindi siya makapaniwala sa nakikita, iniisip-isip kung totoo ito at hindi panaginip. Dagli namin siyang itinayo ni Sarah. Hindi kumukurap si Nanay, kapit na kapit ang titig kay Sarah. Hinawakan niya ito sa mukha.

"L-Lola," anas ni Sarah, nangangatal ang mga labi, nagtutubig ang mga mata.

"Apo ko! Sarah! Sa'n ka ba nanggaling, Sarah?!" Basag ang tinig ni Nanay, pansin kong naghahabol ng hininga, mabilis ang bagsak ng mga luha. Hinagod-hagod ko ang likod niya.

Wala nang sumunod na mga salita, hagulhol ang naging pangungusap, palitan ng akap. Panay ang halik ni Nanay kay Sarah. Hindi ako matigil kakukusot ng mga mata. Patawarin nawa ako ng Diyos: Sa mga sandaling nagpapatuloy na lang ako para kolektahin ang labi ng mahal kong anak, sa pag-iisip na hindi na mangyayari ang nasa harapan ko ngayon.

Gusto ko mang manatili sa bahay—sa mga susunod na oras, araw, linggo para makasama sina Sarah at Nanay—kailangan kong puntahan si Dondi. Muli, patawarin nawa ako ng Diyos o kung sinumang nakatataas sa tao. Hindi rito nagtatapos ang suklam sa ugat ko, higit sa lahat, sa buong kaluluwa ni Dondi.

Umakap ako kay Sarah at humalik sa noo, saka tumulak papalabas ng bahay.

"Saan ka pupunta, Boni? Kababalik lang ng anak mo, hindi ka mapanuto dito sa bahay?" anas ni Nanay.

"Babalik po 'ko agad."

Nagtuloy ako ng lakad papalabas.

PAGKAKARGA NG GASOLINA, rumekta si Boni sa malapit na hardware shop. Gamit ang perang ibinigay ni Dyorni, namili siya ng mga gamit—lubid, nylon cable, PVC pipe, elbow, teplon, guwantes, at saka tumuloy ng biyahe.

Sa hilera ng Genericare, may magkatapat na Watson's at Mercury Drug. Sinipat niya kung sa'n mas kaunti ang tao. Mas maluwag sa Watson's. Sinop ng parking, pasok sa Watson's, deretso sa kahera.

"Miss, may ano kayo?"

"Ano, sir, yes?"

"Ahh, pampatigas?" bantulot na sabi ni Boni.

Lumakad ang kahera sa estante ng mga gamot, dinampot ang itim na kahon na may larawan ng lalaking matipuno.

"Ilang capsule, sir?"

"Magkano isa?"

"P293, sir."

"Anim."

Punch, bayad, lakad-takbo palabas, pabalik ng L3. Bago tumulak papunta kay Dondi, tumawag siya kay Dyorni.

Ongoing call... **ONI**

"Boni, balita?"

"May kailangan akong gamit."

"Sige. Ano 'yun?"

BUKAS ANG BOTIKA pagdating ni Boni, namumuo na ang pila ng mga residenteng kukubra ng rasyong gamot mula sa munisipyo—isang pangkaraniwang araw sa Genericare. Dere-deretso si Boni ng pasok sa botika.

"Hoy, hoy! May pila dito, oh?" singhal ng isang lalaking senior citizen na kulay dilaw ang manipis na buhok.

"Steady ka lang, super saiyan shalala. Di ako bibili ng gamot, kakausapin ko 'yung may-ari," balik ni Boni.

Hindi na nakaimik ang senior, alumpihit ang iba sa pila kapipigil ng tawa.

Pagpasok ni Boni, napansin agad siya ni Dondi. Lumabas ito sa counter.

"Napadalaw ka?" bungad ni Dondi.

"Yosi?" aya ni Boni.

"Dumalaw ka para yumosi? Hawak ko ba lighter mo?"

"Saglit lang, Dondi," giit ni Boni.

Pumoste sila sa likod ng botika. Naglabas ng isang kahang Marlboro pula si Boni, sarado pa, tinaktak saka binuksan, nagtaktak uli, kumuha ng isa't nagsubo saka iniabot kay Dondi. Hitit-buga, usok. Patlang. Pakiramdaman.

"Boni, maraming tao sa labas, humahaba ang pila. Anong klaseng saglit 'to?" anas ni Dondi.

"Dondi, ano, e—"

"Naghihintay ako kay Divine. Pag di kumontak ngayong araw, ipapa-track ko na 'yung number na ipinan-text, ilalapit ko sa NBI. Bahala na," putol niya kay Boni. "'Yon ang diskarte ko kaya di kita masasamahan sa lakad. Sana naiintindihan mo, Boni. Maraming kliyente sa labas." Halos ipagtabuyan niya ang kausap.

"Bilib ako sa 'yo, napagtagpi-tagpi mo lahat nang ikaw lang. Matalas ka."

"Boni, di mo 'ko kailangang kargahan. Sinabi ko na sa 'yo, labas na a—"

"Pero bigla kang tatakbo sa NBI. Naniwala ka pang si Divine ang nag-text sa 'yo," putol ni Boni, iiling-iling.

Natigilan si Dondi, hinuhugot sa kaniyang pang-unawa ang nais ipahiwatig ni Boni, o hindi niya lang inaasahang makararating ito sa bahaging banayad siyang bibigwasan nito ng insulto.

"Wala akong panahong makipag-alaskahan sa 'yo. Sinasayang mo oras ko," tugon ni Dondi sabay lakad pabalik sa loob ng botika.

"Wala na si Divine," biglang usal ni Boni.

Natigilan si Dondi at dahan-dahang pumihit pabalik sa direksiyon ni Boni.

"Ano'ng sabi mo?!" angil ni Dondi.

"Wala na ang kapatid mo," deretsong sagot ni Boni.

Initsa ni Dondi ang sigarilyo sabay sunggab kay Boni, kinuwelyuhan ito. Walang palag si Boni, inaasahan na niya ang magiging reaksiyon nito.

"Putangina ka! Alam ko na alam mong sa anak mo 'yung kalansay, ano'ng problema mo ngayon? Bakit itinatanggi mo pa sa sarili mo, ha?" wagwag ni Dondi kay Boni. "Naghahanap ka ng damay? Putangina mo, ibang klase ka!"

Pinalis ni Boni ang mga braso ni Dondi, may kung anong dinukot sa bulsa.

"Heto!" saksak ni Boni ng cell phone sa dibdib ni Dondi. Dumukot siya sa likurang bulsa at iniabot ang isang putol na hinlalaki.

"Putangina, ano 'to?" gitla ni Dondi.

Nalaglag sa semento ang putol na hinlalaki.

HINTO—SENYAS NG TRAFFIC enforcer. Crossing bago ang Genericare, tanaw na ni Marisol ang pila hanggang labas ng botika. Sa gitna ng nagtatawirang mga estudyante, mamimili, manggagawa, naaninag niya si Dondi. Pansin niyang mabigat ang paglalakad nito, agresibo kumpara sa pangkaraniwan nitong galaw. Sumakay ito sa L300 na naka-park sa tawid-kalsada. Kahit sa distansiya, ramdam niya sa kaniyang dibdib ang balibag nito sa pinto ng sasakyan. Umusad ang L300. Paghudyat ng enforcer ng 'go', dagli niyang binuntutan ang L300.

Pinanatili niya ang distansiya upang maiwasang mapuna. Kalagitnaan ng biyahe, huminto ang L300 sa lotohang katabi ng terminal ng traysikel. Nag-hazard siya sa kabilang dako ng kalsada, nagmasid. Bumaba ang drayber ng L3, binuksan ang likuran. Mula sa eskinitang lusutan na gumigitna sa lotohan at tindahan ng patuka ng manok, lumabas ang isang mama kasunod ang dalawang binatilyo, bitbit ang mga container na puti, ikinarga sa L300. Pilit inuunawa ni Marisol ang nangyayari.

Balik-biyahe. Katuwang niya ang sinusundang L300 sa pagsagupa sa hindi matawarang bigat ng daloy ng trapiko sa Metro Manila. Ilang oras ang nasunog sa kalsada, lumuwag nang lumuwag ang mga rutang binabaybay. Hanggang sa napansin niyang napalitan na ng mga layo-layong bahay, talahiban, malalabay na puno ang tanawin ng biyahe. Sa pagnipis ng bilang ng mga sasakyang nakakasabay sa daan, dumoble-triple siya ng distansiya.

Lumiko sa sukal ang L3, hinayaan niya itong makapasok bago siya pumoste sa entrada. Hanggang doon na lamang siya. Ikinubli niya ang sasakyan sa lupa-lupa't matalahib na bahagi ng kalsada, labas sa sementadong daanan. Ibinilin niya sa katapat na melonan ang sasakyan, nag-abot ng sandaan. Binaybay niya ang guhit ng daan sa sukal. Tanaw niya pa rin ang L3 sa pagbagal ng andar nito gawa ng bukol-bukol na lupang dinaraanan. Ilang sandali pa, huminto ito sa tapat ng isang di-mawari kung bahay o imbakan.

Nagkubli si Marisol sa malabay na puno. Nakita niyang bumaba si Dondi habang idinidiskarga ng drayber ang mga container at iba pang gamit. Pagpasok ng dalawa sa loob, kumuha ng buwelo si Marisol para sumunod.

34
SUKLAM

CTRL + S SA hindi mabilang na pagkakataon. Lapat na ang mga materyal ayon sa sequence na binigyang-direksiyon ni Marisol. Magaspang pa pero sa wakas may usad na. Ipapahinga na ni Pancho ang mga mata nang mahagip ng tingin niya ang micro SD card na ibinilin ni Marisol. Sinubukan niya ang iba't ibang SD card reader na nakakalat sa mesa. Hindi umuubra. Napadpad na siya sa kung ano-anong tutorial, wala pa rin. Hanggang matisod niya ang Disk Drill. Download, install, banat.

Ilang minutong scan, lumabas ang mga file. Naglumiwanag ang mga mata ni Pancho. Isang sandali'y pakiramdam niya, sarili niya ang pinakahenyong nakilala niya sa tanang buhay niya.

Hinalughog niya ang laman. Unang bumalandra ang mga larawan at video ng mga sundalo, bertdeyan, party sa kampo, mga outing sa beach, malalaking tiyan, peace sign, inihaw na relyenong bangus, ensalada, selfie sa likod ng malaking Christmas tree sa mall, group picture sa entrance ng Abenson, kainan sa Mang Inasal. Kalat-kalat ang files, naro'ng may isang folder ng Greatest Hits ng Siakol at Best of Jerome Abalos. Sinundan iyon ng mga ka-porno-han na sa file name pa lang, alam mo nang suki ng torjack dot com ang may-ari ng cell phone. Hanggang mapadpad siya sa isang file. 06542.mp4. Binuksan niya iyon. Suot ang headphones, palahaw agad ng mga babae sa saliw ng halakhakan ng mga mama ang sumuot sa kaniyang pandinig. Wala nang mga panimula, tumambad sa kaniya ang karima-rimarim na gawi ng mga militar na madaling nagpabaligtad ng kaniyang sikmura.

PAGPASOK SA BODEGA, sinalubong si Dondi ng sangsang ng sariwa pang dugo sa sahig. Napuna niya ang labis na takot sa mukha ni Froilan, malayo sa Froilan na sinubukan nilang pitpitin noon sa safehouse ni Sakmal. Makusot-kusot ang mukha niya nang tamaan ng tingin niya si Major, ang nagkalat na laman nito galing sa wakwak na binti. Paglapat ng tuon niya sa isang sulok kung sa'n naro'n ang itim na bag, naranasan niya ang pinakamabilis na kalabog ng dibdib buhat no'ng maunawaan niya ang konsepto ng kaba; ng takot.

Bantulot sa isang tabi si Boni, idinadaan sa paninigarilyo ang kumakapal na tensiyon sa bodega.

Lumakad papunta sa bag si Dondi, dahan-dahang ibinaba ang sara ng bag. Isiniwalat niyon ang bugbog-saradong mukha ni Divine—ng kaniyang kapatid. Natunaw siya sa kinatatayuan, napalupasay sa sahig. Gumapang siya papalapit sa kapatid. Nanginginig ang mga bisig, inakap niya ito, malalim ang paghinga. Inakap niya nang mahigpit ang malamig na labi ni Divine.

"Baaaynnnnn!" pag-ilanlang ng sigaw ni Dondi sa bodega.

Nanlilisik ang mga mata ni Boni, halinhinan sa direksiyon nina Major at Froilan.

"Putangina! Putangina ng ginawa nila sa 'yo, Bayn! Putangina!" Wala nang humpay ang pag-iyak ni Dondi. "Bayn, hindi kita—B-Bayn! Sorry, sorry! Baayn—aghh, agghh! Putangina, putangina!"

Bago bumagsak ang luha ni Boni, pinitik niya ang upos ng sigarilyo at saka panakbong sinugod si Major. Ibinuhos niya ang lahat ng puwersa mula sa kaniyang kamao para basagin ang mukha nito. Nang mawalan ito ng malay, pinasakan niya ng dalawang kapsula ang bunganga nito, idinutdot gamit ang dalawang daliri hanggang lalamunan. Mabila-bilaukan ito habang binabawi ang malay. Ubos-lakas, lumipat siya kay Froilan, binigyan din ito—doble ng natanggap ni Major. Di alintana ni Boni ang pagsusugat ng kaniyang kamao.

"Lunukin mo 'yan," itsa ni Boni ng dalawang kapsula sa sahig.

"Boss, a—a-ano 'to?" takot na tanong ni Froilan.

"Mefenamic."

"Bo—sss?"

"Lunukin mo 'yan, dudukitin ko mata mo," dampot ni Boni ng kutsilyo.

Nagmamadaling dinampot ni Froilan gamit ang nakagapos na mga kamay ang dalawang kapsula at ibinato sa kaniyang bunganga.

"Lunukin mo," ulit ni Boni.

"Ahhhhhhhhhh," buka ni Froilan ng bunganga.

Nang masipat ni Boni na nakasingit sa gilid ng dila ang isang kapsula, binalikan niya ng upak si Froilan. Sunod-sunod na sagapak sa nguso, hanggang malulon nito ang kapsula. Napahinto na lamang siya nang maulinigan niyang tila nagdodoble ang mga palahaw at kalabog ng kamao. Paglingon niya, si Dondi, kinukulata ng matabang tubo si Major.

DINIG NI MARISOL ang mga palahaw mula sa bodega. Ipit ang bigat ng mga yapak, umikot siya para humanap ng butas na silipan.

Sa tambak ng mga bakal at kahoy sa likuran, may pintuang binarhan ng mga retasong kahoy. Dalawang mahaba ngunit makikitid na siwang ang nagsiwalat sa kaniyang mga mata ng tanawing ni sa hinagap hindi niya naisipang masasaksihan. Si Dondi, marahas na bumabambo ng isang mamang nakagapos.

Itinapal ni Marisol ang palad sa kaniyang bibig, natatarantang dinukot ang cell phone sa bulsa para tawagan si Pancho. Ilang palo na sa mukha, katawan, ulo ang nasaksihan niyang pinakawalan ni Dondi, hindi pa rin sumasagot si Pancho sa kaniyang tawag.

'Please pick it up, Panch. Fuck! Fuck!'

Batid ni Marisol, anumang sandali mapapatay na ni Dondi ang mamang nakagapos. Hindi niya maunawaan ang nangyayari. Wala siyang maiproseso. Halimaw ang nakikita niya sa katauhan ni Dondi. Isang walang-awang halimaw.

HINABLOT NI BONI ang braso ni Dondi. Masyado itong malakas, hindi nagpapaawat, kaya pinantayan iyon ni Boni. Nang maihiwalay niya si Dondi kay Major, agad niyang kinuha sa kamay nito ang duguang tubo.

"Bakit mo 'ko inaawat? Aghhh, aghhh, aghk," hihingal-hingal na tanong ni Dondi. "Putangina—aghhk, aghhk—bakit?"

"Puwedeng-puwede nating patayin 'yang mga 'yan ngayon. Nasa kamay natin 'yan ngayon. Pero sa dinanas ng kapatid mo, ng anak ko, sa tingin mo sapat na mamatay lang 'tong mga 'to? Gano'n kadali?"

Napaupo si Dondi sa sahig. Bahagyang nakatalungko, napansin ni Boni ang pagpatak ng mga luha nito sa sahig; sa pagitan ng mga hita. Dinukot ni Boni ang kaha ng sigarilyo sa bulsa, kumuha ng isa at nagsindi. Nilapitan niya si Dondi, siniksikan ang mga daliri nito ng sigarilyo, nilapagan ng lighter sa tabi.

"May ama-amahan ako sa loob, si Tatay Obed. Tinuruan niya ako ng iba't ibang klase ng buhol. Bago ako nakulong, normal na bagay lang ang mga buhol, tali sa 'kin. 'Ka ko, kahit sino kayang gawin 'yan," saad ni Boni, hitit-buga. "Akala ko gano'n-gano'n lang. Hindi pala. Sabi ni Tatay Obed, pag nagbubuhol ka, nagreresolba ka ng problema. Ikaw ang gumawa ng liko-likong daan, ikaw ang dapat makaalam pa'no mo lulusutan. Sa dulo, walang ibang magsasara, maghihigpit kundi ikaw rin."

Lumakad si Boni malapit sa pintuan para kunin ang kahon ng mga gamit na binili sa hardware. Una niyang inilabas ang mga lubid.

"Tinuruan niya 'kong gumawa ng bracelet—iyon ang kabuhayan namin sa loob," pagtutuloy ni Boni habang nagsasalansan ng mga gamit. "Niregaluhan ko si Sarah ng gawa kong bracelet no'ng birthday niya. Tama ka, kaniya 'yung bracelet sa kalansay. Totoo."

Nag-angat ng ulo si Dondi, nagpunas ng luhang di-matigil sa pagtulo, isinubo ang sigarilyong nakasingit sa daliri, nagsindi.

"Ang di ko maintindihan, pa'no 'yon napunta do'n? Dahil buhay si Sarah..." biglang bitiw ni Boni. Hindi man makatugon ng salita si Dondi, bakas ang gulat sa mukha nito. "...kasama na ng lola niya sa bahay. Dinala ako ng talas mo sa mga sitwasyong di ko inaasahan. Tulad ng pagkakahanap ko sa anak ko—nang buhay. Nakita ko na ang anak ko, Dondi. At maniwala kang ramdam ko ang sakit na nararamdaman mo dahil ipinagpapalagay kong patay na si Sarah no'ng mga sandaling naghahanap pa ako—hindi ko lang maamin sa sarili ko."

Nagsinding muli ng bagong sigarilyo si Boni at saka inilapag sa tabi ni Dondi ang kaha. Dinampot iyon ng huli para sumabay sa kataimtiman ng paghitit-buga.

"Ni hindi sumagi sa isip kong buhay kong makikita si Sarah," anas ni Boni, nagtutubig ang mga mata, nangangatal ang mga labi. "Pero heto ako, nandito tayo. Dahil hindi sapat na nakita lang natin ang hinahanap natin. Dapat lang na makita rin nila ang hinahanap nila."

PAGLABAS NI PANCHO ng editing room, wala si Marisol. Pagsilip niya sa phone, nakailang miscol na ito sa kaniya. Dali-dali siyang lumabas ng opisina, bumaba ng gusali, sinilip ang sasakyan sa parking slot nito. Wala. Alam na niya agad na walang-silbi ang pag-awat niya kay Marisol na pabayaan ang diskarte ni Dondi sa paghahanap nito sa kapatid.

NAGTATALO SA ISIP NI Marisol kung ano'ng gagawin. Kasalukuyan siyang saksi sa karahasang sa palagay niya ay walang ibang pupuntahan kundi krimen; na walang ibang hatol kundi mga karampatang parusa sa mata ng batas.

Tumipa siya sa cell phone. Contacts. Notes. Contacts.

HINILA NI BONI ang malaking stainless na batya papunta sa entrada ng bodega at saka ipinlasta ang bugbog-saradong sina Froilan at Major sa gitna. Kinamada niya ang mga lubid sa palibot ng dalawa.

"Dondi," tawag ni Boni.

Lumapit si Dondi, bagsak ang mga balikat.

"A—a-ano 'to?" tanong ni Major, pupungas-pungas.

"Paaar—ang aw—awa n—'yo na," sumamo ni Froilan.

"Putangina n'yo! Magsitigil kayo, mga hindot!" singhal ni Boni.

Inunang talian ni Boni si Froilan sa magkabilang kamay. "Nag-college ka, alam kong alam mo 'to. Tawag dito bolayn," anas ni Boni habang tinatalian si Froilan. "Sa mga rescue, ganito daw ang gamit sabi ni Tatay Obed. Matibay, di basta-basta nakakalag kahit pa mabigat ang karga. Maaasahan pero di mahirap kalagin." Iniabot ni Boni ang pares ng lubid kay Dondi. "Ikaw, gawin mo d'yan sa tarantadong 'yan. Pagtapos sa paa din, ha."

Pagkatapos talian sa mga paa at kamay si Froilan, dumako si Boni sa kahon ng mga gamit, kinuha ang maliit na elbow pipe at teplon. Walang ideya si Dondi sa gagawin ni Boni ngunit sa lagay niya, wala na siya sa sonang magpukol pa ng mga katanungan.

"O, tumama na siguro," anas ni Boni, saka magkasunod na hinubuan sina Froilan at Major.

"Boss, boss?"

"Putangina n'yo! Kayo—"

Nagsuot ng guwantes si Boni, dinampot ang elbow pipe, sinipat-sipat ang laki ng butas, tinantiya-tantiya, at saka dinakma ang titi ni Froilan.

"Boss, boss, ano 'yan?"

"Bilis tumama ng gamot sa 'yo, pero matigas na 'to sa lagay na 'to. Baril lang talaga maipagmamayabang mong putangina mo ka," singhal ni Boni kay Froilan.

Ipinasak ni Boni ang titi ni Froilan sa elbow. Napuna niya ang kaunting puwang na naiwan. Dinampot niya ang teplon, pinuluputan ito, sapat para magkaigi sa butas ng elbow.

"Boss, 'wag," pakiusap ni Froilan.

Hinila ni Boni si Major papunta kay Froilan, pinagpatong silang nakatihaya. Napansin ni Boni na hindi tumatama ang gamot kay Major.

"Major, kahit 'ata ioberdos kita sa pampatigas, walang talab."

"Putangina mo, ulul!"

Todo buwelong sinampal ni Boni si Major. Halos humiwalay ang ulo nito sa katawan.

"Sino'ng ulol?" pandirilat ni Boni kay Major na hindi maibalik ang panga sa ayos.

Maraming teplon ang naubos ni Boni sa titi ni Major para lang umakma ito sa kabilang butas ng elbow. Ngayon, nasa magkabilang dulo na ng butas ng elbow ang titi ng dalawa. Dumampot uli ng lubid si Boni.

"Ang tawag dito, Dondi, sheet bend. Itong buhol na 'to ang magdudugtong sa itlog ng dalawang 'to."

Nagbuhol si Boni sa palibot ng itlog nina Froilan at Major na nakasalalay sa gitna ng elbow. Sabay na namilipit sa sakit ang dalawa. Kinuha ni Boni ang container ng gasolina, ipinaligo sa kanila.

"Mamaya na tayo magyosi, ha," abiso ni Boni kay Dondi.

Isa-isang itinali ni Boni ang ekstensiyon ng gapos sa mga kamay at paa nina Froilan at Major sa apat na I-Beam at nag-iwan ng mahabang buntot saka ipinagbuhol ang magkakalinya.

"Dun ka sa kabila, Dondi," atas ni Boni.

Lumakad si Dondi sa kabilang pares ng I-Beam na may konektadong buntot ng buhol mula sa gapos ni Major sa kamay.

"Pa'no 'to?" tanong ni Dondi.

"Nag-flag ceremony ka naman no'ng bata ka, 'no?" tanong ni Boni. Tumango lang si Dondi. "Pero puwersang hilahan-lubid ang gagawin mo, ha? Sa tatlo. Isa. Dalawa. Tatlo!"

"Uuughhhhk!"

"Agggghhh!"

"Hoooy, putaaaaaa!"

"Woyyyy, woyyy!"

Umangat na parang watawat na may bigat ng semento ang dalawa. Wala nang nagawa si Dondi kundi mamangha nang salubungin ng mahigpit na buhol sa magkalinyang I-Beam ang paglutang ng dalawa.

"Ibaba n'yo ko dito, mga putaena kayo!"

"Boss, maawa kayo! Boss!"

"Ano'ng sabi ko sa 'yo? Masyadong madali kung mamamatay lang agad ang putanginang 'to, di ba?" anas ni Boni sabay subo ng sigarilyo.

LALONG NAWALA SA saklaw ng pang-unawa ni Marisol ang mga sumunod niyang nasaksihan. Nakabitin patihaya ang dalawang lalaki habang ipinagdidikit ng maliit na PVC pipe ang kanilang mga ari.

♫ *[Ringtone: 'No Scrub' by TLC]*

*Incoming Call...*PANCH

'Shit! Shit!' Tarantang pinatay ni Marisol ang tawag. Lumakad siya palayo, impit ang mga hakbang. Napakadaling i-silent mode ng phone ngunit lahat ng madaling bagay sa mundo ay nagiging

komplikado tuwing nangingibabaw ang taranta't pangamba. Tumawag uli si Pancho. Nang makadistansiya, kinuha na niya iyon.

*Ongoing call...***PANCH**
"Sol! Ang tigas ng ulo mo! 'Yung sasakyan?'
"Panch, Imma call you later. Later please."
"Wait! Wait! 'Yung SD card, naayos ko na."
"Fuck! Panch, sige na. Sige na, later."
"Makinig ka muna. 'Yung kaibigan mong nawawala, si Shirley."
"What?"
Bang!
Klakkkk!
Bang! Bang! Bang!
"Panch! What the fuck! Panch! Panch!"

Gulantang si Marisol. Kakandi-kandirit niyang binagtas pabalik ang daanang bukol-bukol. Nakatuon siyang maigi sa bawat maapakan, hanggang pares na ng sapatos ang nakita niya.

"Sino ka?"

BINITBIT NI BONI si Marisol sa loob ng bodega. Takot na takot ito. Nahagip ng tingin niya si Dondi sa isang sulok, sinipat niyang maigi. Labis niyang ikinagulat nang matanto niyang labi ni Divine ang nasa bag—na hindi sakop ng tanaw sa siwang na pinagsilipan niya kanina.

"Dondi?" anas ni Marisol.

Nagbangon si Dondi mula sa tabi ni Divine, lumakad papunta kay Boni.

"Kilala mo 'to?" tanong ni Boni.

"Hinde," deretsong tugon ni Dondi. "Bakit mo 'ko kilala?" tuon ni Dondi kay Marisol.

"What the fuck! Hey!"

"Tumigil ka," saway ni Boni, siyang tikom ng bibig ni Marisol. "Pa'no ka nakilala nito?" baling ni Boni kay Dondi.

"Nasa balita, radyo, internet ang kaso ni Divine, baka nakalimutan mo," tugon ni Dondi.

Lumapit si Dondi kay Marisol, kinapkapan ito, kinuha ang cell phone sa bulsa. Nakamasid lang si Boni.

"Password," hingi ni Dondi. Hindi tumugon si Marisol.

"Tinatanong ka," segunda ni Boni.

"0835."

Swipe, browse, check. Swipe, browse. Hinalughog ni Dondi ang cell phone ni Marisol. Halos dalawang minuto siyang nagpaikot-ikot sa laman ng cell phone.

"Dondi?" anas ni Boni.

"Naka-share location sa police 'tong lugar," sagot ni Dondi.

"Ano'ng ibig sabi—"

"Papunta na pulis dito, bilisan na natin."

"Putangina!" bulyaw ni Boni, tiklop si Marisol. "Nagsumbong ka sa pulis? Pulis ang kriminal, nagsumbong ka sa pulis? Alam mo ba'ng ginawa ng mga 'to? Naknamputa! Taong-gobyerno ang pumatay, gumahasa, sa taong-gobyerno ka magsusumbong! Sino ka bang putangina ka?!" Galaiting-galaiti si Boni. Walang-imik si Dondi. Takot na takot si Marisol.

"Itali mo 'yan," utos ni Boni kay Dondi. Listong sumunod ang huli.

Hinatak pabalik ni Boni ang malaking stainless na batya sa gitna ng apat na pundasyon, sentrong pansalo sa dalawang nakabitin.

"Bilisan mo, Dondi. Tulungan mo 'ko dito."

Ikinamada ni Boni ang mga puting container sa tabi ng batya. Pagkatapos ni Dondi kay Marisol, tumulong siyang magbuhat. Doon niya lamang napagtanto na muriatic acid ang maraming container na ikinarga kanina sa L300.

"Buhos sa batya, dahan-dahan, matalsikan ka," paalala ni Boni.

Pinagtulungan nilang ibuhos ang lahat ng asido sa batya. Lampas kalahati itong nalamnan, sapat para paglanguyan. Rumaragasa sa paningin ni Dondi ang pagbula't usok ng sumasayaw-sayaw na likido. Walang kaide-ideya ang dalawang nakabitin kung ano'ng nasa ilalim nila, gawa ng kisameng bakal lamang ang tanaw nila. Ngunit ramdam nila ang init ng singaw na nanggagaling sa batya.

"Parang awa n'yoooo naaaa!"

"Ibaba n'yo 'ko ditoooo, ayokong mamatay!"

"Boni, dadating na ang mga pulis dito, tara na," anas ni Dondi.

Lumakad si Boni papunta kay Marisol. "Nasa sa 'yo kung ituturo mo kami sa pulis. Pero kung nag-iisip ka, tignan mo na lang 'yang dalawa," babala ni Boni.

"Boni," tawag uli ni Dondi.

"Ngayon, puwede ka rin manahimik. Isipin mo na lang, kulang pang kabayaran ang buhay ng mga putanginang 'yan. Lalambot mamaya-maya 'yung titi nung isa d'yan, panoorin mo kung pa'no masunog ang mga demonyo sa sarili nilang impiyerno."

Pinagtulungang buhatin nina Boni at Dondi ang labi ni Divine, ikinarga sa L300, at dagling nilisan ang lugar.

NAKAPALIBOT NA ANG mga miron sa butas-butas na katawan ni Pancho. May mga kumukuha ng litrato at video sa kanilang cell phone, may mga bulungang baka drahgs, may mga hindi kinakaya ang tanawin ng isang pinatay na tao, ngunit sige pa rin ang pag-usyoso gayong wala namang nanutok ng patalim sa kanila para sumawsaw sa palibot ng mga nakikitanghod lang, tulad ng pagtanghod ng mga bata sa naghahalo ng semento-buhangin. Ipit na ang mga sasakyan, marami nang male-late sa trabaho—mga realidad na nasaksihan din ni Pancho sa mga sitwasyong ganito bago siya itumba ng isang di-kilalang mama. Hinihigop ng gaspang ng semento ang naglusak niyang dugo. Sa katirikan ng araw, sa tapat mismo ng gusali ng T9News.

RAMDAM NI FROILAN ang unti-unting pagbaba ng tama ng ipinainom sa kaniya ni Boni. Lumalambot na parang nagbabad sa swimming pool na puro ihi ng kung sino ang kaniyang maliit na titi. Nagluluwag ang pagkakasuksok niya sa elbow. Ang tibay ng pagkakatirik nila'y nagkaro'n na ng gewang, bagay na nagdala ng taranta sa kanilang mga bungo.

"Putangina, huwag kang malikot!" bulyaw ni Major.

"Putangina mo rin, gago!" balik ni Froilan.

Krggkr!

Kapwa nila naramdaman ang pagluwag ng buhol sa kanilang mga itlog. Sa taranta, lalong itinuon ni Major ang bigat niya sa ibabaw ng mga hita ni Froilan.

"Putangina mo, malalaglag tayo! Putangina mo, 'wag kang magaslaw!"

"Mauna ka, putangina ka!"

Ilang sandali na lamang ang pagitan ng katuparan sa kalkula ni Boni. Hindi na magkamayaw sina Froilan at Major. Lalo silang naglilikot, lalong umiikli ang mga sandaling kaya pa silang buhatin ng mga buhol.

"Pulis!"

Sabay-sabay na napatingin sina Marisol, Froilan at Major sa pinto. Tila nabuhayan ng pag-asa ang dalawa.

"Andito kame! Andito kame!"

"Tulong! Responde! Bilesss!"

Mentras naglilikot, lalong dumudulas ang buhol sa mga pundasyon. Nakadisenyo ang mga lubid na makalag sa bawat kislot—inaalis ng mabibigat na galaw ang tatag ng kapit ng mga lubid sa isa't isa. Tuluyan nang umurong ang titi ni Froilan.

Balibag na bumukas ang pinto sa puwersahang pagpasok ng mga pulis. At natunghayan nilang lahat ang kagyat na pagbagsak ng dalawa sa batya. Pagbagsak, sumilab ang kanilang mga katawan sa pag-iisang-dibdib ng gasolina't asido. Umangat ang makapal at nakasusulasok na usok, pumailanlang ang palahaw sa bodega.

Wala na silang nagawa kundi ang tumunghay sa pagkatunaw ng kalamnan ng dalawa. Naiangat pa ni Froilan ang kanang kamay. Kitang-kita ng mga pulis at ni Marisol kung pa'no umurong ang mga diliri nito. Saksi sila kung pa'no isiwalat ng asido ang ikatlong tipak ng laman ng tao. Hindi nagtagal, kumuyumpit ang kabuoan nina Froilan at Major, naghahalo ang pula't dinodomina ng pangingitim ang kanilang katawan. Saksi ang kapulisan kung pa'no matusta ang kanilang mga kabaro nang walang presensiya ng apoy.

35
UNDAS

NANG MAKITA NI Dodong ang usok mula sa bonetehan, nabuhayan siya ng loob. Nag-uunahan ang kaniyang mga paa na tumawid ng kalsada. Sa bungad ng bonetehan, may dalawang pamilyar na mamang nakatambay—isang makisig na naka-flattop, isang maliit na semi-kal.

"Si Marissa?" tanong ni Dodong sa dalawa.

"Nasa loob," nguso ng naka-flattop sa loob ng bonetehan.

Nagmamadaling pumasok si Dodong, sumunod ang dalawang mama. Walang mga boneteng nakalatag sa mesa. Sinuyod niya ng tingin ang paligid. Nagkalat ang harina sa paligid. Wala si Marissa.

"Nasa'n si Marissa? Sabi n'yo, andito?"

Itinuro ng semi-kal na mamang maliit ang pugon. Nanlaki ang mga mata ni Dodong, nangatal ang mga labi, nanlamig ang buong katawan. Dahan-dahan siyang pumihit papunta sa pugon, sinilip ang loob. Naro'n ang naluluto nang katawan ni Marissa.

"Putang—aghhh, haaaghh—sabi n'yo—" hihikbi-hikbi, hihingal-hingal na singhal ni Dodong.

"Bilin ni Sarge, dalawa itutumba mo, di ba? Buhay pa 'yung babae," malamig na tugon ni Flattop.

"Lampas-lampas ka na rin sa palugit," segunda ni Semi-kal.

Napalupasay na lamang si Dodong sa malagkit na sahig ng bonetehan. "Pu—ta—puhhhtangkkinaahhagh—ahaghkk! Aghk!"

"Pasensiya na, brad. Trabaho lang," anas ni Flattop.

MAKAPANGYARIHAN ANG MGA salita ni Boni. Walang ikinantang impormasyon si Marisol. Ilang araw siyang nagkulong lang sa apartment, sabayang binabaka ang hilakbot ng naging karanasan at ang luksa para sa namayapang kaibigan. Pikit-mata niyang nilunok ang isinaksak na istorya ng otoridad sa kaniyang lalamunan. Sa unang pagkakataon, pakiramdam niya ay wala siyang kalaban-laban.

Madaling pinalabas ng PNP at AFP na mga NPA ang responsable sa karumal-dumal na sinapit nina Froilan at Major, ganansiyang magbibigay-daan sa pagdaloy ng mas malaking pondo sa mga programang isinusulong ng National Task Force to End Local Communist Armed Conflict—ayudang paborable sa pagpapanatili ng impluwensiyang-militar.

Hindi nagbubukas ng anumang social media account si Marisol, ni hindi nagbabasa ng e-mail, chat, at text. Labis-labis ang pangingilabot niya tuwing maaalala ang biruan nila ni Pancho tungkol sa abuloy na RIP flyers, #DefendPressFreedoom, #StopTheAttacks. Batid niya, sadyang mas nakaririmarim ang bangungot habang gising.

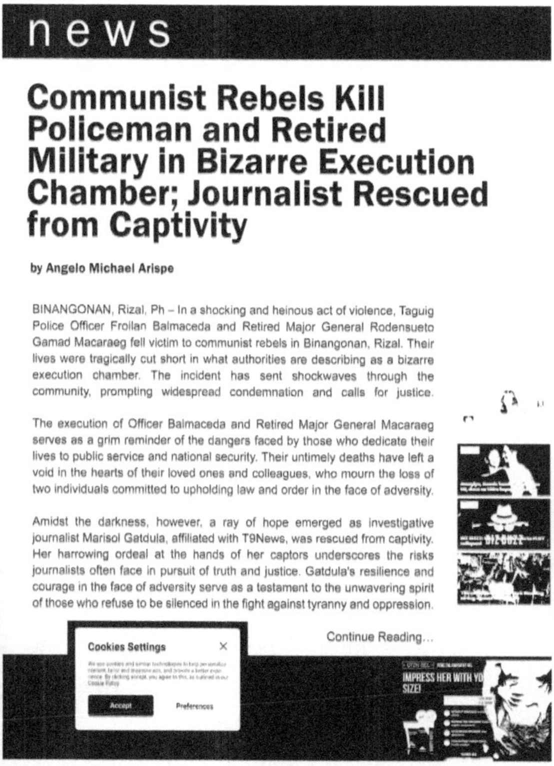

news

Communist Rebels Kill Policeman and Retired Military in Bizarre Execution Chamber; Journalist Rescued from Captivity

by Angelo Michael Arispe

BINANGONAN, Rizal, Ph – In a shocking and heinous act of violence, Taguig Police Officer Froilan Balmaceda and Retired Major General Rodensueto Gamad Macaraeg fell victim to communist rebels in Binangonan, Rizal. Their lives were tragically cut short in what authorities are describing as a bizarre execution chamber. The incident has sent shockwaves through the community, prompting widespread condemnation and calls for justice.

The execution of Officer Balmaceda and Retired Major General Macaraeg serves as a grim reminder of the dangers faced by those who dedicate their lives to public service and national security. Their untimely deaths have left a void in the hearts of their loved ones and colleagues, who mourn the loss of two individuals committed to upholding law and order in the face of adversity.

Amidst the darkness, however, a ray of hope emerged as investigative journalist Marisol Gatdula, affiliated with T9News, was rescued from captivity. Her harrowing ordeal at the hands of her captors underscores the risks journalists often face in pursuit of truth and justice. Gatdula's resilience and courage in the face of adversity serve as a testament to the unwavering spirit of those who refuse to be silenced in the fight against tyranny and oppression.

Continue Reading...

Cookies Settings

Accept | Preferences

IMPRESS HER WITH YO SIZE!

Incoming Call... **+ 63 975 606 1001**

Accept / *Decline*

"Ma'am, delivery po."

ISINIKSIK KO SA bote ng Yakult ang buhangin, pulbura, at pinong bubog. Siksik, sinarhan ko ng betsingko, isinilid sa supot ng pandesal kasama ang pares ng guwantes. Hindi na siguro papansinin ng mga guwardiya't bobong pulis ang mga 'to.

Bandang hapon, tumulak ako papuntang Garden of Memories. Di mahulugang-bata ang mga daan sa dami ng tao. Pagdating sa labasan, tinantiya ko ang galaw ng mga bantay sa gate. Ganitong oras, marami pa silang lakas. Tumambay ako saglit sa malapit na tindahan, yumosi, nagpalipas ng ilang sandali. Nang mapansin kong nagparelyebo ang isang pulis sa nakatambay na bantay-bayan, lumakad na ako't sumama sa pila. May ilang minuto rin ang nasunog sa tagal ng proseso ng pangangapkap. Sa mesa ng guwadiya, nakalatag ang mga gamit na nakumpiska. Kahit nailcutter, hindi pinalusot. May mga patalim na tingin ko'y di naman gagamitin ng mga nagdala para ipanaksak, dahil marami ring kahon ng cake na hindi nakalusot. Sistema, sa loob ka bumili ng pagkain. Doon marahil gagamitin ang kutsilyo. Ewan ko. Mineral water, sopdrinks, alak, kung ano-ano, na sa batas ng undas sa sementeryong ito, sa loob mo bilhin—na limambeses ang putanginang presyo.

Pagdating sa 'kin, kumpiyansa kong ibinuka ang supot ng pandesal. Walang ibang laman kundi bote ng Yakult at guwantes. Kinapkapan ako sa katawan, sa sintorera ng pantalon, sa mga bulsa. Pagtango ng guwardiya, dere-deretso na akong pumasok.

Sinipat ko ang paligid kung sa'n ang bulto ng tao. Lumalabas, lahat ng sulok, bulto-bulto ang tao. Natural, undas nga, e. Mahaba ang hilera ng mga tindahan ng pagkain. Napansin ko ang isang batang nagtitinda ng sampaguita.

"Boy," tawag ko.

"Kuya, sampaguita. Pangkain lang."

"Akin na; lahat 'yan."

Malaki ang ngiti ng bata. Nag-abot ako ng limandaan.

"Kuya, wala akong panukli. Barya lang, yah."

"Sa 'yo na 'yan."

"Kuya, salamat!"

"Dadagdagan ko 'yan ng dalawandaan."

"Talaga, kuya?"

"Oo. May papagawa lang ako sa 'yo."

"Sige, yah."

Dinukot ko ang bote ng Yakult sa supot at iniabot sa kaniya. "'Kita mo dun sa puno sa kabilang tawid malapit sa chapel?"

"Oo, yah."

"Ibato mo nang malakas 'yan sa semento. Malakas, ha?"

Nagtaka ang bata. Dumukot ako ng pera sa bulsa, iniabot ko ang dalawandaan.

"Kaya mo?"

"Oo, yah. Ibabato lang sa semento?"

"Malakas, ha?"

"Ibato ko na ngayon?"

"Hintayin mo senyas ko."

"Sige, yah."

Tumulak na ang bata sa malaking puno malapit sa chapel. Lumakad ako papunta sa marmol na mawsoleo sa likod ng chapel. Habang nasa daan, isinuot ko ang guwantes. Pagdating ko sa dilaw na plantbox, agad kong binungkal ang lupa. Mabilis na sumilip ang plastic ng Puregold. Hinugot ko iyon at ibinalik sa ayos ang lupa. Sa kinatatayuan ko, tanaw ang puwesto ni Jolas. Nakasulat sa karatula, 'Takoyaki ni Kuya'. Katabi n'on ang puwesto ng anak ni Lolo Melchor na may tindang burger at siomai.

Nakamasid ako nang ilang minuto. Hindi makayosi rito, bawal. Ilang saglit pa, naglapit ang dalawa. Bitbit ng anak ni Lolo Melchor ang isang paper bag, inilabas ang laman—mukhang mamahaling alak. Bitbit ang plastic ng Puregold, lumakad ako papunta sa puwesto nila at humalo sa mga mamimili. Tinanaw ko ang bata sa malaking puno sa gilid ng chapel. Tulad ng bilin ko, hindi niya inialis ang tingin sa akin. Iniangat ko ang kamay ko.

Paangk!

Nagulat ang mga tao. Nananakbo ang dalawang bantay-bayan papunta sa bata. Maliksi itong tumakbo papuntang likod-labasan.

Napalingon sina Jolas at ang anak ni Lolo Melchor sa komosyon. Humagad ako ng lakad papalapit sa kanila. Inilabas ko sa plastic ng Puregold ang mahabang kutsilyong nakabalot sa tuwalya na dagli ko ring kinalag. Ikinubli ko sa hita ko ang haba ng kutsilyo.

Lumaslas ako sa pagitan nila. "Para kay Lolo Melchor at Tatay Obed."

Itinarak ko nang dalawang beses ang kutsilyo sa ilalim ng tadyang ni Jolas.

Pagkaluhod nito sa bermuda, umunday ako ng isa pa sa batok. Pagkahugot ko ng kutsilyo, pumihit ako sa anak ni Lolo Melchor. Tulala ito, parang nanigas sa kinatatayuan. Tuloy-tuloy ang takbo ng abalang paligid sa Garden. Nasa komosyon ng pagputok ang atensiyon ng marami. Itinarak ko sa malaki niyang tiyan ang kutsilyo at iniwan 'yong nakabaon. At saka ako lumakad papalayo sa eksena, humalo sa gitgitan ng mga tao, walang lingon-lingon.

INIHANDA NI DONDI ang lahat ng papeles na magdidiin sa mga sangkot sa paghuhugas ng pera gamit ang Genericare, lalong-lalo na ang konsehal na si Arnel Cabahug, na sa pagsisiyasat ni Dondi sa cell phone ni Major, lumalabas na may malaking ginampanan sa pagdukot kay Divine. Ngunit isang bagay ang hinding-hindi niya masisikmura. No'ng halungkatin ni Dondi kung sino si Gilbert, natutuhan niya sa mga lumabas na balita na anak ito ni Major. Ang hindi niya lubos maisip, at di rin kinaya ng kaniyang kamalayan, ay ang video recording ng panghahalay ni Gilbet kay Divine na nasa cell phone ni Major. Lampas sa limitasyon ng likas na kasamaang taglay ng bawat tao, walang katumbas na salita para ilarawan kung ga'no kasalaulang halimaw ang mga ito.

Walang araw na hindi niya sinisilip ang social media account ni Gilbert.

PMAer. Hooper. Basketball is life. Protecting the People, Securing the State. When in Baguio. AFP, yieah, yieah, yieah.

Kinopyang lahat ni Dondi ang file sa cell phone ni Major at saka ito sininop sa isang ziplock kasama ng mga papeles ng Genericare.

Pagkatapos mag-book ng rider, naggayak na si Dondi. Empake ng ilang mahahalagang gamit, urn ni Divine, isang rim ng Marlboro pula. Three minutes, paparating na ang rider sabi ng app. Lumabas na si Dondi dala ang mga bagahe, ikinarga sa sasakyan. Inilagay niya ang urn ni Divine sa front passenger seat.

Pagdating ng rider, iniabot niya ang envelope kung sa'n nakakarga ang ziplock, abot ng bayad, sibat. Sumakay na siya sa kotse. Seat belt, baba ng bintana, sindi ng sigarilyo. Luminga siya sa passenger, inilapat ang palad sa urn ni Divine. Buntonghiningang umuusok, balik-tuon sa manibela, swipe ng phone sa holder, Waze—Benguet, Baguio.

GAWA NG AMBISYONG burahin at palitan si Mr. Liu, hindi nakita ni Sarge O. ang higanteng aberyang kumalampag sa kaniyang grupo. Ang alam ni Cedes, nasa likod niya ang sarhento sa pagliligpit. Lingid sa kaniyang kaalaman, aabot ito sa posisyong siya na ang kailangang iligpit nito para iligtas ang sarili.

Gamit ang rekurso ni Sarge O., natunton ni Mr. Liu ang isa sa mga pinaniniwalaan niyang dumakip sa kaniya at nagtakbo ng kaniyang pera. Ngunit wala silang perang nahita. Atas ng kaniyang amo, hanapin ang kasama't bawiin ang halagang itinakbo. Lahat ng ito, sabay-sabay niyang aatupagin kasabay ng paglilinis ng kalat na iniwan ng kaniyang grupo—ang naiwang trabaho ni Dodong, ang mga yumari sa kaniyang kagrupo.

NAALALA NIYA ANG pagtubos ni Dondi sa kaniya sa bodega nang itanggi nitong magkakilala sila. Sa unang pagkakataon, nagkaroon ng matibay na koneksiyon ang kanilang mga kabatiran. At ngayon, nasa harap niya ang isang envelop na naglalaman ng lahat ng magpupuno sa mga puwang ng imbestigasyong kaniyang sinimulan.

Binuksan niya ang laptop, ikinonekta ang cell phone, ginalugad ang mga file at conversation history, inisa-isa ang mga pangalan. Sinilip niya ang papeles. Biglang umapaw ang impormasyon sa kaniyang harapan. May kung anong tumimo sa kaniyang kalooban. Sa gitna ng luksa'y nakaramdam siya ng apoy sa kaniyang dibdib. Dinaluyan ng enerhiya ng paniningil ang kaniyang mga nagngangalit na ugat.

Dinampot niya ang kaniyang cell phone na nasa kama, binalikan ang video na kinuha niya sa bodega, na naging posible dahil kay Dondi nang ilapat nito sa palad niya ang sarahang-buntot ng buhol sa kaniyang gapos. At namalas niyang muli ang imahe ng dalawang halimaw na nasusunog sa impiyerno. Naalala niya si Pancho. Gusto niyang ibahagi ang mga sandaling ito sa namayapang kaibigan.

Pagkakonekta sa internet, biglang nagpasukan ang mga natambak na notification. Unang pumukaw sa kaniyang atensiyon ang ipinadalang e-mail ni Pancho sa mismong araw na tumimbuwang ito sa harapan ng gusali ng T9News.

Email notification
PANCH_ALVAREZ@GMAIL.COM
URGENT
Attached file_06542.mp4
DOWNLOAD

Saksak ng Bluetooth earphones, open video file. Akala niya'y natunghayan na niya ang pinakanakaririmarim na tanawin sa bodega. Nagkamali siya. Dahil buhay na buhay sa kaniyang pandinig at paningin ngayon ang pinakanakasusuklam na imahen kung ga'no kalupit ang mga taong nasa poder ng kapangyarihan. Sa haba ng panahong paghahanap at pagluluksa, natagpuan niyang muli ang matalik na kaibigang si Shirley—sa balighong dokumentasyon ng pagpapahirap at pananalaula. Basag ang kaniyang dibdib, pumailanlang ang kaniyang palahaw sa kuwarto. Ngunit kailangan niyang damputin ang sarili sa pagkakalubak. Sa loob niya, kung hindi natinag ang mga taong nagsakripisyo ng buhay kabubungkal ng hustisya, siyang humihinga'y walang karapatang gumuho dahil nasa balikat niya ang katubusan ng mga itinangging katarungan.

MALINIS SIYANG NAKAISKIYERDA sa sementeryo. Bago umuwi, dumaan siya sa San Roque Church. Hindi niya gawain ang magsimba ngunit sa araw na ito, ipagtitirik niya ng kandila ang mga kaluluwa nina Tatay Obed, Lolo Melchor, at Divine. Umusal siya ng maikling dasal.

Unang hapunan na makakasalo niyang muli sina Sarah at Nanay Helen sa hapag. Mula simbahan, tumawid siya sa katapat na Andok's at bumili ng isang buong litsong manok. Buy one, take one ang Mountain Dew kaya hindi na rin niya iyon pinalampas.

Nagsindi siya ng sigarilyo at pumara ng traysikel. Bumaba siya dalawang bloke bago ang Dreamland. Bumili siya ng 'sang maliit na bilao ng palabok sa Lakay's. Sa likod ng terminal ng jeep siya dumaan para iwasan ang bulto ng mga taong uuwi—pupunta ng sementeryo. Sa makipot na daang nag-uugnay sa labasan bago makapasok sa Dreamland, ramdam niya ang pagsaliwa ng ritmo ng mga apak. Sandali siyang huminto. Batid niya ang kagyat na paghinto rin ng nasa likuran. May ilang segundo bago bumalik ang ingay ng mga yapak. Dahan-dahan, mariin, papalapit na sa kaniya. Bago siya makapihit, naramdaman niya ang malamig na bakal sa kaniyang batok.

"Pasensiya na, kailangan ko lang tubusin ang kaibigan ko," anas ng nasa likuran.

VIVO NG HOOD, HOOD NI VIVO

SABI NI PAZ Latorena sa sanaysay niyang *Educating the Literary Taste,* meron daw tatlong salik sa pagtuturo ng good literary taste sa panitikan— intellectual value, emotional value, at ang huli, ethical value. Ayon kay Latorena, ang magandang literary taste (alinsunod sa tatlong salik na binanggit) ay mag-iiwan ng magandang impluwensiya sa mga mambabasa na sa kalaunan, sana ay maitulak tayong maging mabubuting indibidwal at parte ng komunidad.

Tango ako sa intellectual value, kung saan sinasabi ni Latorena na dapat dinadala sa ibang dimensiyon (kabilang globo na, tagos pa) ang mambabasa, na pinapalawak ng manunulat ang utak niya. Sa isang banda, tulad sa tula (sabi nga ni Glück) na may nagtatrabaho: ang manunulat at mambabasa. Kung trabaho ng manunulat ang bumuo ng pandiinang mga naratibo, mga pangungusap, mga sapakan ng salita, trabaho ng mambabasa ang pagmunihan, namnamin, at isipin ito. Tangong-tango rin ako sa sinasaad ng emotional value ng panitikan na gaano man kamalas ang mga karakter sa binabasang nobela o maikling kuwento, nasasakyan natin. Kasi tao tayo. At ang panitikan ay isang mahina o malakas na tapik sa balikat nating makaramdam sa paglalagay ng mga paa natin sa ibang sapatos.

Pagdating sa ethical value, napasabi na lang ako ng *'Yun lang.* Sabi niya kasi:

> *When language goes beyond the normal express of abnormality, and so gives the reader unhealthy information and stimulates the morbid imagination, then it is immoral. Its aim becomes not that expressing of truth but obscenity.*

Habang binabasa ko ang Ang Suklam sa Ating Naaagnas na Balat ni Vivo, itong sinabi ni Latorena ang patuloy na kumikilapsaw sa sentido ko. Immoral ba ang karumal-dumal na lengguwahe?

Immoral ba ang pagsisiksik ng mga salita sa malawak na imahinasyon ng mambabasa? O kasalanan ba ng mambabasa dahil masiyadong matindi ang imahinasiyon niya at saka tinatanganang immoral ang isang sulok ng akda? O ang awtor ang immoral dahil sa paglalapat ng mga ideya bilang salita?

Kada kabanata at kada tinik sa mga tauhan sa nobela ni Vivo, napapatigil ako. Sumusundot ng scroll sa selpown para alisin panandalian ang malay sa binabasa. Iiwanan kasi ako ng sugat 'tapos tutuklapin para lang muling maglangib. Mula sa mga imahe ng pang-aabuso, panggagahasa, pagpatay, paghihiganti, torture, kasangkutan sa ilegal na droga, hanggang sa buhay sa oblo, mga tarantadong diskarte ng militar at kapulisan at paghihiganti; na palaging haymaker ang dating pero ang shit, hindi mo basta-basta matitigilang basahin at kailangan ng responde sa susunod na mangyayari. Lagi't lagi.

Hindi madaling sikmurain ang mga imaheng nilatag ni Vivo. Lalanding ba 'to sa pagiging immoral na katangian ng akda tulad ng sinasabi ni Latorena? Sa tingin ko, ang mas mahalagang tumbukin ay hindi ang pagiging moral o immoral nito, kundi ang pag-usbong nito sa hinaharap. Nangyayari ba ito ngayon kaya nasasalamin sa nobela ni Vivo? Puwede namang sabihing "'Oy, fiction lang 'to," pero gaano nga ba kahalaga ang materyalisasyon ng mga bagay-bagay na ito sa loob ng nobela?

Sabi ni Rolando Tolentino sa kaniyang introduksiyon sa *Poetika at Pulitika ng Malikhaing Pagsulat,* ang patuloy na pagsusulat ay patuloy na pakikisangkot sa kasalukuyan. Kung ganoon ang napiga sa nobela ni Vivo, hindi kaya iyon din ang kinasasangkutan ng kaniyang materyal na mundo na pinagtagpi-tagpi ng kaululang danas ng tao at sarili sa kaniyang pag-iral? Di kaya sinasalamin lang ng nobela ang nangyayari sa hinaharap, at ito ang kaniyang pakikisangkot dito sa pamamagitan ng pag-aakda ng Ang Suklam sa Ating Naaagnas na Balat?

Lumaki ako sa Taguig. Bukod sa BGC, mayroon akong tinatawag na kabilang pader ng Taguig, lingid sa iba. Ito ang Taguig na marahas, na magulo, na ilegal, na hindi-ibabalita-kapag-ikakasama-ng-imahe. Alam ko ang sinasabi rito ni Vivo. Hindi ko na ii-snitch ang mahal kong Taguig, pero kung paano ipinakita ni Vivo ang Taguig sa nobelang ito, huwag na siguro kayong magulat. Walang Utopia sa Pilipinas.

Makikita sa balita ang karahasan. Alam ko 'yan dahil sa kulang-kulang isang taon kong paghahabol ng balita. Minsan, hindi talaga palaging nasusunod ang sinasabi ng Producer na tatakbuhin ng istorya. At nakita ko 'yon sa dalawang karakter ni Vivo na sina Sol at Panch. Pinatambay nila ang istoryang iniatas para sa malakihang engagement ng estasyon at itinuloy ang tingin nilang kailangan ng taumbayan.

Magkaiba ang materyal na mga mundo nina Boni at Dondi. Laking hood ang isa na alam ang lengguwahe ng kalsada habang ang isa, maykaya at komportable. Pinagtagpo lang silang dalawa ng paghahanap. Sa pagsasama ng dalawa, dito ko napagtanto na kung babalagbagin ang tao, anuman ang pinansyal na kakayahan, gaano man karami ang kabutihang asal na naituro sa tahanan at pinagkalakihan, kung itutulak ng sirkumstansiya, papalag at papalag at gagamit ng dahas.

Naalala ko 'yung isang interview kay Žižek, kung saan tinanong siya tungkol sa pelikulang *Parasite* ni Bong Joon-ho. Trip niya raw ang pelikula dahil sa kung paano ipinakita ng direktor na tao higit sa lahat, tao ang mga kapos. May kakayahan din silang magalit, matawa, manlamang, mang-istiryo. Na hindi raw dapat palaging mabait ang pagpapakita sa mahihirap. Hindi babagsak sa 'Mahirap na nga sila, pabaitin mo naman'. Sa kaso ni Boni, kinailangan niyang gawin ang dapat gawin para makaraos. Dahil tao siya. Bilog. May konsensiya, may poot, may pag-asa—tulad ni Dondi.

Kung paano tinahi ni Vivo ang danas ng karahasan ng kaniyang karakter na sina Sol at Pancho na kapwa journalist sa danas nina Boni at Dondi na naghahanap ng kanilang mga mahal sa buhay, maaaring sabihing pinagbuklod sila ng karahasan sa sari-sarili nilang mga danas na sa kalaunan ay nanganak nang nanganak ng suklam. Pagkatapos bagsakan ang mga karakter, hinayaan ni Vivo na ilagay ng mga karakter na ito ang kinabukasan sa sari-sarili nilang mga kamay.

Ano nga ba ang moral at immoral na akda? Talaga bang itim at puti lang ito at walang pamanggulo para gumitna? Immoral ba ang akdang nagpapakita ng karahasan? Ng nakasusulasok na katotohanan? Kung sinasalamin lang ng akda ang hinaharap, masisisi ba natin ang akda kung immoral ito? Hindi kaya immoral ang lipunan kaya may immoral na akda? O baka naman, baka lang, masyado akong nagpapakulong sa pamantayan ni Paz Latorena sa kung ano ang moral at immoral na akda?

Kung immoral nga ba o hindi, mambabasa lang ang makakapagsabi. Hindi ko kayo pinangunahan sa introduksiyong ito. May mga bagay na kailangang danasin bago maintindihan—katulad ng Ang Suklam sa Ating Naaagnas na Balat. Hindi puwedeng ako lang ang nawasak.

—Benjo Gutierrez
Guro, Manunulat
Hagonoy, Taguig

TENGKS

Tatlong kapwa manunulat ang kilala kong may malalim na pagkakakilala sa unang dalawang nobelang nakapaloob sa Dreamland Trilogy. Tatlong manunulat na inirerespeto ko, mula sa kanilang mga likha hanggang layunin ng paglikha. Kung hindi ko nakuha ang mga 'oo' nila sa pagpapakilala ng ikatlong nobela sa trilohiyang ito, ililimbag ito nang walang introduksiyon. Iyon ang desisyon ko. Kaya salamat kay Benjo Gutierez, isa sa mga hinahangaang kabataang manunulat na may kakaibang pagsipat sa buhay-looban at mga tauhang-looban sa kaniyang mga maikling kuwento. Kay Tilde Acuña na lumalampas sa lahat ng maaaring asahan ang kayang likhaing mga naratibo't anti-naratibo sa pagkatha. Kay Amado Anthony Mendoza III, na nagsimulang makasama sa panulat may labindalawang taon na ang nakalilipas, isa sa mangilan-ngilang nobelistang dahilan kung bakit ubos-lakas akong sumusubok na pag-ibayuhin ang paglikha sa ganitong larangan.

Ikatlong nobela na ito, pero punong-puno pa rin ako ng duda sa sarili. Kada na lang magsisimulang magsulat, aabot sa gitna ng isinusulat, sasapit na lang bigla ang mga alinlangang nagsasaboses sa ulo ko, manunumbat, ilalagay sa maraming tanong ang kakayahan, ang kapasidad. Kaya salamat sa mga kaibigan na mula unang nobela hanggang dito sa ikatlo, katuwang ko sa pagpatay sa mga mga boses na sumasagka sa pagsulat. Kina Julie Rebucas at Ronnel Vivo, palaging mga unang tagabasa ng isinusulat ko. Kasamang nakiki-ukilkil sa mundo't buhay ng aking mga tauhan. Kina Angelo Michael

Arispe, Erwin Dayrit, at Markus Bulandus, mga kaibigang palaging tagabitbit ng liwanag sa mga sulok-sulok na madalim na proseso ng pagsusulat. Kina Danell Arquero, Benjamyn Tanyag, Christian De Jesus, Robertson Jose Darang, Lee Anjelo Gutierez, Leslie Cotas, Gerson De Jesus, Raffie Lacuesta, mga kasamang palagi akong kinakampihan sa ganitong larangan.

Sampung taong gulang na ang Dreamland ngayon. Naisulat ko ang unang nobela sa trilohiyang ito noong 2014 (Ang Kapangyarihang Higit sa Ating Lahat). Ang daming pinagdaanan, pero sa ibang papel ko na lang ikukuwento, hanggang umabot sa ikalawang nobela (Ang Bangin sa Ilalim ng Ating mga Paa) na inampon ng Avenida Books. Kaya lubos na pasasalamat kay Nida Ramirez, sa pagkakataong walang katumbas. Siya ang dahilan kung bakit naging posible ang pagpapatuloy ng Dreamland bilang isang trilohiya. Kay Billy Ibarra na tagasubaybay ng Dreamland at siya ring tagalinis ng mga kalat ko tuwing matatapos sa pagsusulat; salamat sa enerhiya, pang-unawa, at oras. Kay Alan Navarra na sinisiguradong maganda ang bihis ng aking mga nobela, isa akong tagahanga at karangalan ang makatrabaho ka.

Sa mga kapanalig ko sa paglikha: Jay Jumawan, Adam Carlo Along, Bobby Legaspi, Rallye Ibanez, James Lorrence Ocampo, Ben Baladad, Nico Garduce, Dwight Galang, Erik Tuban, Bogs, Italo. Salamat palagi sa inspirasyon.

Kina Maria Rosela Ricamara, Micah Gaylican, Sarah Jane Bataller, Imee Jean Sanchez, Guadalyne Suarez, Joey Bucayu, Liesian Tamunday, Erick Neri, Kevin Guinto, Apple Bacusa, Arny Realosa, Gem Amboy, Jaime Tallada, Roel Barbosa,

Pamela Orlanda, Julie Cruz, Jasper Aquino, Chek at Cromz Alcantara, Jefferson Lago, Fatima Decena, Rachelle Dignos, Mel Songco, Jelly Rose Aragon, Otits Patrick Reyes, Janna Ojales, Khristine Mae Delafuente, Tony Malvar, Sherwin Marcelo, She Macaya, Marky Bagalacsa, Rowena Zaballa, Ann Escalante, Monet Salapare, Amie Vicente, Fides Cernechez, Lisa Macatangay, Evalyn Evangelista, Nona Miranda, Annie Salazar, Jamie Roque, Boyet at Elsa Tan, Ivan Ala, Vincent Parafina, Alex at Cecil Alfonso, Len Antido, Limuel Maquilan, Jennifer Michelle Macas-Napao, Boss Merlina Panganiban, at Sir June Bawisan.

Pamilyang Famador, salamat sa inyo— Judith, Panfilo, Claire, Edward, Era, Alab, Ron, at Francis.

Kay Olivia Himig at Juambai.

Sa Soledad family, sa mga pinasan kong sina Kuya JL, Athan, Marie. Sa Pamilya, Tito Junior, Tita Del, Ate Jho, Karen, at Dada. Mga Pamangkin, Joshua, Justine, Agatha, Jaja, JE, Natahlie, Jared, Jacob, Khole, Jayden, Kyrus.

Nhil, Alonzo, Isabelle, at Gab.

Kay Tita Cristy Neuman na nakasubaybay sa mga isinusulat ko, salamat po. Salamat kina Tita Bebe, Mama, Papa. Sa walang-sawang suporta nina Ronilyn at James De Guzman, mahal ko kayo.

Sa lahat ng nakasama at makakasama pa—sa buhay, pagsusulat, musika, pauna palagi ang aking pasasalamat.

Sa iyo na naglalaan ng salapi, oras, at enerhiya para magbasa at manghikayat na bumasa, hindi sapat ang pasasalamat.

—Nal / Boy / Vivs

www.ingramcontent.com/pod-product-compliance
Lightning Source LLC
Chambersburg PA
CBHW020240250926
51848CB00007BA/510
* 9 7 8 6 2 1 8 2 6 4 2 8 1 *